UKOMBOZI
WA KINA
WA MSINGI

SIRI YA VITA VYA KIROHO

Maisha ni ya Kiroho; yule anayejali mambo
ya ulimwengu wa roho ndiye atakayeshinda.

DKT. PHILOMENA

GERALD ISHENGOMA

ISBN

Toleo Gumu: 978-1-969120-80-0

Toleo la Karatasi: 978-1-969120-79-4

"Ukiwa misingi imebomolewa, mwenye haki atafanya nini?"

(Zaburi 11:3)

Contents

Utangulizi

Maisha yanayolia kwa ajili ya ukombozi lakini hayaupati kamwe ni maisha yaliyofungwa katika gereza lisiloonekana, nafsi inayozama katika mateso bila msaada wowote unaoonekana. Ni safari iliyojaa maumivu yasiyokoma, vita visivyoisha vinavyopiganwa kwenye uwanja wa vita usioonekana ambapo adui haachani na shabaha yake, na mhanga hajui minyororo inayomfunga. Kuta hufunga zaidi kila siku, lakini hakuna mlango, njia ya kutoroka, wala mwanga unaopenya giza. Maisha kama haya ni yale ambayo mkanganyiko hutawala kabisa.

Mtu huamka kila asubuhi akikutana na mateso yale yale yaliyomsubiri, mzunguko wa maisha wa kawaida unaokataa kuvunjika. Hakuna kitu kinachoendelea kufanikiwa; mahusiano huvunjika, nafasi hupotea mikononi, afya huzorota, na amani hubaki ndoto ya mbali. Kila jitihada za kuinuka hukutana na nguvu isiyoonekana inayomvuta chini; kila hatua mbele hukutana na kikwazo kisichoelezeka. Hivyo basi, hutangatanga wakizunguka, hatima yao imeporwa, kusudi lao limepotoshwa, nguvu zao zimenyonywa na nguvu zisizoonekana zilizodai utawala juu ya maisha yao.

Ni hali ya kusikitisha ambapo furaha ni kivuli cha muda mfupi, mwonekano wa haraka wa kile kinachoweza kuwa kabla hakijapokonywa kwa ukatili. Mtu anayehitaji ukombozi anaweza kucheka lakini si mwenye furaha ya kweli, kutabasamu lakini akiwa amebeba mzigo usiobebeka ndani. Usingizi hauleti pumziko, kwa kuwa hata usiku umejaa sauti za mateso gizani, vivuli vinavyotanda, na ndoto mbaya zisizotoweka na mwanga wa asubuhi. Hewa inayomzunguka huhisi kuwa nzito, kana kwamba uzito wa minyororo elfu zisizoonekana unamvuta chini zaidi kwenye shimo la kukata tamaa. Akili iliyoshikiliwa na kifungo hiki haijawahi kuwa huru. Inasumbuliwa na mawazo ambayo si yake, imejazwa na hofu zisizokoma. Wasiwasi hukamata kama koleo, huzuni hugeuka kuwa ngozi ya pili, na kukata tamaa hukata njia ndani ya roho. Huangalia huku na kule akitafuta majibu,

1

lakini hayapo. Dunia huendelea mbele, ikiwa haijali mateso yao, huku wao wakibaki wamenaswa katika hali ambapo yasiyoonekana ndiyo yanayoamua hatima yao.

Magonjwa huwa 'wenzi wao, mateso yasiyokoma ambayo hakuna dawa inayoweza kuyaponya. Madaktari hufanya uchunguzi, matibabu hutolewa, lakini uponyaji hauji. Mwili hudhoofika, ukiwa umenyonywa si tu na magonjwa ya mwili bali pia na vita vya kiroho vinavyopiganwa nje ya upeo wa uelewa wa kibinadamu. Hali za kifedha hubomoka bila sababu inayoelezeka, haijalishi anavyofanya kazi kwa bidii, kana kwamba mtekaji ameelekeza macho yake kwenye kila alicho nacho. Milango inayopaswa kufunguka hubaki imefungwa, mchakato wa kibali huzuiwa, na baraka zinazopaswa kufika huzuia kabla hazijamfikia mpokeaji. Na kisha kuna upweke.

Ewe, upweke huo. Ni hali ya kutengwa isiyoelezeka, uhamisho katikati ya umati. Mahusiano yanaweza kuharibika bila sababu inayoeleweka, wapendwa wanaweza kuwa mbali, na urafiki unaweza kunyauka kama maua yaliyokosa maji. Hakuna anayeelewa; hakuna anayeona vita vinavyopiganwa kimya, vilio visivyosikika. Hata upendo wenye nguvu zaidi unaonekana kushindwa kuvunja kizuizi kisichoonekana kinachowatenganisha na ulimwengu.

Unapoendelea kusoma, naomba ubaki wazi kwa ufunuo wote ambao Bwana yuko tayari kufichua. Usiyapuuze; yaamini kwa imani, na utaanza kuona ushindi mkubwa na matokeo katika maisha yako kwa nguvu za Mungu.

Sura ya 1:
Ikiwa Misingi Imebomolewa, Mwenye Haki Atafanya Nini?

Ukombozi wa Msingi wa Ndani

Tukitazama kitabu cha Yeremia 1:10.

Katika kitabu hiki kuhusu ukombozi, tutajikita kwenye Biblia, na andiko kuu tutakaloshikilia ni Yeremia 1:10, kwa kuwa linaweka msingi wa ukombozi wa kina wa msingi wa ndani. Wakristo wengi huelewa Yeremia 1:10 kwa sehemu tu, na ndiyo maana kupata ukombozi kamili kumekuwa jambo gumu. Kwa wachache wanaokombolewa, ukombozi wao mara nyingi si kamili. Unapowaona watu wakikombolewa kwenye mkutano wa injili, mara nyingi ni sehemu tu; lengo la ukombozi huo ni kumwezesha mtu huyo kuendelea katika safari ya kutafuta ukombozi wa kweli na wa utimilifu. Kufuatilia ukombozi kamili ni jambo la msingi kwa kila muumini, kama Biblia inavyosema kuwa ukombozi ni chakula cha watoto. Kwa hiyo, ukombozi unatusubiri; tunapaswa kuujua na kuanza kuufuata kwa jina la Yesu. Mtu aliye kombolewa kikamilifu na kwa utimilifu anaweza kutumika kama chombo cha kuwaokoa wengine wote ambao Mungu amemleta katika njia yake. Kila mtumishi wa Mungu lazima ajikomboe mwenyewe kabla hajaanza huduma ya ukombozi. Huwezi kuwa na huduma ya ukombozi kama hujakombolewa.

Mimi binafsi sikuwahi kufikiria kwamba siku moja ningelazimika kuzungumzia ukombozi wa msingi. Kama daktari wa tiba, hili lilikuwa mbali kabisa na orodha ya mambo ningeweza kuyafuata hapa duniani. Sababu kuu? Ratiba yangu ya kila siku ilikuwa tayari imejaa, na sikuwa na nafasi ya kuongeza jambo jingine, kama kushughulikia ukombozi wa kina wa msingi.

Nilizaliwa na kulelewa katika familia ya Kikatoliki yenye mizizi imara na inayoheshimiwa sana, iliyompenda Bwana kwa bidii. Familia yangu ilikuwa na ratiba ya kila siku kwa ajili ya Mungu, tofauti na mambo mengine yote. Siku ya kawaida ingeanza saa 12 asubuhi kanisani kabla ya kazi na kuhitimishwa saa 2 usiku kwa sala ya jioni. Wazazi wangu walifanya kila walichoweza kibinadamu kutukuza katika hofu ya Mungu, na naweza kushuhudia kuwa familia yangu ni mojawapo ya zile familia za wana wa Mungu waliouzwa kabisa kwa Yesu. Ninazungumzia familia yote—babu na bibi, wazazi, ndugu na dada, na kizazi cha sasa cha familia yetu.

Hata hivyo, tulipokua, nilianza kugundua mambo mengi ambayo sikuwa nimeyaelewa au kuyazingatia nikiwa mdogo. Kwa mfano, uraibu wa kila aina—pombe, dawa za kulevya—kisha maisha magumu, umaskini, laana za vizazi, kutotii, uasi dhidi ya maagizo ya Mungu ingawa bado wanaenda kanisani, ndoa kuvunjika, familia kuvunjika, watoto kuharibika. Watu walikuwa wakifa mapema. Kila mwaka, tulikuwa tukimzika mtu mmoja au wawili, mara nyingi vijana. Iliniuma sana, lakini kisha nikawasikia watu wangu wakisema ni mapenzi ya Mungu. Kwa hiyo, sijui nifanye nini kumaliza haya "Mapenzi ya Mungu" ya kuumiza.

Tuliendelea kuwazika vijana, na kisha ikafika familia yangu mwenyewe. Baba yangu alikufa akiwa na miaka 44, mama yangu alikufa akiwa na miaka 46, dada yangu mdogo alikufa akiwa na miaka 8, na kaka yangu mkubwa, mtoto wa kwanza, alikufa akiwa na miaka 36. Hata kama mimi ni daktari wa tiba, ningeweza kuandika utambuzi wote wa kitabibu na kujaribu kuyaelewa ili nipate amani na kufunga ukurasa. Lakini moyo wangu haukutulia, nilihitaji kuzungumza na Mungu kuhusu jambo hili, nilihitaji kujua nifanye nini kulimaliza hili mara moja na kabisa.

Nilipofikisha umri wa miaka 18, mara tu baada ya kumaliza shule ya sekondari, kama mtoto wa pili na msichana pekee kati ya watoto saba katika familia, nilichukua rasmi nafasi ya mzazi, kuwalea kaka zangu. Kwa Neema ya Mungu, nilichaguliwa kujiunga na chuo cha udaktari, na nilisomeshwa na malaika aliyetumwa na Mungu.

4

Kiasi kidogo cha fedha nilichopewa kulipia ada ya shule na gharama za maisha, nilikitumia pia kuwasomesha kaka zangu nje ya nchi kuanzia shule ya sekondari nchini Uganda hadi chuo kikuu nchini India, huku mimi mwenyewe nikiendelea na masomo yangu nje ya nchi. Hata hivyo, asili yangu ni kwamba nilizaliwa na kulelewa nchini Tanzania. Hapa ndipo methali isemayo: "ukimlea msichana, umelea kijiji" inapothibitishwa — huyo ni mimi.

Nilikuwa na maswali mengi, lakini hakukuwa na mtu wa kuyajibu. Wazazi walikuwa wamefariki, marafiki wa familia walikuwa mbali, na ndugu walikuwa na shughuli za familia zao. Hii ilikuwa safari yenye uchungu mkubwa kwa msichana wa miaka 19! Nikasema, "Mungu, kuna zaidi ya haya." Sikutambua kwamba Mungu alikuwa akiniandaa kwa ajili ya Uamsho, kuanzia kwenye msingi wangu mwenyewe, lakini usafi lazima uanze mahali fulani, sivyo?

Nilimuomba Mungu anionyeshe njia iliyo wazi zaidi kwa kuwa kila mahali palikuwa pamejaa giza. Kulikuwa na kitu kisichoeleweka katika msingi wangu. Hata wale watu ambao niliwasaidia kwa fedha kusoma, shetani hakuwacha; aliendelea kuwakimbiza. Hakuwaruhusu kudumu katika kazi zao na familia zao. Badala yake, waliangukia kwenye dawa za kulevya, uzinzi, pombe, na kumwasi Bwana. Roho ya kupoteza na roho ya kutangatanga zilitolewa juu yao. Vita vya msingi havingeweza tena kufichwa. Laana, umaskini uliendelea kuwafuata. Maisha yao yalikuwa kwa hakika yamekuwa ya changamoto.

Lakini Mungu, kwa rehema Zake, siku zote hutazama kulihifadhi uzao Wake. Atamchagua mtu mmoja ili kuwakomboa walioteswa. Ninaamini kwamba mtu huyo ni mimi. Ikiwa kwa namna yoyote unakipata kitabu hiki na kukisoma, basi mtu huyo ni wewe. Umeitwa kuwakomboa walioteswa. Kama ilivyoandikwa katika Isaya 6:8: *"Kisha nikasikia sauti ya Bwana ikisema, Ni nani nitakayemtuma, naye ni nani atakayekwenda kwa ajili yetu? Nikasema, Mimi hapa Bwana, nitume mimi!"* Naitikia kwa moyo wa hiari.

Katika hali yangu, kama daktari na mama wa watoto 4 sasa, ujauzito wangu wa kwanza nilipata mapacha wa kiume, lakini mmoja pekee ndiye aliyenusurika. Licha ya kupoteza, bado nilimshukuru Mungu kwa kile nilichopata. Baada ya hapo, nilipata mimba mbili ambazo zilitoka ghafla kwa njia ya ajabu, mfululizo. Nilimshukuru Mungu nikidhani ni mapenzi Yake.

Kisha nilipata ujauzito tena, na katika miezi 4 kamili, shingo ya kizazi changu haikuwa imara vya kutosha kuubeba ujauzito ulipokuwa unakua. Ilikuwa ikifunguka mara kwa mara. Nililazwa kitandani kabisa, hali ikimaanisha kwamba mtoto asingeweza kuishi; hakukuwa na tumaini. Nilimkimbilia Mungu, nikalia, nikaomba. Mungu alinisikia na kumlinda mtoto wangu zaidi ya ujuzi na uelewa wa madaktari, na alinipa nafasi ya kumleta duniani.

Ujauzito uliofuata, mwanangu alizaliwa akiwa na afya njema, lakini adui alijaribu kumchukua mtoto wangu akiwa na miezi 4 kamili. Nililazimika kumkimbilia Mungu tena kwa huzuni kuu na kuzungumza lugha ambayo mimi na Mungu pekee ndiyo tungelielewana. Mungu alinisikia, na ndipo mtoto wangu akapona kutokana na shambulio kali, la ghafla, la kishetani ambalo lilikuwa limemnyang'anya uhai wake, ambapo madaktari walikuwa wameshakata tamaa, lakini Mungu kwa rehema Zake alimrudisha tena kwenye uhai.

Nakumbuka tukio hilo kana kwamba lilitokea jana; moyoni nilisema, *"Sitazika uzao wangu kwa amri ya kishetani."* Sitamlilia mtoto wangu kwa amri ya kishetani, nakataa, haitakuwa kwenye rekodi kwamba shetani alipata ushindi juu ya mwanangu kama alivyofanya kwa wanakaya wengine. Nilisimama kwa ujasiri, nikasema, "Hapana shetani, umefika hapa tu, si zaidi, imetosha!" Mtoto wangu akarudishwa katika uhai, mauti yamekumbatiwa na ushindi.

Hapo ndipo nilipotambua kwamba Mungu yupo pamoja nami; pale ambapo mwanadamu ameweka nukta, ndipo Mungu alianza sentensi mpya. Tangu wakati huo, mtazamo wangu kwa Bwana umebadilika kabisa. Nilijipanga kumtafuta Mungu huyu kwa moyo wangu wote na nafsi yangu yote. Yeremia 29:13 inasema: *"Nanyi mta nitafuta na kuniona, mtakaponitafuta kwa moyo wenu wote."* Hali hii iliponibadilisha, moyo wangu kwa wakati huo ulitamani kumjua Yeye Yahweh na nguvu ya ufufuo Wake. Wafilipi 3:10. Hapo ndipo nilipokuwa na uhakika bila shaka yoyote kwamba Mungu ni wa kweli na yupo nami zaidi kuliko wakati wowote ule.

Tena, katika ujauzito wangu wa nne, nikiwa hasa na ujauzito wa miezi 4, wakati wa uchunguzi wa kawaida wa ujauzito, daktari hakuweza kusikia mapigo ya moyo wa mtoto. Walinielekeza kwa mtaalamu bingwa zaidi wa radiolojia. Hata huko bado hakukuwa na mapigo ya moyo. Niliondoka kwenye miadi hiyo nikiwa nalia, nisiwe na uhakika wa nifanye nini baada ya hapo. Nilirejea nyumbani. Nilitamani kumfikia Bwana wangu, lakini sikuwa najua hata nini cha kumuomba. Nilielewa kwamba vita vyangu vilikuwa vikubwa kuliko nilivyowahi kufahamu au kuona, na lazima hivi vilikuwa vya kiroho zaidi, lakini sikujua jinsi ya kuvikabili. Giza la kukata tamaa lilinifunika tena. Nilijisalimisha kabisa kwa Yesu na nikasema, "Mapenzi Yako yatimizwe, Bwana."

Nilimuuliza na kumsihi Mungu, nikisema, *"Mungu, kweli hili ni nini? Kwa hakika, kwa kuwa nilidhani vita vimeisha, kumbe ilikuwa ndiyo mwanzo wa vita vipya, kuna zaidi ya hii hadithi. Ni nini hasa? Nizungumzie, Mungu, na unifichulie hili ni nini."* Baada ya siku mbili, nilihisi msukumo mdogo tumboni mwangu. Niliharakisha kwenda hospitalini, na baada ya uchunguzi, madaktari waliniambia mtoto wangu yu hai. Hapo ndipo nilipotambua kwamba kuna kitu ambacho sikukielewa kilikuwa kinadhibiti maisha yangu, kitu kilicho kikubwa zaidi kuliko mimi.

Mtazamo wangu ulibadilika. Kulikuwa na kuamshwa ndani yangu. Sikuwa najua ni nini kilikuwa kinasababisha hali hii hasi na mizunguko hii ya kurudiarudia, lakini nilitamani kujua. Nilianza kumtafuta Bwana kuliko hapo awali. Nilianza kufunga na kuomba usiku wa manane, na hapo ndipo nilipojikuta nikiingia katika Huduma ya Ukombozi — na yaliyosalia sasa ni historia.

Ilikuwa kana kwamba agano langu na Mungu lilikuwa limefanywa upya. Biblia inasema: *"Nanyi mtaijua kweli, nayo hiyo kweli itawaweka huru."* Nilikuwa na hasira rohoni mwangu na nilihitaji ukweli wote ningeweza kuupata.

Katika utulivu wangu, kwa wazi, nilisikia Bwana akisema kutoka Kutoka 14:14: *"Bwana atapigana kwa ajili yenu, nanyi mtakuwa kimya tu."* Nilianza kutafakari juu ya matatizo yote niliyoyapata katika ujauzito WOTE niliowahi kuwa nao. Nilipomwuliza Bwana kwa nini, nilimsikia akisema: *"Hii si chochote ila ni vita vya tumbo la uzazi, vita vya walioteuliwa. Watoto wako wamechaguliwa; wanabeba fimbo ya enzi kwa ajili ya maeneo na mataifa. Ndiyo maana adui ana ukatili mkubwa dhidi ya uzao wako. Lakini mkono Wangu uko juu yako na juu ya watoto wako. Wao ni Wangu. Adui anaweza kujaribu, lakini hatatafanikiwa."*

Kisha Bwana akaniongoza nisome Ufunuo 12:4–6.

Ufunuo 12:4–6:
"Yule joka akasimama mbele ya yule mwanamke aliyekuwa karibu kuzaa, ili alipokuwa amezalia, ammeze mtoto wake. Akazaa mtoto mwanamume, ambaye atatawala mataifa yote kwa fimbo ya chuma, na yule mwanamke akakimbilia nyikani, huko alikokuwa amewekewa mahali palipoandaliwa na Mungu."

Akilini mwangu, nilimsikia Bwana akisema kwamba kuna mambo ambayo Hawezi kunionyesha hadi pale nitakapokuwa tayari. Sikuwa najua ni kiwango gani cha utayari ambacho Mungu alitaka kwangu, zaidi ya kuhudhuria kanisani, kusifu, kuomba, kutoa, na kuwapenda watu. Sikuwa najua ni nini kingine cha kufanya ili kuwa tayari.

Mungu alisema: *"Unaweza kufanya mambo mengi kwa ajili ya Mungu, ilhali Mungu hayumo katika yale unayoyafanya."* Mfano mzuri ni Martha na dada yake Maria katika Biblia, wakati Yesu alipowatembelea kijijini Bethania. Martha alikuwa busy nyumbani, labda akipika au akitayarisha kitu kwa ajili ya Yesu, lakini tunaona Maria ameketi miguuni pa Yesu, akipata ukaribu na Kristo — jambo ambalo Martha alidhani ni uvivu. Lakini ukweli ni kwamba, Maria alikuwa anakunywa kutoka kwenye chemchemi ya uzima. Ndiyo maana Martha alipomlalamikia Yesu, Yesu akamjibu Martha, *"Dada yako Maria amechagua fungu lililo jema."*

Hata kama safari ilikuwa ya uchungu, Mungu bado alihitaji niketi miguuni pake ili aweze kunifunulia siri za kina za msingi na kuponya msingi ulioharibika.

Katika maisha yako, ili Mungu akupe siri za kina za maisha, unapaswa kuketi miguuni pake na kupata ukaribu naye. Katika hali yangu, nilihitaji jibu. Nilichotambua ni kwamba ili kupata jibu hilo, nilipaswa kumtafuta Bwana kwa moyo wangu wote. Sasa, namwomba Mungu aniongoze.

Namwambia Mungu kwamba hata sasa, huenda nisiwe na ufahamu wa kila kitu, lakini nakuhakikishia, Bwana, kuwa niko tayari ufunue kinachoendelea katika maisha yangu. Nakupa ruhusa, Bwana, kuchukua usukani juu yangu, kufichua ajenda zilizofichwa za adui na kuongoza msingi wangu kwenye ukombozi na uhuru.

Bwana alinielekeza kwenye maandiko katika Yeremia 33:3: *"Unite, nami nitakuitikia, nami nitakuonyesha mambo makuu na magumu usiyoyajua."* Nikasema, *"Bwana, niko tayari; nabisha hodi, na kuita."* Hapo Mungu akaanza kuisoma mioyo yangu na kuelewa kuwa nilikuwa na hamu ya kujifunza na kujua zaidi kuhusu siri zilizomo kwenye msingi wangu.

Siri kuu iliendelea kuguswa; hata elimu yangu haikuleta majibu, na hata vyombo vikubwa vya Mungu vilinyamaza mbele ya maswali yangu. Maombi ya mara kwa mara na kufunga havikuweza kunijibu. Sikuwa na chaguo ila kumrudia Yeye aliyeniumba mimi na familia yangu; nilijua atanijibu. Nilipoanza kuchukulia uhusiano wangu na Bwana kwa umakini, nikizingatia kila kitu ambacho Mungu alifundisha kupitia Roho Mtakatifu na

Neno la Mungu, nilitambua kuwa Mungu alikuwa kweli akinena nami. Nilijaa Roho Mtakatifu; niliweza kusikia Sauti ya Mungu kwa uwazi, hata ikiwa ni ya kunong'ona, ningesikiliza. Hii ilinileta furaha kubwa kwa sababu ndipo nilipogundua kuwa Mungu ni halisi. Hakuna mwanadamu yeyote ambaye angenifikisha hapa isipokuwa Mungu Mwenyewe.

Ulimwengu wa ndoto zangu ulifunguliwa; kabla ya hapo, ningeota na nisikumbuke, au nikumbuke kwa sehemu tu. Mungu akaanza kunifunulia mambo katika ndoto; sauti ya Mungu ikawa hazina kubwa zaidi maishani mwangu. Nilianza kuendeleza shauku ya kina zaidi juu ya mambo ya Mungu.

Basi Mungu akaanza kujibu maswali yangu kuhusu msingi wangu, akifichua kwangu kwamba hii ni vita vya msingi. Nilichokuwa naona kama dalili za wazi, zilikuwa ni ishara za juu tu za tatizo lililo la kina zaidi. Kuna misingi mibaya na mashamba yaliyofichwa ambayo yamekuwepo kwa vizazi, yakipitishwa kutoka kizazi kimoja hadi kingine. Hakuna aliyewahi kusimama na kuuliza jinsi ya kung'oa mizizi hiyo.

Nikamsikia Mungu akiniambia Zaburi 11:3: *"Msingi ukiangamizwa, mwenye haki atafanya nini?"* Na akanipa jibu papo hapo: *"Wenye haki wataujenga upya msingi uliobomolewa."*

Kama kuta zimevunjwa, wenye haki watazirekebisha. Ndivyo hasa Nehemia alivyofanya. Rudia kwenye mizizi, chunguza, weka utambuzi, na ujenge upya. Hivyo ndivyo Mungu alinionyesha. Sikuwa najua jinsi ya kufanya hivyo zaidi ya kile nilichokijua na nilichowahi kufanya, ambacho hakikufanya kazi. Nilikuwa bado na maswali kwa sababu sikujua nitaanzia wapi katika safari hii ya kujenga kuta zilizovunjika. Kisha nikamsikia Bwana akisema kwa uwazi: *"Mimi ndiye nitaezijenga kuta zilizovunjika, lakini nakuhitaji ujitoe kwangu kikamilifu."*

Akanipa Yakobo 4:7: *"Basi mtiini Mungu. Mpingeni Shetani, naye atawakimbia."* Mungu aliniambia kwamba bila Yakobo 4:7, kushughulika na msingi na kujenga upya kuta zilizovunjika haiwezekani. Nikasema, *"Bwana, niko tayari; nisaidie ili nafsi hii, roho, na mwili vijifunze namna ya kujisalimisha."*

Nifundishe jinsi ya kunyenyekea; nifundishe jinsi ya kujitoa kwa uaminifu. Mimi nakupa kila kitu changu. Najisalimisha kwa moyo wote. Tafadhali, Mungu, kubali hii kama dhabihu yangu kwako. Mimi na nyumba yangu tutamtumikia Bwana.

Kisha Bwana akaniambia, *"Tazama, nimekuweka leo juu ya mataifa na falme, kung'oa na kubomoa, kuangamiza na kupindua, kujenga na kupanda."* Yeremia 1:10

Mungu alinionyesha waziwazi kwamba nilipaswa kuliweka andiko hili kwenye matendo kwa ajili ya ukombozi wa kina wa msingi. Mungu alibainisha kwamba hakuna ukombozi wa kweli wa msingi bila Yeremia 1:10 na bila kuwa na msingi wa kujitoa na kuwa thabiti katika maombi ya kudumu. Ni kupitia maombi ya mara kwa mara tu ndipo mizizi ya kina ya msingi ulio na hitilafu inaweza kung'olewa kwa kweli. Hiyo ndiyo ilikuwa funguo niliyohitaji kuanza safari ya ukombozi wa kina wa msingi. Ndivyo nilivyoanza.

Nakumbuka wakati huo, Bwana alianza kufungua macho yangu, na Roho wa Mungu akaniongoza katika "Chuo Kikuu cha Mbinguni" hapa duniani, kunifundisha mambo ambayo hakuna mwanadamu ambaye angeweza kunifundisha. Nilikuwa nimetafuta kila mahali lakini sikuweza kupata msaada, na hakuna mtu aliyeniambia kwamba ikiwa msingi umeharibiwa, mwenye haki atapaswa kukaa chini, kujisalimisha kwa Mungu, na kuanza kujenga msingi uliovunjika jinsi Mungu anavyoelekeza. Hii inahitaji kutumia muda mwingi zaidi na Mungu, lakini wengi wetu tunapendelea kutumia muda na watumishi wa Mungu kuliko na Mungu Mwenyewe, na ndivyo hali yangu ilivyokuwa pia. Lakini namshukuru Mungu kwamba aliniokoa kutoka kutegemea wanadamu na kunisaidia kuzingatia zaidi Msalaba na Yesu.

Zaidi ya hayo, Mungu alinionyesha kwamba watumishi wengi wa Mungu wanaotegemewa na watu si kweli wamekombolewa. Wanaishi katika dhambi na wameizoea hadi madhabahuni mwao, wakijihusisha na uzinzi, uongo, udanganyifu, na hata wizi kutoka kwa waumini kupitia injili ya mafanikio. Baadhi huenda mbali zaidi na kuwapa mimba waumini na kuagiza utoaji mimba kwa ajili ya kafara na sadaka, ilhali bado wanatoa unabii na kuonekana kama ni wa kweli. Wengi wamegeuza makusanyiko yao kuwa waabudu wao, wakiwatendea kama miungu wadogo. Lakini ni Mungu pekee na Yesu pekee wanaostahili kuabudiwa, si mwanadamu yeyote.

Lakini Bwana alifafanua wazi: njia ya kuwajua ni kwa kuwepo kwa dhambi katika maisha yao. Ishara na maajabu wanayoonyesha yanatoka katika ufalme wa giza. Bwana alisema, *"Ishara na maajabu yatokayo kwangu daima huambatana na utakatifu, haki, hofu ya Bwana, na usafi. Hakuna nafasi ya maelewano na dhambi."*

Kama mtu anadai kuwa amekombolewa lakini bado anaishi katika dhambi, mtu huyo hajakombolewa kweli. Ishara moja muhimu ya ukombozi wa kweli ni hofu ya dhambi iliyo ya kina. Ukombozi wa kweli unahitaji juhudi — ni kazi ya kiroho. Huwezi kufanya kazi kwa bidii ili ukombolewe halafu urudi kwenye dhambi ile ile ambayo uliwekwa huru kutoka kwayo. Ukombozi maana yake ni kwamba umetoa sadaka na umeilipa gharama ambayo hakuna mtu anayeweza kuiweka thamani. Mtu aliye kombolewa kweli huishi maisha yenye nidhamu, yaliyotiwa alama na utakatifu, haki, usafi, na kiasi.

Mungu aliniambia, *"Nimeondoka katika makanisa mengi. Kile unachowaona wanaume au wanawake wa Mungu wakifanya mara nyingi ni uzoefu wao binafsi, si upako wangu."* Wakati huo, macho yangu yalifunguliwa. Nikawa na kiu isiyo na kifani ya Mungu kunifunulia zaidi.

Jambo zuri kuhusu kutumia muda mwingi na Mungu ni kwamba unapojitoa kwake, Yeye hujikaribia kwa hamu. Anakulisha chakula cha Roho, ambacho ni Neno la Mungu, na hutakuwa na kiu tena. Hufungua magombo ya kiungu, hufunua siri zilizofichwa, na hukuvika utukufu wake na nguvu zake, akikupaka mafuta kwa kusudi lake.

Kila mara unapokuwa katika mahali pa siri na Mungu, huwezi kutoka ukiwa yule yule; unatoka ukiwa mtu mpya. Ikiwa kuna jambo lolote ninaotamani, ni kubaki zaidi katika mahali pa siri na Kristo. Kama wengi wangeelewa hili, wangeendelea kumtafuta Bwana zaidi kuliko wanadamu kwa sababu Mungu atakupa kile ambacho hakuna mtu anayeweza kukupa. Ninaomba kwamba katika safari hii ya imani, utamtafuta Bwana na kutumia muda mwingi zaidi katika mahali pa siri na Bwana kuliko chochote kingine. Na upate ukombozi, kwa jina la Yesu, kutoka katika kila kitu kinachokuzuia na kukuzuia usikae katika mahali pa siri na Kristo Yesu. Amina.

Nilipozidi kukaa karibu na Mungu, nilikumbuka kwamba hitaji langu lilikuwa ukombozi wa kina wa msingi; hata hivyo, tayari nilikuwa nimegundua tatizo langu pamoja na Mungu, naye alinieleza kwamba shida yangu ilikuwa inahusu msingi ulioharibika. Mungu alifafanua kuwa haikuhusiana na wazazi wangu au babu na bibi zangu, ambao nimewashuhudia wakimtumikia Bwana kwa hofu na upendo. Lakini mahali fulani katika msingi, kulikuwa na mzizi mwovu uliosalia kwa siri, kimya, ambao haukung'olewa ipasavyo, na huo ndiyo ulikuwa wajibu wangu: kugundua chanzo cha machafuko haya na, bila kukosa, kuung'oa kabisa mara moja na kwa yote.

Ukombozi wa kina wa msingi: Bwana alinipa maelekezo ya kuzingatia kwa undani mambo ya Yeremia 1:10, akionyesha kwamba kila kipengele kati ya vile vitu sita vilivyotajwa lazima kishughulikiwe ikiwa nataka ukombozi wa kina wa msingi ulio kamili. Yeremia 1:10 inasema, *"Tazama, nimekupa mamlaka ya kung'oa, kubomoa, kuangamiza, kupindua, kujenga, na kupanda,"* asema Bwana. Waamini wengi huruka sehemu ya Yeremia 1:10 (kung'oa, kubomoa, kuangamiza, na kupindua) kwa sababu ndiyo sehemu ngumu zaidi, lakini wanaweza kufanya sehemu mbili za mwisho (kujenga na kupanda). Kujenga na kupanda ndiyo sehemu rahisi zaidi.

Lakini swali ni, ukichagua kujenga na kupanda, unajenga na kupanda juu ya msingi upi? Unajenga juu ya msingi upi?

Ninaamini kwamba kama watoto wa Mungu, haijalishi ni kwa kiasi gani tunajaribu kuepuka sehemu nne za mwanzo (kung'oa, kubomoa, kuangamiza, na kupindua), ambazo ndizo muhimu zaidi kwa kila mtu anayefuatilia ukombozi wa kina wa msingi, mambo ya msingi bado yatakuwa kinyume chetu au kutuumiza kwa sababu tunajenga juu ya msingi wenye hitilafu. Kwa hiyo, jambo la muhimu zaidi kufanya kabla ya kujenga na kupanda ni kuchunguza Zaburi 11:3, inayosema, *"Msingi ukiangamizwa, mwenye haki atafanya nini?"*

Sasa, mwenye haki ni nani? Mwenye haki ni wewe, mtoto wa Mungu aliyezaliwa mara ya pili na ni muumini, anayempenda Mungu na msingi wake.

Kama waumini, tumepuuza suala la msingi, ingawa tunaamini kwamba limeangamizwa. Tunajuaje kwamba misingi imeangamizwa? Kwa kuchunguza historia ya familia zetu, tunaweza kuchunguza mizizi ya urithi wetu, wakiwemo mababu na mabibi zetu. Hata hivyo, tukisema tumempokea Yesu na tunaanza kujenga na kupanda juu ya msingi wenye hitilafu bila kusafisha msingi huo, Biblia inasema,

> *Mathayo 7:24-26: "Basi kila asikiaye maneno haya yangu na kuyafanya, nitamfanisha na mtu mwenye busara aliyejenga nyumba yake juu ya mwamba. Mvua ikanyesha, mito ikafurika, pepo zikavuma na kuipiga nyumba ile, nayo haikuanguka; kwa maana msingi wake ulikuwa juu ya mwamba. Lakini kila asikiaye maneno haya yangu asiyafanye, atafanana na mtu mpumbavu aliyejenga nyumba yake juu ya mchanga."*

Katika hali nyingi, waumini wamejificha chini ya damu ya Yesu, lakini bado hawako tayari kukabiliana na masuala ya msingi yaliyopuuzwa kwa vizazi. Mizizi hii ambayo haijashughulikiwa ndiyo inaendelea kujeruhi familia, jamii, kanisa, na taifa lote kwa ujumla. Kumbuka, ikiwa watu hawako tayari kukombolewa katika ngazi ya familia, basi jamii inaharibika, kanisa linaharibika, na taifa pia linaharibika.

Damu ya Yesu, nguvu ya ufufuo, na nguvu ya msalaba ni njia yako ya wokovu kama mtoto wa Mungu kuvitumia, kuanzia mwanzo wa safari ya ukombozi hadi mahakamani mbinguni, ambako unapaswa kudai kile kilicho chako kihalali na kinachopaswa kuachiliwa kwako. Lakini wengi wetu hatufanyi hivyo; sababu ni kwamba tumeambiwa kuwa kwa kuwa Yesu alikufa kwa ajili yetu, yote yamekwisha. Ndiyo, nakubaliana, lakini hilo haliondoi mambo ya mababu, ambayo Biblia inasema:

> **Yeremia 31:28: "Na kama nilivyowalinda ili kung'oa na kubomoa, na kupindua, kuangamiza na kuleta mabaya, ndivyo nitakavyowalinda ili kujenga na kupanda," asema Bwana.**

> **Yeremia 31:29: "Siku zile hawatasema tena, Baba wamekula zabibu kali, na meno ya watoto yao yamekolea."**

Mungu anatarajia turudi tuangalie upya msingi wetu na tufanye jambo sahihi: kuondoa falme za giza ambazo mababu zetu walizitumikia kwa ujinga na kuingiza Ufalme wa nuru, Bwana wetu Yesu Kristo. Kwa kuwa mababu zetu walitumikia ufalme wa giza, waliweka maagano fulani ya kisheria ya kishetani ambayo bado yako hai na yanaendelea kunena. Isipokuwa mtu aelewe hili na aanze kushughulikia msingi, nguvu hizi zikikabiliwa na Kristo bila kuzikabili moja kwa moja zitapinga na kuwaonea watu wa Mungu. Kwa nini? Kwa sababu bado zina haki ya kisheria ya kuendelea kufanya kazi ndani ya mfumo wa msingi huo ambao haujaguswa.

Agano la kisheria lililowekwa ni kumtumikia Shetani, na wewe unataka kumtumikia Yesu bila kufuata hatua za kisheria za kuondoka kwenye ufalme wao kwa sababu, kulingana na agano, bado wewe ni sehemu yao; wewe ni wa ukoo wao, wewe ni mtoto wao. Chochote wanachofanya bado kitaendelea kukuathiri isipokuwa uchukue hatua za kisheria za kukata uhusiano nao. Hii inakamilishwa kwa kukiri, kutubu, kukataa, na kuomba utakaso kutoka kwa Bwana Yesu Kristo. Cha kusikitisha ni kwamba waumini wengi hawajachukua hatua hizi, hasa kwa sababu ukweli huu haufundishwi mara kwa mara au kuzungumzwa katika makanisa mengi leo duniani kote. Ndio maana wengi wanaumizwa na masuala ya msingi na hawajui cha kufanya kuyahusu. Mungu yupo hapa kutusaidia kupitia na kushinda nguvu za vita vya msingi.

Biblia inasema katika 1 Yohana 3:8: "Kwa kusudi hili Mwana wa Mungu alidhihirishwa, ili azivunje kazi za ibilisi."

Aya hii ipo katika Agano Jipya baada ya Yesu, ikimaanisha kwamba hata baada ya Yesu kuja, bado kulikuwa na kazi za ibilisi zilizohitaji kuvunjwa. Bado, lazima kuwe na chombo cha kutumika kuharibu kazi hizi za Shetani. Chombo hicho ni mimi na wewe kupitia damu ya Yesu, kupitia nguvu ya ufufuo, kupitia nguvu ya msalaba, kupitia Neno la Mungu, na kutumia haki za kisheria kupitia Neno la Mungu kudai haki zetu kama waumini kwa hatua sahihi za kukiri, kukataa, na kutubu na kuomba utakaso kwa rehema za Mungu.

Hili ndilo unahitaji kufanya ili kuharibu kazi za Shetani, si kupitia mafuta yaliyopakwa, maji yaliyopakwa, leso zilizopakwa, au unabii unaokufanya uwe na msisimko, kuruka juu na chini. Hizi ni hila za kishetani zilizokusudiwa kuwavuruga waumini wasizingatie njia ya kweli inayoletea ukombozi kamili.

Leo, kanisa limegeuzwa kuwa eneo la burudani, biashara, na hotuba za motisha. Yote haya ni uongo kutoka kwa adui. Hayamsaidii mtu yeyote. Siku baada ya siku, kanisa na waumini wanazidi kusogea mbali na agenda ya kweli ya Mungu kwa madhabahu.

Kwa nini tunahitaji kufuata mchakato unaofaa? Ni kwa sababu hatutaki kuvuka mipaka ya mamlaka; hatutaki kupuuza taratibu na kuvuka mipaka kupitia kujiona wenye haki, kama maandiko yasemavyo,

Mathayo 5:25 (NKJV): "Patana na mshitaki wako upesi, ulipo njiani pamoja naye, ili mshitaki wako asije akakutia kwa hakimu, na hakimu akutie kwa askari, nawe ukatupwe gerezani. "

Wakristo wamepuuza aina hii ya maarifa; ndiyo maana tumeona maisha mengi yakiharibiwa na kuporomoka siku baada ya siku, hata kama wao ni watoto wa Mungu. Maisha ya mtu yanaharibiwa na mizunguko mibaya, mifumo hasi, hatima zilizoharibiwa, vifo vya mapema, kuteswa na roho chafu na mapepo, maradhi, magonjwa, familia za Kikristo kuanguka, umasikini, talaka, kukata tamaa, n.k.

Haijalishi ni kwa kiasi gani unaomba, kufunga, na kujitakasa; tatizo linaendelea kuwa kubwa zaidi na zaidi. Yote haya ni kwa sababu haki ya kisheria ipo, mlango uko wazi, na hakuna anayetaka kushughulikia hilo. Watoto wengi wa Mungu wameachwa na maswali yasiyojibiwa; viongozi wengi wa kanisa tunaowaangalia kwa majibu na faraja kutokana na maumivu yetu wao wenyewe wanaumia. Baadhi wanapitia talaka, vurugu za kifamilia, uraibu, kuchanganyikiwa kijinsia, mateso, vifo vya mapema, na mizunguko ya kurudia ya mapambano. Mara nyingi wanalazimika kujikaza ili kusimama madhabahuni na kuwahimiza wengine ilhali hakuna wa kuwahimiza wao. Wengi hawajui wa kumuuliza au pa kukimbilia. Baadhi hata wanafikiri Mungu amewatelekeza, huku wengine wakiamini Neno la Mungu ni uongo, mpaka kumlaumu Mungu na kupoteza matumaini. Wengine wamechagua kukubali hali yao mbaya, wakidai ni mapenzi ya Mungu. Nililelewa nikiwaona watu wangu wakiumia kwa kupoteza vijana wa familia, na kusema ni mapenzi ya Mungu.

Ilikuwa mimi niliyeamua kubadili hadithi hiyo, nikisema kwamba kila jambo baya linalotokea SI mapenzi ya Mungu. Kuna siri fulani ambazo hazijagunduliwa katika msingi ambazo zimeachwa bila kuguswa. Mungu alianza kufunua siri zilizofichwa za uovu katika familia yangu na msingi wangu. Ndivyo tulivyoanza kushughulikia masuala kama vifo vya mapema. Vilikoma kabisa. Mti wa familia ambao ulikuwa ukizika watu 2 hadi 3 kwa mwaka tangu miaka ya 1980 kwa sababu ya uovu, ulisimama mwaka 2014, na kuanzia 2014 hadi 2025, hakukuwa na vifo vya mapema. Sifa zote na apewe Mungu. Niliimba *Haleluya, Amina, Wokovu, nguvu, na utukufu ni wa Mungu wetu! Amina.* Laiti ningelijua maarifa haya mapema, familia yangu isingepoteza maisha mengi mapema mikononi mwa ibilisi.

Ashukuriwe Mungu Mwenyezi, ambaye alinifundisha mambo ya kina. Mungu alileta Chuo Kikuu cha Mbinguni hapa duniani kupitia Roho Mtakatifu na kuanza kunifundisha kile ninachohitaji kujua na kutenda. Biblia inasema:

> *Yohana 14:26: "Lakini Msaidizi, huyo Roho Mtakatifu, ambaye Baba atamtuma kwa jina langu, atawafundisha yote, na kuwakumbusha yote niliyowaambia." Yeye ndiye mwalimu wetu, Roho Mtakatifu.*

Roho Mtakatifu anachukuliwa kuwa mwalimu mkuu wa watu wa Mungu, akitufundisha kumhusu Mungu, kujihusu sisi wenyewe, na jinsi ya kuishi kama Wakristo watakatifu, ili tupate faida zote za Mungu hapa duniani bila kuingiliwa na Shetani. Maisha yangu ni ushuhuda hai; kadri Roho Mtakatifu anavyonifundisha, naweza kushuhudia kwamba inafanya kazi. Roho Mtakatifu ameniongoza taratibu na kwa umakini katika safari hii, na ndiye amekuwa akinifundisha na kunielekeza. Kumbuka, Roho Mtakatifu hufundisha tu wale walio tayari kujifunza.

Kama unaamini umeelewa kila kitu, kama unafikiri unajua Biblia kuanzia Mwanzo hadi Ufunuo na unajiona umekua kiroho kiasi kwamba huna haja ya kufundishwa, tayari umejiondoa mwenyewe katika mafunzo yake. Na kama Roho Mtakatifu hawezi kukufundisha, sahau kujazwa naye. Roho Mtakatifu huwajalia tu wanyenyekevu na anamchukia mwenye kiburi. Yakobo 4:6 inasema: *"Lakini neema aipayo Mungu huongezeka zaidi. Mungu huwapinga wenye kiburi, bali huwapa neema wanyenyekevu."*

Katika nyakati tunazoishi leo, kila mtu anayetaka kufanya kazi ya Mungu lazima atafute kujazwa na Roho Mtakatifu. Biblia inasema kwamba wale waliozaliwa kwa Roho ni kama upepo— hii inamaanisha Roho huwangoza zaidi ya uelewa wa kibinadamu. Roho Mtakatifu siku zote yuko tayari, akisubiri kupita kupitia chombo cha Mungu kinachoitikia amri yake. Yohana 3:8 inasema: *"Upepo huvuma upendavyo, na sauti yake waisikia, lakini hujui hutoka wapi, wala hujui kwenda wapi; ndivyo ilivyo kwa kila mtu aliyezaliwa kwa Roho."*

Nimekutana na watu wengi wakiniambia kwamba wamekuwa kanisani kwa muda mrefu, lakini bado hawajajazwa na Roho Mtakatifu. Njia moja ya kumvutia Roho Mtakatifu akae ndani yako ni kwa kukuza hali ya moyo na mtazamo wa maisha ulio sahihi. Kinachomvutia Roho Mtakatifu siyo muonekano wa nje, bali hali ya moyo. Moyo safi na mnyenyekevu, uliovunjika kwa toba, humvuta karibu, kama inavyoonekana katika Zaburi 51:17. Utakatifu na shauku ya kuishi kwa haki pia ni muhimu, kwa maana Waebrania 12:14 inatufundisha kwamba bila utakatifu hakuna atakayemwona Bwana.

Kutiia Neno la Mungu kunaunda mazingira ya kumkaribisha Roho Mtakatifu, kama Yesu alivyosema katika Yohana 14:23: *"Mtu yeyote akinipenda, atashika mafundisho yangu, na Baba yangu atampenda, nasi tutakuja kwake na kufanya maskani pamoja naye."* Njaa na kiu ya kina kwa Mungu, kama ilivyoelezwa katika Mathayo 5:6, humualika Roho Mtakatifu kuwepo. Aidha, mtindo wa maisha wa maombi na ibada, kama inavyoonekana katika Matendo 13:2, hufungua mlango kwa Roho Mtakatifu kusema na kutenda kazi. Hatimaye, imani na matarajio ni muhimu; Waebrania 11:6 inasema kwamba bila imani haiwezekani kumpendeza Mungu. Roho Mtakatifu huvutwa na wale ambao si tu wanamtafuta, bali pia wanaamini kwamba atakuja.

Sura ya 2:
Roho Mtakatifu

Ninaamini kwa dhati kwamba huu ni wakati wa kila muumini mwenye kutafakari kutafuta Roho wa Mungu aliye hai, kwa sababu majira tuliyo ndani yake yanazidi kile ambacho akili ya kibinadamu inaweza kuelewa. Unamhitaji Roho wa Mungu akae nawe na akuongoze. Roho wa Bwana anaweza kukaa kwa urahisi juu ya mtu kupitia kujenga ukaribu na Bwana.

Je, unajengaje ukaribu na Bwana?

Ni kwa kuwa mwanafunzi wa Bwana na kudumisha nidhamu katika mambo ya Bwana, kama vile kusoma Neno la Bwana, na kudumu katika matendo yanayohusiana na kusudi na jukumu ambalo Mungu amekupa hapa duniani. Unaweza kuimarisha ukaribu wako na Mungu kwa kuchochea moto wake kupitia maombi na kwa kutumia muda zaidi katika uwepo wake. Aidha, *"Usafi pia ni jambo la lazima kwa yeyote anayetaka kuwa chombo cha Roho Mtakatifu na kukuza ukaribu wa kina na Bwana. Ikiwa kwa kweli unatafuta uwepo wa Roho Mtakatifu, acha utakatifu na haki viwe sehemu ya maisha yako ya kila siku. Kwa kufanya hivyo, unakuwa hekalu la Mungu linalostahili kubeba utukufu wake, na Roho Mtakatifu atakaa juu yako kwa kawaida."*

Hii ndiyo njia ya wale walio tayari kujinyenyekeza na kuwa na roho ya kitoto. Ni lazima uje na moyo wa kitoto, kama Zaburi 51:17 inavyopendekeza, moyo wa utiifu. 1 Samweli 15:22 inasema, *"Utiifu ni bora kuliko dhabihu,"* kwa hiyo utiifu ndiyo dhabihu kubwa kwa kila muumini. Yesu aliteseka ili tupate maisha kwa wingi. Baada ya Mungu kunena nami kupitia Neno lake, nilianza kutafakari na kujiuliza: Je, kuna kitu kinachokosekana katika ukoo wangu? Kinaweza kuwa nini?

Kama watoto wa Mungu, hatupaswi kuendelea kuishi katika mateso kwa sababu Biblia inatuambia kwamba Yesu aliposulubiwa na kufa, alichukua kila kitu msalabani; laana iliondolewa msalabani, Biblia inasema. Isaya 53:4 inasema: *"Hakika ameyachukua maumivu yetu na kubeba mateso yetu."*

Hii inamaanisha kwamba, kama waumini, tunapaswa kuishi maisha yaliyojaa ahadi za Mungu. Kuishi maisha ya kuridhisha kama watoto wa Mungu. Hata hivyo, maisha ya waumini wengi ni kinyume chake; yamejaa udhaifu, maradhi, magonjwa, kukataliwa, chuki, umaskini, matatizo ya kifedha, utasa, au nguvu za kifamilia kutoka nyumba ya baba zinazowashinda. Aina zote za roho zimejaa ndani ya maisha ya waumini wengi. Kadiri unavyoomba zaidi, ndivyo roho hizi zinavyozidi kupata njia ya kuingia; huja kama mafuriko. Hii inamaanisha kwamba hata utiifu wako kwa Bwana, unaoonyeshwa kwa maombi na kufunga, unawakera.

Hata hivyo, jibu hapa ni rahisi. Jibu ni:

Zaburi 11:3: *"Misingi ikiharibiwa, mwenye haki atafanya nini?"*

Wewe ndiye mwenye haki wa Bwana; umempokea Yesu; umejazwa na Roho Mtakatifu. Tayari umeingia katika agano na Bwana Yesu Kristo, kwa hiyo wewe ndiye ambaye Bwana anakusubiri uanze kutekeleza Yeremia 1:10, kung'oa mizizi ya kina ambayo imepuuzwa kutoka kizazi hadi kizazi. Uharibifu wa mizizi unategemea jinsi ilivyo mizito na ya kina. Mzizi unaweza kuwa wa kina ikiwa hakuna mtu katika familia aliyewahi kulichukulia kwa umakini suala la mti wa ukoo kwa ajili ya ukombozi.

Daima lazima kuwe na mtu, chombo ambacho Mungu anakitumia kama kiungo cha kugusa ili kuokoa mti wa ukoo. Ninaomba kwamba ikiwa hakuna mtu katika msingi wako atakayewahi kufanya hivyo, basi Bwana akupe neema ya kulichukulia jukumu hili kwa uzito mkubwa ili watu katika ukoo wako waweze kukombolewa na kumwabudu Bwana kwa roho na kwa kweli.

Lakini kabla ya mvua kunyesha, lazima kuwe na mtu wa kulima ardhi. **Mwanzo 2:5** inasema: *"Na kila mche wa kondeni* *haukuonekana duniani, na kila mmea wa kondeni haujakua; kwa maana Bwana Mungu hakunyesha mvua juu ya nchi, wala hapakuwa na mtu wa kuilima ardhi."*

Ahadi nyingi alizopewa mtu na Mungu zimecheleweshwa katika misingi, familia, au mataifa kwa sababu hakuna mtu makini wa kulima ardhi. Ninaomba kwamba, uwe wewe mtu huyo katika jina la Yesu, Amina.

Kamanda wa Kizazi cha Kwanza

Kuwa kamanda wa kizazi cha kwanza kunamaanisha kwamba wewe ndiye wa kwanza katika ukoo wako kukabiliana na kuvunja ngome za msingi ambazo hakuna aliye ahead yako aliyewahi kufanya kazi ya ukombozi wa namna hiyo.

Hii inamaanisha kwamba mizizi ya uovu (ukosefu wa haki) imekita zaidi, na kila mzizi una matawi. Fikiria tu kwa muda kwamba kila mzizi una matawi kulingana na vizazi mtu anavyobeba. Ndivyo mizizi ilivyo mizito.

Hii inamaanisha kwamba katika kizazi cha kwanza, mizizi haikung'olewa; katika kizazi cha pili, mizizi haikung'olewa na badala yake ikakua zaidi, ikiwa na mizizi mingi zaidi, na hivyo kuongeza maradufu idadi ya mizizi; katika kizazi cha tatu, mizizi imeongezeka mara tatu kwa kina na idadi.

Kama kamanda wa kizazi cha kwanza, utakutana na kazi kubwa na changamoto nyingi. Ikiwa huna ufahamu wa maarifa haya, unaweza kuwa unaogelea katika vita visivyoisha vinavyopishana na kukuzidi nguvu. Nguvu za nyumba ya baba yako zitakupinga kwa sababu hazikutarajia kwamba Mungu anaweza kumtumia mmoja wao kuwapa changamoto. Kwa hiyo, zitajaribu kupigana nawe, lakini Bwana yuko pamoja nawe unapochukua safari hii.

Lazima mtu mmoja asimame na kufanya jambo hili; hatuwezi wote kuendelea kukimbia na kuacha urithi wetu huku watu wetu wakiteseka kutoka taabu moja hadi nyingine.

Ingawa watu wengi hupitia ukombozi, mara nyingi ni wa sehemu tu, na uhuru haukai muda mrefu. Ili kufanikisha ukombozi kamili, mtu lazima arejee kwenye msingi wake — mizizi. Mimi ni mmoja wao na ni ushuhuda hai. Kulikuwa na mambo ambayo nilidhani hayatawahi kuvunjika kabisa. Lakini niliendelea kushikilia Neno la Mungu linalosema:

Yakobo 4:7 "Mtiini Mungu. Mpingeni Shetani, naye atawakimbia."

Sikupenda hali ambapo adui aliniumiza, kunitesa, na kunicheka mimi, familia yangu, na watoto wangu. Ndipo nilipoamua kuchunguza kwa kina na kuanza kufanya utafiti na uchunguzi kuhusu historia ya familia yangu, na ndipo nilipogundua kwamba nilitoka kwenye msingi mbovu. Hakuna mtu yeyote kabla yangu aliyewahi kushughulikia msingi wangu uliokuwa na hitilafu. Wanafamilia wangu wote walikuwa waumini wa kanisa la kawaida, wa dini, na Wakristo wenye bidii.

Walikuwa wamekubali mambo yote hasi katika maisha yao ya kila siku, wakiamini kwamba ni mapenzi ya Mungu. Lakini nataka kukuhakikishia leo kwamba hakuna kitu kama mapenzi ya Mungu inapokuja kwa mifumo hasi katika maisha yako, huku watu wakiteseka mbele ya macho yako na wewe unasema ni mapenzi ya Mungu. Mungu amesema Hapana! Si mapenzi yake; hayo ni mapenzi ya Shetani. Huo ni uongo kutoka shimoni la jehanamu. Kile ambacho Biblia imeahidi, kitakamilishwa maishani mwetu. Ataridhisha roho zetu, nafsi zetu, na miili yetu; tutaridhika, kama Paulo alivyosema.

Sasa, unapogundua kwamba maisha yako hayalingani na kile Neno la Mungu linasema, ujue kwamba adui yuko kazini. Kama mtoto wa Mungu, una mamlaka ya kuamuru na kubatilisha matendo yake kwa jina la Yesu. Biblia inasema:

Yohana 8:32 "Nanyi mtaifahamu kweli, nayo hiyo kweli itawaweka huru."

Na kweli ni kwamba, unapokuwa na uhakika kwamba unajua kuna adui, utaanza kutafuta msaada. Hapo ndipo unapuanza kutafuta huduma ya ukombozi. Ikiwa uko katika kanisa la kawaida, kanisa ambalo mnakutana kunywa kahawa, kula mikate myororo, kisha mnaondoka, ujue kwamba ukombozi wako utachukua muda mrefu zaidi kwa sababu ukombozi ni wa wale tu walio na kiu na dharura ya kweli.

Mara tu unapoliacha kanisa la aina hiyo, vita huonekana kuanza upya kabisa. Ni kana kwamba unahisi amani kwa saa moja tu ukiwa pale, lakini mara tu unapotoka nje, mapambano yanaanza tena.

Na hakuna vita vinavyokuchosha zaidi; tofauti na vita vya mwilini, hakuna vita vyenye uchungu kama vita hivi vya kiroho. Hivi ndivyo vita vikali zaidi ambavyo mwanadamu yeyote anaweza kukabiliana navyo. Ndiyo maana, unapopitia vita vya kiroho, unaanza kutafuta huduma za ukombozi, kufunga, na kuomba, ukiomba uongozi wa Mungu. Wakati mwingine, Mungu atakuchochea kumtafuta mtu fulani, na unaweza hata kuongozwa kuingia mtandaoni. Nimesikia hadithi nyingi za watu wakisema kwamba walipokuwa wakitafuta ukombozi, moja ya video zangu iliibuka mara moja, wakati walipoihitaji sana. Walipoanza kutazama na kuomba wakiandamana na video hiyo, walianza kupokea ukombozi wao, wakati mwingine hata wakipata ukombozi wa kimwili. Hivyo basi, tunamshukuru Mungu kwa mambo kama mitandao ya kijamii. Kwa sababu Mungu amekuwa akiweza kuwatumia baadhi ya watumishi, amekuwa kunyoosha mkono wake wa kuume na kutumia majukwaa haya kwa utukufu wake katika jina kuu la Yesu.

Sasa, tukirudi kwenye mizizi: unapuanza kushughulika na mzizi, wakati mwingine hujui jinsi mzizi unaoshughulika nao ulivyo wa kina. Ni rahisi kung'oa mzizi mmoja tu, lakini ikiwa mzizi tayari una matawi (maana yake ni kizazi kilichosahaulika, msingi ulioachwa), kazi hii itahitaji kiwango cha ziada cha nguvu za kiroho na mamlaka ili kuweza kuing'oa kupitia **Yakobo 4:7**: *Mtiini Bwana, mpingeni Shetani, naye atawakimbia,* na pia kwa kuwa na nidhamu katika mambo ya Mungu na uthabiti katika

24

kumtafuta Bwana kupitia maombi, kufunga, kusoma Neno la Mungu, na kujitolea kabisa kwa Bwana.

Katika hali hii, wewe ndiye kamanda wa kizazi cha kwanza, maana yake hakuna yeyote katika vizazi vilivyokutangulia aliyewahi kushughulikia ukombozi kutoka mzizi. Na sasa, mzizi huo ambao haujawahi kuguswa umeota matawi, na kuathiri maeneo mengi ya maisha katika ukoo. Katika hali kama hii, haiwezi kukamilishwa kwa tendo moja tu la ukombozi. Katika kila familia, Mungu ataweka mzigo wa ukombozi kwa mtu mmoja — mtu atakayeanza kuchukulia mambo ya Mungu kwa umakini mkubwa, mtu atakayeanza kuchunguza kwa nini mambo fulani hayana maana katika ukoo au damu; mtu atakayejua kuhoji kama ni mapenzi ya Mungu. Na mtu huyu ndiye atakayeanzisha ukombozi wa msingi kwa kuitikia wito wa Mungu kulingana na:

Isaya 6:8: Kisha nikasikia sauti ya Bwana ikisema, Nimtume nani, na ni nani atakayekwenda kwa ajili yetu? Ndipo nikasema, Mimi hapa, nitume mimi.

Safari hii yote ya ukombozi, bila shaka, ni ya kutupa taarifa kwamba kuna mambo fulani yaliyotelekezwa kwenye misingi ambayo adui anaitumia kuiba, kuua, na kuangamiza familia (**Yohana 10:10**). Tunatembea kupitia haya kwa kuelewa, si kwa ujinga, kama vile baba zetu wa kale walivyopuuza msingi kabisa. Unapopitia ukombozi, mojawapo ya vitendo vya msingi utakavyofanya mara kwa mara ni kukiri, kutubu, kukataa, na kuomba utakaso wa dhambi, makosa, na maovu ya msingi kwa jina la Yesu.

Lakini Biblia inasema kwamba ukombozi ni chakula cha watoto (**Mathayo 15:26**). Ni akina nani watoto? Watoto ni wale waliopokea wokovu kupitia Yesu Kristo. Ikiwa bado hujampokea Kristo maishani mwako, au umerudi nyuma, nakualika ufanye hivyo sasa kwa kuomba sala hii rahisi ya wokovu ili uweze kupata manufaa kamili ya kile Mungu anafanya katika kitabu hiki cha ukombozi wa kina; la sivyo, tutakuwa tunapoteza muda wa Yesu hapa.

25

Sala ya Wokovu:

Baba wa Mbinguni, nakujia leo jinsi nilivyo. Nakiri kwamba mimi ni mwenye dhambi, na nakuomba unisamehe. Ninaamini kwamba Yesu Kristo ni Mwana wa Mungu, kwamba alikufa kwa ajili ya dhambi zangu, na kwamba alifufuka siku ya tatu. Leo, nimeamua kugeuka kutoka maisha yangu ya zamani na kukufuata Wewe. Nakualika, Bwana Yesu, uingie moyoni mwangu na uwe Bwana na Mwokozi wangu. Nijaze kwa Roho wako Mtakatifu, na unisaidie kuishi kwa ajili yako kuanzia leo na kuendelea. Asante kwa kuniokoa. Kwa jina la Yesu, Amina.

Sasa, kama mtoto wa Mungu una haki ya kuendelea na hatua inayofuata ambayo ni; kukiri, kutubu, kukataa, na kuomba utakaso.

1. UNA KIRI NINI?

2. UNATUBU NINI?

3. UNAKATAA NINI?

4. UNAOMBA UTUKASWE KUTOKA KWA NINI?

Kukiri na Kukataa Dhambi katika Kizazi cha 1, kama vile uchawi, uganga, kumwaga damu, uzinzi, uasherati, na ushirikina. Hivi ndivyo vilivyozaa kile unachoona kikidhihirika katika kizazi cha 2 kama makosa (maasi), kwa sababu hakuna aliyekataa au kuchukua hatua ya kuyaondoa.

Kukiri na Kukataa Makosa (Maasi) katika Kizazi cha 2: uasi, ibada ya sanamu, uchungu wa moyo, ukosefu wa haki, uchafu, uasherati, na tamaa. Hivi ndivyo vilivyozaa kile unachoona kikidhihirika katika kizazi cha 3 kama maovu (uovu wa vizazi), kwa sababu hakuna aliyekataa au kuchukua hatua ya kuyaondoa. Katika kizazi cha 3, yamegeuka kuwa mateso.

Kuomba utakaso wa uovu wa vizazi katika kizazi cha 3 ambacho kimeleta mateso kama vile: wazimu, kuchanganyikiwa, upumbavu, utasa, umaskini, utumwa, udhaifu wa mwili, kifo, uraibu, aibu, lawama, mateso, ubatili, upofu, kukataliwa, mateso ya kishetani, vurugu, unyanyasaji, huzuni, utumwa wa kiroho, unajisi, talaka, mawazo ya kujiua, ushoga, uchawi wa waķe wengi, punyeto, ponografia, unyumba, msongo wa mawazo, kunyimwa, vizuizi, upofu wa kiroho na vifo vya mapema.

Ukombozi wa Msingi ni wa kina na wa kina zaidi. Ukiwa na mtazamo wa nusu nusu katika ukombozi, utaacha baadhi ya mizizi midogo bila kushughulikiwa, na itaungana na kukua tena. Kwa hiyo, katika ukombozi wetu, tunakuwa makini na hili. Ukombozi wa kweli na kamili ni mchakato; si wa haraka, na si jambo la siku moja. Wengi, hata vyombo vya Mungu, wamekataa ukombozi. Wanahudumia kondoo, ilhali wao wenyewe hawajaokolewa. Wengi wanaoketi kanisani wamejaribu ukombozi lakini hawajawahi kupata uhuru kamili, kwa sababu ya ukosefu wa maarifa. Badala yake, wameamsha matatizo makubwa ya kiroho na mateso ya kishetani kwa sababu ya ukombozi wa nusu nusu. Wengine waliwahi kukombolewa lakini walishindwa kudumisha ukombozi wao tena, kwa sababu ya ukosefu wa maarifa.

Katika Biblia tunaona mfano wa **Yehu** — Mungu alimtia mafuta ili kuangamiza nyumba yote ya Ahabu na Yezebeli, lakini Yehu alimuacha Athalia, ambaye ni binti wa Yezebeli, bila kukusudia. Na hivyo ndivyo uovu kutoka nyumba ya Yezebeli uliendelea hata baada ya kifo cha Ahabu na Yezebeli (**2 Wafalme 11:1-12**).

Ndio maana Biblia inasema katika **Yakobo 4:7**: *"Mtiini Mungu, mpingeni Ibilisi, naye atawakimbia."* Na hivi ndivyo tunavyotumia mamlaka katika **Yeremia 1:10**: kung'oa, kubomoa, kuharibu, na kisha akasema, *"kubomoa kabisa."*

Jinsi ya kuharibu?

Hakikisha kwamba mzizi hautakuwepo tena juu ya uso wa dunia kwa kutangaza:

Waebrania 12:29 "Mungu wangu ni moto ulao."

Na amuru ule mzizi uliong'olewa uchomwe moto na kuwa majivu, na usijidhihirishe tena katika msingi wangu, hata katika kizazi ambacho hakijazaliwa, kwa jina la Yesu.

Wakati huu, umekuwa kizazi cha Yohana Mbatizaji. *"Tangu siku za Yohana Mbatizaji hata sasa, ufalme wa Mungu unakubaliana na nguvu, na wenye nguvu wanauteka kwa nguvu."* Hapa ndipo unaposema, *"Imetosha"* kwa yale ninayoyaona katika ukoo wangu wa damu. Unachukua msimamo thabiti kuhakikisha kung'olewa na ukombozi wa mateka wa yule aliye hodari, kama Maandiko yasemavyo kuwa wote wataokolewa.

> **Isaya 49:25: "Lakini Bwana asema hivi: Hata mateka wa hodari watachukuliwa, na nyara za mwenye nguvu zitakombolewa; kwa maana nitashindana na yeye ashindanaye nawe, nami nitawaokoa watoto wako."**

Tunayo faida ya damu ya Yesu, nguvu ya Msalaba, na nguvu ya ufufuo; tunazo silaha zote tunazohitaji ili kupigana na kushinda vita vya vizazi bila kuwa waathirika, kwa maarifa na ufahamu wa kanuni na sheria za vita vya kiroho.

FUTA SHERIA YA MSINGI NA UANDIKE SHERIA MPYA YA KIMUNGU

Vita unavyoona ni matokeo ya sheria ya kiroho inayoendelea kufanya kazi. Unapopigana kama kamanda, unachukua mamlaka katika jina la Yesu na kufuta kwa damu ya Yesu sheria zote za kiroho zilizowahi kuandikwa kinyume chako, ukoo wako, na msingi wako. Andika sheria nyingine na weka sahihi kwa damu ya Yesu; ifunge sheria hii ili hakuna awezaye kuipita au kuifuta.

Mtu yeyote atakayejitahidi kubatilisha kile ambacho Bwana anafanya katika msingi wangu (kufanyia upya) atalipa kwa mzaliwa wake wa kwanza na wa mwisho, kulingana na Yoshua katika Biblia. Kwa maneno mengine, imetosha kwa mifumo mibaya, mizunguko mibaya, imetosha kwa mashambulizi ya pepo na laana za vizazi — lazima zimalizike na mimi.

> **Yoshua 6:26: "Wakati huo Yoshua akaapa kiapo hiki: 'Alaaniwe mbele za Bwana mtu atakayejitwalia kuijenga upya mji huu wa Yeriko. Kwa gharama ya mzaliwa wake wa kwanza**

ataweka msingi wake; kwa gharama ya mdogo wake ataweka milango yake.'"

Ndipo unaweza kuwa na amani na uhakika kwamba, kwa mara ya kwanza angalau, mzizi katika msingi wako umetikisika. Sasa unaweza kushughulikia sehemu ya pili ya **Yeremia 1:10**, inayohusisha kujenga na kupanda, kwa kuwa msingi umesafishwa. Utaanza kuona mambo yakianza kuingia katika mstari taratibu unapopanda na kujenga kwa mamlaka katika jina la Yesu.

Mara nyingine ukombozi unaweza kuchukua muda mrefu kwa sababu wengi wetu tunataka kutumia sehemu ya pili ya **Yakobo 4:7**: *"Mpingeni Ibilisi, naye atawakimbia,"* lakini si mara zote inakuwa hivyo. Mungu anataka kwanza tujitiishe kikamilifu kwake, ili Atusaidie katika vita vya msingi kwa sababu si rahisi; lazima kwanza ujitiishe kwa mapenzi ya Mungu. Huwezi kumpinga Ibilisi kabla ya kujitiisha, maana ni katika kujitiisha ndiko kufunguliwa kunakopatikana; ni katika kujitiisha ndiko utukufu unapopatikana. Katika kujitiisha ndipo nguvu za Mungu zilipo. Pia, ukombozi wako utakuwa wa haraka na rahisi iwapo nia zako zitakuwa sahihi.

Vita vya msingi mara nyingi vina haki halali na maagano hai, mengi ambayo watu hawajui. Bila maagano haya, Shetani hangekuwa na ruhusa ya kumkaribia mtoto wa Mungu. Ni Mungu pekee anayeweza kufunua maagano haya yaliyofichwa kwetu, ili tuyashughulikie ipasavyo kwa Neno la Mungu.

Kumbuka pia kwamba hakuna anayeweza kukuokoa kutoka katika vita vya msingi isipokuwa Mungu. Nimesikia wanaume na wanawake wenye nguvu wa Mungu wakikiri waziwazi kuwa wanakwepa kushughulika na ukombozi. Kwa nini? Kwa sababu wanaelewa jinsi nguvu za msingi zilivyo kali na zilivyo na mizizi mirefu; zinahitaji muda. Huu si ukombozi wa kuguswa mara moja kama ambavyo makanisa mengi yamezoea. Lakini tena najiuliza: Nani basi atawakomboa watoto wa Mungu? Hata kama utaamua kutojihusisha na ukombozi wa watu wa Mungu, kanisa lako linaweza kuwa limejaa, lakini litakuwa limejaa watu walio gerezani kiroho na waliofungwa na vifungo vya muda mrefu. **Idadi haimaanishi uhuru.**

Na ikiwa wewe mwenyewe umeokolewa kweli, hutaogopa kuwaokoa wengine. Kwa nini? Kwa sababu si wewe unayefanya kazi hiyo, ni Mungu. Ndiyo maana Mungu anaamuru kila mtumishi atafute ukombozi kutoka Kwake ikiwa kweli anatamani kufanya kazi Yake ya nyakati za mwisho. Ili Mungu akutumie kwa nguvu, lazima kwanza uwe huru.

Kwa nini unataka ukombozi?

Mungu hutuchunguza juu ya jambo hili. Mungu anataka uponywe, ukombolewe na urejeshwe, ili nawe uweze kuwasaidia wengine na kuukomboa msingi wako. Shetani anajua nia na madhumuni yetu; ndiyo maana hupigana vita mfululizo ili kuzuia maendeleo yetu, kutuvunja moyo, na kutuchosha kwa vita vizito vya kila siku visivyoisha. Biblia inasema katika **Mathayo 7:24-27**, *"Mjinga aliujenga nyumba yake juu ya mchanga, na mtu mwenye hekima aliujenga nyumba yake juu ya mwamba."*

Sasa, ujenzi huu ndio unapoanza kujenga kama mtu mwenye hekima. Kabla ya hapo, ulikuwa unajenga kama mtu mjinga. Ndiyo maana upepo uliendelea kuja na kubomoa msingi wako wa Kikristo, ambao ulikuwa unajengwa juu ya msingi mbovu wa mababu zako na si juu ya Kristo Yesu. Hata hivyo, baada ya kushughulikia **Yeremia 1:10**, unaanza kujenga na kupanda juu ya mwamba ambao ni Kristo Yesu.

Ni msingi imara. **Msingi thabiti**: Utaanza kujenga juu ya mwamba ambaye sasa ni wewe. Unaitwa mtu mwenye hekima, ambayo kwa maneno mengine inamaanisha kuwa wengi wetu hatukuwa watu wenye hekima hapo awali kwa sababu tulikuwa tunapuuza taratibu za kiroho na maagano ya kisheria ambayo mababu zetu waliweka kinyume na mapenzi ya Mungu. Ndiyo maana adui aliendelea kutupinga, kutunyima haki ya kumtumikia Kristo na kufurahia uwepo wake.

Nadhani mababu zetu walipuuza mambo haya manne (**Yeremia 1:10** kung'oa, kubomoa, kuharibu, kuangusha) kwa sababu yanahitaji nidhamu kubwa na usafi. Unapoanza kufanyia kazi andiko hili, Bwana atakufunulia macho yako. Bwana ataanza kukuonyesha kupitia ndoto na maono. Bwana atakuonyesha kwa uwazi unapofunga na kuomba. Ndivyo nilivyofanya mimi.

Vita vya kiroho huzunguka falme kuu tano: **Ufalme wa Baharini**, **Ufalme wa Uchawi**, **Ufalme wa Roho wa Maji**, **Ufalme wa Nyoka**, na **Ufalme wa Wanyama**. Mradi falme hizi bado zinafanya kazi, hufanya kazi kuzuia mtu yeyote kutimiza kusudi lake alilopewa na Mungu. Zitaiba, kubadilisha, kuua, kuharibu. Ndiyo maana Mungu anataka kushirikiana nawe kuhakikisha falme hizi tano zinang'olewa kwa jina la Yesu. Mungu ni mwaminifu na atakufunulia roho na ufalme ambao bado unapaswa kushinda, pamoja na aina ya ufalme unaopaswa kushughulikia.

Sababu Mungu anakufunulia haya ni kwa sababu uko tayari, na Anakukabidhi ushindi katika uwanja wa vita. Ili ukombozi uwe kamili, falme hizi zote tano lazima zishughulikiwe, kwa sababu mara nyingi falme hizi hufanya kazi pamoja. Ukikombolewa kutoka kwa moja pekee, nyingine bado zinaweza kuwa na ufikiaji wa maisha yako, na itaonekana kana kwamba umetoroka tatizo moja ili kuingia jingine.

Hii inamaanisha bado kuna milango ya kishetani iliyo wazi kupitia falme hizi, hivyo zote lazima zikabiliwe, na milango yote ya kishetani, milango ya siri, madhabahu lazima ifungwe! Hakuna ufikiaji, hakuna anga ya kuruka.

Je, hizo falme ni zipi?

1. Ufalme wa Baharini

Wazo la "ufalme wa baharini" au "mnyama atokaye baharini" katika Biblia, hasa katika vitabu vya **Danieli** na **Ufunuo**, mara nyingi hutumiwa kimaana kuwakilisha falme au milki zenye nguvu na za ukandamizaji zinazotokea kutoka hali ya machafuko na vurugu. Katika taswira za kibiblia, bahari mara nyingi huashiria machafuko, ghasia, na uasi dhidi ya mamlaka ya Mungu.

Falme hizi zinazoibuka huoneshwa kama mkanganyiko, zikitokea kutoka baharini, na zikikataa utaratibu wa Mungu. Katika **Danieli 7**, nabii anaeleza maono ya wanyama wakubwa wanne wakipanda kutoka baharini, kila mmoja akiwakilisha dola kuu ya dunia itakayokuwa na utawala duniani na kutesa watu wa Mungu. Wanyama hawa ni taswira ya kinabii ya nguvu za kidunia zinazopinga ufalme wa Mungu, zikisisitiza vita vya kiroho kati ya mamlaka ya Mungu na uasi wa kidunia.

Roho za Baharini ni Nini?

Hata hivyo, roho za Leviathani na Python mara nyingine huwekwa chini ya kundi kubwa la "roho za maji" au "roho za baharini." Majina mengine yanayohusishwa mara kwa mara na kundi hili ni pamoja na Rahabu, Mwanaume wa Baharini (Merman), na Mrembo wa Baharini (Mermaid). Kulingana na baadhi ya mapokeo, hizi "roho za baharini" huaminika kuishi majini na hukosa starehe kwenye mazingira makavu. Rejeo la Yesu kuhusu "mahali pakavu" katika **Luka 11:24** mara nyingine hutajwa kama uthibitisho wa imani hii. Aidha, mapepo yaliyojulikana kama *Jeshi* (Legion), ambayo Yesu aliyatoa kwa mtu aliyekuwa akiishi makaburini, huchukuliwa na baadhi kama roho za baharini kwa sababu yaliingia kwenye kundi la nguruwe ambao kisha walikimbilia baharini (**Luka 8:26–33**).

Katika hadithi hizi, roho ya baharini pia inaweza kujidhihirisha kama *succubus* au *incubus*, na kuunda uhusiano wa "mke wa kiroho" au "mume wa kiroho" na mtu. Viumbe hivi huitwa mara nyingine "roho za mume" au "roho za mke" na huaminika kukuza tamaa ya ngono na upotovu. Hata hivyo, tiba ya kweli ya tamaa, uzinzi na dhambi zingine sugu haipatikani katika kuwakemea tu hizi roho za baharini, bali katika maombi, kuwa wanafunzi wa Kristo, na kunyenyekea kwa unyenyekevu kwa Mungu (**Yakobo 4:7**). Haina maana yoyote kuwalaumu *mermaids*, kuzungumza na roho waovu, au kuunda hadithi mpya; ushindi unapatikana kupitia imani, utii, na nguvu ya kubadilisha ya Roho Mtakatifu.

Ndoto:

Kuota kwamba unanyonyesha watoto wa ajabu huku ukiwa tasa katika maisha halisi, au kujikuta mjamzito katika ndoto licha ya kutokuwa na uwezo wa kushika mimba kwa muda mrefu, kunaweza kuashiria udanganyifu wa kiroho. Ndoto kama hizi zinaweza kuashiria kazi ya ufalme wa baharini au roho wa ukoo, wakilenga kuiga au kuiba baraka zako. Vilevile, ndoto za kufanya tendo la ndoa, iwe na watu usiowafahamu au unaowafahamu, zinaweza kuwakilisha shughuli za kishetani ambapo mawakala wa kiroho hukusanya mbegu za kiume au asili ya uzazi na kuzipeleka kwenye maabara za kishetani kutengeneza uzao wa kishetani.

Ndoto zingine za kutia wasiwasi, kama kutoa pesa kwa watu usiowajua au unaowajua, mara nyingi huashiria kupotea au kuhamishwa kwa fadhili za kifedha. Kuona pacha au mbadala katika ndoto kunaweza kuwakilisha roho wa kishetani aliyetumwa kuiba baraka zako kabla hazijadhihirika. Aina hizi za ndoto mara nyingi hutangulia dalili halisi maishani kama vile mimba za miujiza kupotea, kushindwa mara kwa mara unapokaribia kuvunja rekodi, na kukatishwa tamaa mfululizo. Yote haya yanaashiria ukandamizaji wa kiroho, hasa kutoka kwa nguvu za baharini na roho wa ukoo. Ndoto kama hizi hutumika kama onyo na mwito wa kuingia katika maombi ya makini, vita vya kiroho, na ukombozi ili kurudisha kilichoibiwa na kuvunja mzunguko wa ucheleweshaji na kushindwa.

Vidokezo vya Maombi:

1. **Baba Abba**, ninakuja mbele zako kwa jina la Yesu, nikiomba ukombozi kutoka kwa kila uanzishaji wa roho za baharini juu ya maisha yangu na familia yangu, kwa jina la Yesu.

2. Kwa mamlaka katika jina la Yesu, navunja kila agano lililofanywa kwa kujua au bila kujua na roho za baharini, kwa jina la Yesu.

3. **Baba**, kwa jina la Yesu, kwa nguvu zako, naangamiza kila ushawishi wa ufalme wa baharini juu ya fedha zangu, utajiri wa kizazi, na haki ya urithi wa kizazi, kwa jina la Yesu.

4. Kwa nguvu na mamlaka katika jina la Yesu, nakatisha na kuharibu kila madhabahu ya roho za baharini iliyoondolewa dhidi yangu kwa damu ya Yesu.

5. Baba Yangu na Mungu Wangu, tuma malaika wako wa kivita kupigana kwa niaba yangu dhidi ya kila roho ya baharini, kwa jina la Yesu.

2. Ufalme wa Roho za Maji

Roho za maji ni viumbe vya kiroho vinavyohusishwa na vyanzo vya maji, ikiwemo mito, maziwa, na bahari. Katika tamaduni na hadithi mbalimbali, mara nyingi huonyeshwa kama viumbe wanaoweza kubadilisha umbo, wakati mwingine wakiwa wema na wakati mwingine wabaya, na wanaweza kujitokeza kwa sura nyingi, zikiwemo za binadamu, *mermaids*, wanyama, au wanyama wa baharini kama Leviathani.

Katika Biblia, Leviathani ameonyeshwa kama kiumbe wa baharini chenye nguvu kinachoashiria machafuko na uovu. **Zaburi 74:14** inaeleza jinsi Mungu alivyomponda Leviathani na kumpa kama chakula kwa viumbe wa nyikani. **Isaya 27:1** inasema juu ya Mungu kumwadhibu na kumuua Leviathani, yule nyoka mwenye kuzunguka, huku **Ayubu 41** ikitoa maelezo ya kina yanayoonyesha nguvu zake kubwa na sura yake ya kutisha. Leviathani anawakilisha nguvu za uovu zinazotafuta kupinga au kuzuia watu wa Mungu.

Biblia mara kwa mara inaonya dhidi ya kuabudu miungu ya uongo na kudanganywa na roho waovu, wakiwemo wale wanaohusiana na maji. Waamini wanahimizwa kuwa macho, kukataa ushawishi wa uovu, na badala yake kutafuta nguvu, mwongozo, na ulinzi wa Roho Mtakatifu.

Ndoto:

Kuota kwamba kila mara uko karibu na vyanzo vya maji kunaweza kuwa ishara ya kiroho kwamba hazina zako—kama vile baraka, fadhili, vipawa, talanta, au hata ndoa—zimeibiwa, kubadilishwa, au kufichwa ndani au chini ya maji. Ndoto kama hizi zinaweza kuonyesha kifungo cha kiroho kinachohusiana na nguvu za baharini au maagano ya kifamilia na roho za maji. Katika hali nyingine, ndoto hizi zinaonyesha kuwa mtu alitolewa kafara kwenye maji bila kujua kupitia maagano au taratibu za kifamilia.

Ndoto hizi hazipaswi kupuuzwa; zinahitaji vita vikali vya kiroho kupitia maombi, kufunga, na kutangaza Neno la Mungu. Ni lazima usimame katika imani kufuata, kushinda, na kurejesha vyote vilivyoibiwa kutoka kwako. Kupitia nguvu na mamlaka ya Yesu Kristo, unaweza kurudisha hatima yako, kuvunja maagano yasiyo ya kiungu, na kurejesha kile adui alichochukua.

Vidokezo vya Maombi:

1. **Baba Yangu na Mungu Wangu**, naomba uondoe kila laana na matunda yake katika maisha yangu yaliyotokana na ushiriki wa babu zangu na wangu mwenyewe na roho za maji, kwa jina la Yesu Kristo.

2. **Mungu Wangu na Mfalme Wangu**, tafadhali ondoa laana zote zilizowekwa juu ya ukoo wangu wa kifamilia kutokana na ushirikiano wao wa uovu na roho za maji, kwa jina la Yesu Kristo.

3. Kwa mamlaka katika damu ya Yesu, navunja na kufuta kila uchawi, laana, hirizi, ushirikina, na uchawi uliokuja juu yangu kupitia ushiriki wangu na mashirikisho mabaya, roho za maji, na roho za ukoo, kwa jina la Yesu Kristo.

4. Kwa mamlaka katika jina la Yesu, navunja na kufuta kila agano la damu, kifungo cha nafsi, mzingiro, na nira iliyo na uhusiano na roho za maji katika maisha yangu, kwa jina la Yesu Kristo.

5. **Bwana**, naomba uondoe kutoka kwenye tabia, mawazo, mapenzi, hisia, na mwili wangu kila kitu kilichonisababisha kutembea chini ya ushawishi wa roho za maji na roho zingine zinazohusiana nazo, kwa jina la Yesu Kristo.

3. Ufalme wa Nyoka

Dhana ya Roho za Nyoka katika Muktadha wa Kiroho

Katika muktadha wa kiroho, roho za nyoka mara nyingi hurejelea nguvu za giza au hasi zinazohusishwa na nyoka. Roho hizi huonekana kama mawakala wa udanganyifu na uovu, wakifanya kazi kinyume na makusudi ya Mungu. Biblia mara nyingi hutumia taswira ya nyoka kuwakilisha nguvu za udanganyifu, hasa katika simulizi la Anguko la Mwanadamu.

Mwanzo 3:1 inasema: *"Basi nyoka alikuwa mjanja kuliko wanyama wote wa mwituni aliowafanya Bwana Mungu. Akamwambia mwanamke, Je! Hivi ndivyo Mungu alivyosema?"* Sehemu hii inamtambulisha nyoka kama kielelezo cha ujanja na udanganyifu, hatimaye akiwapotosha Adamu na Hawa kwa kupotosha neno la Mungu.

Vivyo hivyo, **Matendo 16:16** inasema: *"Ikawa tulipokuwa tunaenda mahali pa kusali, tukakutana na kijakazi mmoja mwenye roho ya uaguzi, aliyewaletea mabwana zake faida nyingi kwa kuagua."* Sehemu hii inaeleza msichana kijakazi aliyekuwa ametwaliwa na roho ya uaguzi, ambayo wakati mwingine hutafsiriwa kama "roho ya python," inayohusishwa na ushawishi wa nyoka na desturi za kichawi. Roho hii haikuwa tu ya kudanganya bali pia ya faida kwa mabwana zake, kwani iliwapa maarifa ya uongo ya kiroho.

Roho za nyoka mara nyingi huhusishwa na tabia mbaya kama vile udanganyifu, giza la kiroho, na uharibifu. Huonekana kama nguvu zinazowaondoa watu mbali na Mungu, ukweli, na maisha ya haki. Katika mapokeo mengi ya kiroho, roho hizi huhusishwa na mauti, mambo yasiyojulikana, na upotoshaji wa ukweli wa kiungu.

Kwa sababu ya asili yao ya kudanganya, roho za nyoka mara nyingi huzingatiwa kama maadui wa kiroho. Waamini wanahimizwa kushinda ushawishi huu kupitia maombi, utambuzi wa kiroho, na kushikamana na Neno la Mungu. Mapambano dhidi ya roho hizi yanaelezwa kama sehemu ya vita vikuu vya kiroho vilivyotajwa katika Maandiko—vita kati ya mema na mabaya, nuru na giza.

Kwa kifupi, roho za nyoka zinawakilisha nguvu za kudanganya na kuharibu zinazopinga ukuaji wa kiroho na ukweli. Biblia inazionyesha kama maadui wanaopaswa kupingwa kupitia imani, maombi, na utiifu kwa Mungu. Kutambua ushawishi wao ni hatua ya kwanza ya kuwashinda na kutembea katika uhuru ambao Kristo anautoa.

Ndoto:

Katika ufalme wa nyoka, mtu anaweza kupata ndoto zinazohusisha nyoka au hata kukutana na maonyesho ya kiroho au kimwili ya nyoka katika mazingira yao. Nguvu hizi za nyoka mara nyingi huashiria ngome za kifamilia au za kizazi, hasa pale ambapo kuna historia ya kuabudu nyoka au kushiriki katika desturi za kichawi katika ukoo, hali inayojulikana kama "nyumba ya baba." Ndoto au mikutano kama hiyo inaweza kuonyesha kwamba maagano yaliyofanywa zamani bado yako hai na hayajavunjwa kupitia ukombozi. Bila kutafuta uhuru wa kiroho na kukataa maagano haya, nguvu hizi zinaweza kuendelea kuwa na ushawishi. Matukio haya yanatumikia kama onyo na wito wa kufuata ukombozi, maombi, na kujiweka zaidi chini ya mamlaka ya Kristo.

Vidokezo vya Maombi:

1. **Mungu Wangu, Mwenye Nguvu Katika Vita**, nakiri, nakataa, na natubu kwa ushirikiano wowote na ufalme wa nyoka. Naomba kila agano livunjwe kwa damu ya Yesu, na kwamba Unisafishe mimi na familia yangu, kwa jina la Yesu.

2. **Ee Mungu**, naomba mkono Wako wenye nguvu na upanga mkubwa wa moto uangamize kila roho ya nyoka inayokaa ndani yangu, katika familia yangu, na kwenye mazingira yetu, inayotutesa kwa jina la Yesu.

3. Ninaliamuru **ufalme wa nyoka** na kila roho ya nyoka inayonisumbua: kwa mamlaka katika jina la Yesu, jimeze sumu yako mwenyewe na kila mateso uliyoachilia, sasa, kwa jina la Yesu.

4. Kwa mamlaka katika jina la Yesu, naachilia **upanga wa moto wa Bwana** kukata nyoka vipande vipande, kuchoma shingo yake yenye nguvu, kuvunja ngao yake ya magamba, na kukata mkia wake mrefu, kwa jina la Yesu.

5. **Sasa**, nachukua mamlaka juu ya msingi wangu. Nadiriki kurudisha kiti changu cha enzi na kumiliki tena Bustani ya Edeni ya hatima yangu, kupitia damu ya Yesu.

4. Ufalme wa Uchawi

Dhana ya Ufalme wa Uchawi

Neno *"ufalme wa uchawi"* mara nyingi hurejelea eneo la ushawishi, mamlaka, au shughuli zinazohusishwa na uchawi, mazingaombwe, na mambo ya kichawi. Hueleweka kama eneo la kiroho lililo nje ya ulimwengu wa mwili, eneo lisiloonekana ambapo uchawi, roho, na nguvu za ajabu hufanya kazi. Eneo hili hujikuza kinyume na maarifa ya Mungu, likipinga moja kwa moja ukweli na haki Yake.

Kulingana na Maandiko, Mungu huona uchawi na desturi zote zinazohusiana nao, kama vile uaguzi, ushirikina, na ibada za kichawi, kuwa machukizo. Katika **Kumbukumbu la Torati 18:9–15**, Mungu huwapa watu Wake onyo wazi lisiloacha shaka wasiwe kama mataifa mengine yaliyojaa desturi hizi chukizo, ikiwemo uchawi na kushauriana na wafu. Matendo haya ni maovu kiroho na huwapeleka watu mbali na kumjua na kumwabudu Mungu wa kweli.

Wagalatia 5:20 huorodhesha uchawi miongoni mwa matendo ya mwili, ambayo yako kinyume na matunda ya Roho. Biblia hufundisha kuwa desturi hizi ni dhambi na husababisha mtu kutengwa na Mungu. Katika **2 Wakorintho 10:5**, Paulo anawahimiza waamini *"kubomoa hoja na kila kitu kilichoinuka kinyume na maarifa ya Mungu, na kukamata mawazo yote ili kuyafanya yatii Kristo."* Huu ni mwito wa vita vya kiroho, kupinga kila ushawishi unaopingana na Neno la Mungu na kuuweka akili yetu chini kabisa ya Kristo.

Msimamo wa Mungu dhidi ya uovu ni wazi: Anachukia dhambi kwa chuki kamilifu. **Isaya 48:22** na **Isaya 57:21** zinatangaza kuwa *"Hakuna amani kwa waovu."* Wale wanaochagua kufuata njia ya uasi na kutokua na haki hawatapata amani na baraka ambazo Mungu huwapa wale wanaotembea katika njia Zake.

Kwa kumalizia, *"ufalme wa uchawi"* unawakilisha eneo linalosimama kinyume na ufalme wa Mungu. Ni nguvu bandia, inayolenga kudanganya na kuharibu. Lakini Mungu, katika haki na utakatifu Wake, anawaita watu Wake kukataa desturi hizi na kufuata ukweli, utiifu, na usafi wa kiroho kupitia Kristo.

Ndoto:

Watu wanaoathiriwa na ushawishi wa ufalme wa uchawi mara nyingi hupata ndoto za kusumbua, kama vile kula katika ndoto, kushiriki ngono katika ndoto, kufukuzwa, kujikuta makaburini au misituni, kuhudhuria mikutano ya ajabu au isiyoeleweka, au kurejea sehemu za zamani, nyumba, au urafiki wa zamani. Ishara nyingine za kawaida ni kuonekana kwenye ndoto bila viatu au nguo, jambo linaloweza kuwakilisha udhaifu, aibu, au shambulio la kiroho. Aina hizi za ndoto hazipaswi kuchukuliwa kwa wepesi; zinatumika kama mwito wa kuomba, kutambua kiroho, na kukumbushwa kusimama imara katika imani na kutumia mamlaka kupitia Kristo. Kutambua umuhimu wa kiroho wa ndoto hizi ni hatua ya kwanza kuelekea ukombozi na ushindi katika ulimwengu wa kiroho.

Vidokezo vya Maombi:

1. Kwa mamlaka katika jina la Yesu, damu yoyote inayonielekeza mimi na familia yangu kwenye madhabahu yoyote ya uchawi, nakukataa, nakukanusha. Ninamuru dhabihu ikauke, na madhabahu ivunjwe, kwa jina la Yesu.

2. Kila agano na ufalme wa uchawi ndani ya maisha yangu, ukoo wangu, na msingi wangu livunjike sasa kwa nguvu katika damu ya Yesu.

3. Kwa mamlaka katika jina la Yesu, ninasema kila setilaiti ya kishetani, kioo, na kompyuta inayofuatilia hatima yangu niliyopewa na Mungu, na kila hifadhidata ya kishetani inayokusanya taarifa kutoka kwa mababu zangu, ivunjike vipande visivyoweza kurekebishwa sasa, kwa jina la Yesu.

4. Ninatangaza kwamba kila roho ya kufuatilia na kila kitu kilichopandwa ndani ya mwili wangu au mazingira yangu na watu waovu na wasio na busara kwa lengo la kufuatilia maendeleo yangu lazima kipate moto na kuteketea kuwa majivu, kwa jina la Yesu.

5. Kila ubadilishaji wa kichawi uliofanywa katika maisha yangu au mwili wangu, ugeuzwe kwa moto, kwa jina la Yesu.

5. Ufalme wa Wanyama

Wakati watu wanapopata ndoto za kufukuzwa na wanyama, mara nyingi hufasiriwa kuwa ishara kwamba nguvu za giza zinatolewa dhidi yao katika uwanja wa vita wa kiroho. Ndoto kama hizi zinaweza kuashiria vita vya kiroho vinavyozidi kuwa vikali, lakini pia zinaweza kuwa ishara ya maendeleo ya kiroho. Shetani hatumii silaha zake kwa wale wasiokuwa tishio kwake. Ikiwa unashambuliwa, inaweza kumaanisha kuwa unaendelea kiroho na kuwa shabaha kwa sababu unashinda.

Ndoto:

Katika alama za ndoto, wanyama tofauti wanaweza kuwakilisha masuala maalum ya kiroho au mashambulizi: mbwa

40

mara nyingi huashiria tamaa, simba huwakilisha hofu, chui milia (tiger) huonyesha uchokozi, mafahali huambatanishwa na nguvu za msingi au ngome za mababu, na mamba huashiria hatari zilizofichika au vitisho vya wanyama wanaowinda. Mbuzi mara nyingi hufunganishwa na ukaidi, uasi, au uchafu wa kiroho. Ndoto hizi ni mwito wa maombi, utambuzi wa kiroho, na ukumbusho wa kusimama imara katika imani na mamlaka kupitia Kristo.

Vidokezo vya Maombi:

1. Baba Abba, nakushukuru kwa ulinzi wako juu ya maisha yangu na familia yangu. Acha kifuniko chako cha kiungu kitulinde dhidi ya kila roho chafu inayojidhihirisha kupitia ufalme wa wanyama, kwa jina la Yesu.

2. Mungu wangu, Shujaa Mkuu wa Vita ambaye hajawahi kushindwa, kwa nguvu zako, tawanya kila mpango wa adui unaowakilishwa na wanyama wachafu katika ndoto zangu au mazingira yangu, kwa jina la Yesu.

3. Kwa mamlaka katika jina la Yesu, nadai damu ya Yesu juu ya nyumba yangu na kutangaza kwamba hakuna roho chafu itakayopata ruhusa kuingia katika maisha yangu au familia yangu, kwa jina la Yesu.

4. Simba wa Yuda, mwenye nguvu vitani, Baba, achilia malaika zako wa vita kunizunguka ninapoomba maombi haya ya usiku wa manane dhidi ya wanyama wachafu, kwa jina la Yesu.

5. Mungu wangu, Mfalme wa wafalme na Bwana wa mabwana, acha moto wako uharibu kila mnyama mchafu anayewakilisha mateso ya kishetani katika maisha yangu na familia yangu, kwa jina la Yesu.

Luka 10:19: Tazama, nimewapa uwezo wa kukanyaga nyoka na nge, na juu ya nguvu zote za adui; wala hakuna kitu kitakachowadhuru kwa njia yoyote.

Endelea kupigana, kuomba, na kufunga. Wakati itakapodhihirika kwamba roho, nguvu, pepo, au ngome imeangamizwa, mara nyingi ndoto zitabadilika, maono yatabadilika, magonjwa yatapotea, na matatizo yataondoka. Pia, kama tatizo lilikuwa mume au mke wa kiroho kutoka kwa roho za majini, hutaona tena hali hiyo. Hii inamaanisha kuwa umeokolewa kutoka katika ufalme huo.

Zaidi ya hayo, Bwana ataacha kukuonyesha ufalme aliokuonyesha awali na badala yake atakuonyesha ufalme mwingine uliosalia, utakaoanza kushughulikia eneo lingine, kama vile ufalme wa uchawi, wa nyoka, au wa majini. Utaanza kushughulikia ufalme mmoja baada ya mwingine; hapo ndipo utaanza kupata mafanikio katika mambo ambayo Shetani ameyazuia kwa muda mrefu; kwa mfano, fedha zitaanza kuongezeka, matatizo yataanza kuondoka, ndoto zitabadilika, wake au waume wa kiroho wataondoka, na uchawi wa kukulisha katika ndoto utaanza kutoweka. Mara tu falme hizi zitakapovunjwa na kuondoka, utaona urahisi mkubwa zaidi katika maisha yako ya maombi na uhuru wa kweli katika safari yako ya imani. Adui hatakupiga tena kwa maumivu ya kichwa yanayokuzuia kusoma Neno, na utaweza kufunga hata zaidi ya ulivyofanya awali. Na ndivyo ugonjwa sugu utakavyotoweka kutoka kwako mara moja na daima.

Magonjwa sugu, maradhi na hali za ugonjwa zinazohusiana na ufalme wa giza zimetengenezwa ili kukufanya uendelee kutumia fedha kwenye dawa; hii inajulikana kama *Pharmakeia*. Wakati unapokuwa mkali dhidi yao kwa maombi ya vita na kufunga, ndipo wanapoondoka, kwa sababu mwili na mazingira hayana tena hali ya kuwafaa kukaa, na huo ndio ukombozi wako.

Falme nyingi kati ya hizi hazijisalimishi kirahisi; mara nyingi zitapiga kisasi. Kwa mfano, uchawi utaanzisha huduma ya kulisha usiku katika ndoto ili kukurudisha tena, na sababu ni kwamba wanajua wanaweza kushika kila sehemu ya hatima yako na hatima za watu wako. Afya njema ya kifamilia imetekwa mikononi mwa Shetani, ambaye ameiuza katika soko la kishetani, ndiyo maana unakuta baadhi ya magonjwa yanaendelea kizazi baada ya kizazi, talaka kizazi baada ya kizazi. Hivyo basi, Shetani amejipatia makazi tangu vizazi vilivyopita; wametekwa kila kitu. Sasa, wakimpata mtu mmoja mwenye maarifa kama wewe ambaye anaelewa kwamba maisha ni ya kiroho, unaweza kuanza kuchukua msimamo sahihi na kupigana nao kwa kung'oa kwa kutumia silaha ya Neno la Mungu, damu ya Yesu na jina la Yesu.

Adui hapendi watu wenye ufahamu wa kiroho; adui yupo vizuri na watu wasio na maarifa ya kiroho. Watu wenye maarifa ya kiroho hutafuta ukweli; hawaridhiki na kidogo kwa sababu Biblia inasema, *"Nanyi mtaifahamu kweli, nayo ile kweli itawaweka huru."*

Sasa basi, unapoanza kutafuta, utajua, na kadiri unavyojua zaidi, ndivyo utakavyopata zaidi.

Yeremia 33:3 "Niite nami nitakuitikia, nami nitakuonyesha mambo makubwa na magumu usiyoyajua."

Nguvu za nyumba ya baba yako zinaanza kukushughulikia; sasa wanawinda maisha yako. Lazima wahakikishe wanakuangusha kwa sababu wanajua umegundua siri, na uko karibu kuwatoa kwenye kiti cha enzi walichoiba kizazi baada ya kizazi. Bwana amefunua siri iliyokuwa imefichwa.

Ulikuwa kipofu, lakini sasa unaona; umeanza kuuliza kwa Bwana, na Bwana anakufunulia. Utakuwa mtu wa kwanza kuwong'oa na kusafisha msingi wako. Hawataki mtu kama wewe. Wanataka wale wasiojua kitu, wale wanaochukulia mambo kwa urahisi. Hawataki wale wanaouliza kwa nini na vipi suala hili baya linaendelea? *Kwa nini habari hii mbaya bado ipo, mfano kifo cha mapema, kujiua?* Kwa nini tatizo hili bado lipo, mfano ugonjwa? Ni nini chanzo cha mgogoro huu wa kifedha? Wakitambua kwamba wewe ni tishio kwa ufalme wao, watafanya bidii kubwa kukurudisha tena ili usitoroke kutoka katika ufalme wao.

Kukurudisha mara nyingi kunahusisha kupooza maisha yako ya maombi, kuzima moto wako wa kiroho, na kusababisha maumivu makali ya kichwa yanayokulazimisha kulala na kupumzika badala ya kuomba na kumwabudu Mungu. Pia inaweza kujumuisha mashambulio ya kiakili na hisia za hasira kuelekea kwa Mungu.

Kuanishwa mara nyingi kunapatikana katika ndoto, iwe kupitia kulishwa au njia za ngono. Hapo ndipo unaona ongezeko la kulishwa katika ndoto, ngono na kubakwa katika ndoto, mashambulio ya wahalifu wa ndoto yanaongezeka—yote yanafanyika katika ndoto kukurudisha kwa nguvu. Kadiri unavyokuwa imara katika maombi na kuimarisha nguvu zako za kiroho, mtu wako wa ndani anakuwa na nguvu zaidi. Baada ya muda, utapata uwezo wa kushinda ndoto za kula na za ngono. Zinaweza bado kuja, lakini utazitambua na kuzikabili pale pale ndani ya ndoto. Safari ya ukombozi kwa kweli ni changamoto na ni vita. Kama hujaanza ukombozi wako, hujaanza vita vya kweli vya msingi. Ni vita ambavyo hawataki kuachia, na wamekuwa wakishikilia kila kitu kwa miaka mingi. Kumbuka, unapokombolewa, si kwa ajili yako tu; ni kwa ajili ya ukoo wako wote wa damu.

Mungu anahitaji mmoja ambaye atamtumia kuwakomboa watu wake. Unapopokea ukombozi, unakusudiwa kwa yeyote aliyeunganishwa na ukoo wako wa damu, yeyote aliye na uhusiano wa DNA nawe, ndiyo sababu adui ana hasira. Hii ndiyo sababu shetani ana hasira, kwa sababu unapunguza idadi ya watu kuzimu.

Kwa maneno mengine, wamechukua vizazi vyote, hata wasiozaliwa bado. Unaweza kuwa na watoto wanaokosa adabu, wasiotii, na waasi, na hii ni kwa sababu tayari wamechukuliwa; wako chini ya udhibiti na ushawishi wa kishetani, uonevu wa kipepo; wako chini ya roho za kufuatilia na ushawishi wa anga. Ndiyo maana kila muumini lazima akate kila siku *kamba ya fedha* ya ushawishi wa anga ili mtu yeyote asijitose katika maisha yako.

Ndiyo maana unaona watoto wadogo wakiteseka na ADHD, maendeleo ya taratibu, kupooza kwa ubongo, *Down Syndrome* na *autism*. Hii ni kwa sababu tayari roho zao ziko kifungoni, roho zao zimeuzwa kwenye soko la kishetani, hivyo wanapanda mbegu za kishetani, na roho hizi hufanya kazi kwa amri zao hadi mtu mmoja asimame kupaza sauti kwa ajili ya roho hizi kuachiliwa, kwa jina la Yesu.

Nguvu hizi za giza zitapigana na yeyote atakayewagundua na kujaribu kuwaondoa. Biblia inasema katika **2 Wathesalonike 2:7** *"Maana ile siri ya kuasi sasa yatenda kazi; ila yule azuiaye sasa atazuilia hata atakapoondolewa."*

Nguvu za giza katika msingi zinajua wazi kuwa hii ndiyo nafasi yao ya mwisho; eneo linachukuliwa, linaondolewa, na kurejeshwa kwa mmiliki wa asili, ambaye ni Mtoto wa Mungu. Mungu atakuonyesha hasa kinachoendelea; hauko peke yako katika vita hivi vya vizazi. Sababu Mungu anakufunulia haya ni kwa kuwa wewe ndiye mjenzi. Atakupitisha kwenye maelezo ya mchakato huu ili kuhakikisha hakuna mzizi utakaosalia bila kung'olewa. Mungu amekupa uwezo, ujuzi, hekima, silaha, na nguvu zote unazohitaji kwa kazi hizi maalum. Huwezi kuwa mhanga; hakika utatoka mshindi.

Huu si wakati wa kusema, "Nimeomba," kisha kulala. La, huu ni wakati wa kukesha na kuomba. Uliza: Je, hali na nafasi ya adui iko vipi? Mungu atakufunulia yote kupitia ndoto na maono. Na kama adui bado yupo hai, nenda kumkabili tena bila kuchoka hadi akubali kikamilifu nguvu ya Mungu wako, Bwana Yesu Kristo wa Nazareti.

Kumbuka mapigo ya Misri? Ilikuwa ni Mungu mwenyewe aliyepigana yote kwa ajili ya Waisraeli. Lakini je, unajua kwa nini Farao alikuwa mkaidi sana? Ni mchakato uleule unaoupitia; adui hataacha mara moja, na hata baada ya kuacha, atakufuatilia bado ili aone kama una nguvu ya kupigana naye tena. Ndiyo maana hata baada ya kuokolewa, hatuachi kupigana; haturudi kulala. Nafsi yako ya ndani lazima daima iwe imara na macho, *"kesheni na kuomba kila wakati."*

Wewe ni mzuri ikiwa Mungu yuko pamoja nawe. Ufalme wa giza unabaki mahali na kuendelea kufanya kazi, bado ukipigana kushikilia eneo lake. Wataungana na kulipiza kisasi. Unapoona wanakukutanisha kupitia ndoto, pambana. Hii haimaanishi kuwa unashindwa au unapoteza. La hasha! Wanapingana kwa sababu wanajua muda wao umeisha; wanaendelea kupigana, kwa kuwa Mungu yuko pamoja nawe, na vita ni vya Bwana.

Unaendeleaje kupigana?

Tumeunda rasilimali nyingi kukusaidia kupitia changamoto hizi. Pata muda wa kuomba ukiwa na video hizi kila siku adui anapoongeza mashambulizi; omba kulingana na mambo ambayo Mungu amekuonyesha kupitia video hizi; pigana ufalme mmoja baada ya mwingine. Hasa kama msingi wako haujaguswa katika suala la ukombozi, inawezekana pia kuwa si ufalme mmoja tu unaokupinga.

Ni mchakato—ufalme mmoja kwa wakati utaanguka. Wakati unafikiri unapigana na ufalme wa uchawi, unaweza kuanza kuota ndoto kuhusu nyoka, kuota kuhusu wake wa kiroho, au kuota kwamba uko kwenye maji. Unaweza hata kuanza kuota unapata tena sanduku lako la hazina kutoka kwa ufalme wa baharini—hiyo ni ishara ya ushindi. Lakini kabla hujaanza kufuatilia ukombozi wa msingi, falme hizi hazijawahi kuonekana wala kujidhihirisha hadi ulipoamua kuanza safari ya mti wa familia na ukombozi wa msingi.

Katika safari ya ukombozi, Shetani humuogopa yule aliye makini na anayejua nini cha kufanya. Hapo ndipo anapotuma silaha zake kubwa zaidi kutoka kwa falme tano ili kushambulia na pengine kumzuia mtu huyo. Shetani hatumii silaha zake zenye nguvu zaidi kwa mtu ambaye si tishio kwa ufalme wake.

Pia unapaswa kuelewa kwamba Shetani hafadhaiki kama humkabili au kutishia ufalme wake. Kwa kweli, yuko vizuri kabisa na wewe ukiwa muumini wa uvuguvugu.

Kuishi katika dhambi, kuhalalisha au hata kutukuza dhambi kama vile uzinzi, uongo, mahusiano yasiyo halali, ndoa zisizo takatifu, kupata watoto nje ya ndoa, ibada za sanamu, ulevi, matumizi ya dawa za kulevya, kushiriki starehe za anasa au vilabu, na kuzungukwa na ushawishi usio wa Mungu huku ukiendelea kuhudhuria kanisa na kusoma Biblia, ni hali ya hatari yenye upotovu wa kiroho inayokuzuia kukua kiroho na kuwa na ukaribu wa kweli na Mungu.

Hata kama unahudhuria kanisa na kufungua Biblia yako, kushikilia dhambi hizi kunazuia mkono wa Mungu kutenda kazi katika maisha yako. Hizi si chaguo za maisha tu—ni mitego ya kiroho, mara nyingi ikiwa na mizizi katika ushawishi wa kishetani, iliyoundwa ili kukuzuia kutembea katika utakatifu wa kweli na nguvu za Mungu.

Shetani hana tatizo na hilo; hatapoteza silaha zake kupigana nawe kwa sababu anajua tayari umeunganishwa na mpango wake. Lakini pindi unapokuwa makini na Mungu na kutafuta ukombozi wa kweli, Shetani ataanza kufunua kwamba mateso yako yamekita mizizi zaidi ya ulivyofikiri—kwamba umefungwa na falme zote tano, katika maisha yako na katika ukoo wako.

Ukombozi ni safari; ni mchakato, na si wa haraka. Kama unajua una haraka, sahau kuhusu ukombozi wa kina wa kweli; kama unahitaji suluhisho la haraka, hakuna kitu kama hicho, ujue tu. Mtu yeyote anayekuahidi kitu kama hicho anakudanganya na kukuandalia mitego zaidi.

Ukombozi ni chakula cha watoto, Yesu alisema, na si kwa waumini wa "popcorn." Ndiyo maana mtu yeyote, awe mwanaume au mwanamke wa Mungu au mtu wa kawaida aliyepitia ukombozi, huwa makini sana kuhusu dhambi. Sababu ni kwamba ukombozi huchukua muda na unahitaji kiwango cha juu cha usafi, utakatifu, haki, utiifu na kujitenga kwa kina kila mara. Sasa, ikiwa umewekeza haya yote, je, unadhani utaikubalia dhambi kirahisi? Haiwezekani; napenda ninapokutana na watu waliokombolewa. Jambo moja naweza kukuambia ni kwamba huwa waangalifu na kila kitu: na mazingira, aina ya marafiki wanaoruhusu kuwa nao, chakula wanachokula, na sehemu wanazoenda au kuepuka. Kuwa mwangalifu na kila kitu kwa sababu dunia tunayoishi ni ya ujanja, na Biblia inatuambia tusipuuze hila za wajanja.

Sura ya 3:
Jinsi ya Kuongeza Nguvu katika Ukombozi Wako

Huhitaji kuwa na ukombozi wa ana kwa ana; unachohitaji ni muda. Haijalishi ratiba yako imejaa kiasi gani, lazima uhakikishe unaangalia video kuhusu ukombozi au vita vya kiroho angalau mara moja kwa siku. Katika hali hii, huenda usione matokeo ya haraka katika ulimwengu wa mwili, lakini katika ulimwengu wa roho, unaendelea na kupiga hatua; moto unaongezeka, na roho zote, mapepo, haziwezi kustahimili moto huo. Sasa, kilichobaki ni ngome. Lakini kupitia uthabiti na ufuatiliaji wa nidhamu wa mambo ya Mungu, unatuma ujumbe wa wazi na wa ujasiri si tu kwa kuzimu, bali pia kwa Mbinguni kwamba wewe una nia ya dhati ya kutembea katika ushindi na kutimiza kusudi lako. Wakati huu, Mungu anajua kwamba mwanangu au binti yangu ni mkweli, na Shetani pia anajua hili na kwamba wako karibu kupoteza eneo.

Nina watu wengi wanaotoa ushuhuda, wakiwemo wale ambao wamesikiliza maombi ya awali kwenye video kuhusu masuala maalum ya ukombozi. Bwana ametueleza katika Zaburi 107:20 kwamba Alipeleka neno lake na akawaponya wote, akawakomboa wote. Mungu anajaribu kufanya kazi yetu iwe rahisi. Kwa hivyo, unapomsikiliza Roho Mtakatifu, Roho wa Mungu atakuongoza katika kuchagua video ambayo itakukomboa. Video zetu za ukombozi zinapatikana kwenye majukwaa makuu yote na ni bure kufikiwa.

Mathayo 9:37: Ndipo akawaambia wanafunzi wake, mavuno ni mengi kweli, lakini watenda kazi ni wachache.

Mungu yuko kwenye kazi ya kuchagua na kutumia watu wake kwa njia kubwa mno ambayo hakuna mwanadamu anaweza kuelewa. Mungu yuko katika hatua ya kuthibitisha neno lake, kwamba atavitumia vitu vya upumbavu vya ulimwengu huu kuwatahayarisha wenye hekima. Mungu anaongeza sauti ya chombo anachochagua kutumia, na hakuna mwanadamu, pepo, roho, nguvu za kuzimu, wala mtu yeyote anayeweza kuzuia kile ambacho Mungu anafanya sasa. Ndivyo nilivyokubali kazi ya Mungu, hata ingawa sikuwa najua jinsi mambo haya yalivyokuwa yakifanyika. Roho wa Mungu aliye hai ni mwaminifu kweli— mwalimu wa kudumu ambaye amenifundisha na anaendelea kuniongoza kila hatua. Namshukuru Roho wa Mungu kwa uongozi wake. Namshukuru kwa kunichagua chombo kilichovunjika na kukionyesha kupitia ukombozi kwa utukufu wake.

Utakuwa na uhakika kwamba umekombolewa ikiwa utaacha kuona falme katika ndoto. Kwa mfano, mbwa wanahusishwa na roho ya tamaa, nyoka wanawakilisha roho ya uaguzi na ufalme wa nyoka, na jamaa waliokufa ni roho za ukoo. Hii inamaanisha nini? Inamaanisha kwamba ufalme unaoendelea kuuona katika ndoto au maono ndio unaoendesha maisha yako. Kumbuka, maisha ni ya kiroho kwa undani. Kile unachokiona katika ndoto zako kinaakisi shughuli katika ulimwengu wa roho—hiyo ndiyo hali yako halisi. Ikiwa ufalme wa kishetani unaongoza maisha yako ya kiroho, inamaanisha wanashikilia rimoti, wakiamua mwelekeo wa maisha yako. Na kadri wanavyobaki hai, wataendelea kudhibiti na kuingilia hatima yako. Lazima upiganie ukombozi wako na kuhakikisha kwamba rimoti ya kiroho ya maisha yako imepokonywa mikononi mwa adui na kurejeshwa mikononi mwako; hiyo ndiyo tunaita ukombozi wa jumla na kamili.

Na ninachokuambia ni kwamba mimi ni ushuhuda hai. Kile ninachojua sasa, natamani ningalijua miaka kumi iliyopita. Pia natamani makanisa yangelichukulia mada ya ukombozi kwa umakini zaidi na kuwafundisha watu ukweli wake, badala ya kukaa kimya kuhusu ukombozi na kuwaacha watu wakiwa wamefungwa na aina mbalimbali za vifungo. Wape watu nafasi ya kutafuta ukombozi wao. Nina uhakika kabisa kwamba mchungaji aliye kombolewa angependa washirika wake wote wakombolewe na kuwekwa huru. Huo ndio tabia ya mtu aliye kombolewa na kuwekwa huru. Mtu yeyote anayekataa kuwapa wanachama wake ukombozi, hiyo inamaanisha yeye mwenyewe hajakomolewa.

Katika makanisa mengi ambayo nimeyatembelea, nilihakikishiwa kuwa Yesu alikuwa amemaliza yote, lakini nikaja kugundua kwamba kadri nilivyoamini kuwa Yesu alikuwa amemaliza yote, ndivyo vita vyangu vilivyozidi kuongezeka, kwa sababu msingi wenye kasoro ulikuwa haujashughulikiwa. Kanisani, hakuna aliyekuwa akizungumza kuhusu vita vya msingi; hakuna aliyekuwa akizungumza kuhusu ukombozi. Hakuna aliyekuwa tayari kuanza safari ya ukweli. Hakuna mtu wa Mungu aliyekuwa na uwezo wa kunisaidia; msaada wa maombi ulikuwa wa muda tu, lakini vita halisi bado vilikuwa vinaendelea. Wakati fulani nilihisi kana kwamba hata Mungu hakuwa ananisaidia. Hali hii ipo kwa wengi. Wengi wanapigana vita vya kimya; wengi hawataki kuzungumzia jambo hili. Hii inajumuisha watumishi wengi wa Mungu madhabahuni ambao hawajakombolewa.

Wameamua kuacha sehemu hiyo kana kwamba haiwahusu. Hata hivyo, ukweli ni kwamba ukombozi unahitaji kiwango cha juu cha nidhamu katika utakatifu na uthabiti. Kwa sababu hii, wengi huamua kupuuzia ukombozi na kupuuza masuala ya msingi; hakuna anayeyapa kipaumbele, bila kujali mateso yaliyomo katika maisha yao. Mpaka Mungu atakaposikia kilio cha ukombozi, ndipo atakapomchagua mtu na kumtuma kukomboa watu; hawa ndio waliowitwa na Bwana. Wao ni vyombo vyake vilivyochaguliwa, na wanapoitikia, wanaanza kumsikiliza kwa makini Roho Mtakatifu na kufuata uongozi wake. Kupitia kwao, Bwana huanza kutenda kwa nguvu katika familia zao, makanisa yao, na misingi yao, akirudisha kile ambacho adui alikuwa amekiharibu: Adui ameharibu muda, misimu, hatima, na hata vizazi vyote.

Kwa hivyo, ukombozi, Yesu alisema, ni mkate wa watoto; tumetafuta maarifa haya na kufuatilia ukombozi. Mara unapofanya hivi, kipengele kilichokuwa kikipoteza maisha yako kinaanza kufifia taratibu, na ahadi zote za Mungu zinaanza kutimia; pia, magonjwa na matatizo yanaanza kutoweka, na utaratibu wa kifalme wa mbinguni wa Mungu unakuja kwenye mstari.

Lakini hoja sasa ni, kama misingi imeharibiwa, mwenye haki atafanya nini? Kwa hiyo, kila mwenye haki lazima arudi na kutengeneza msingi uliovunjika. Msingi sasa unachanganyikiwa zaidi wanapogundua kuwa wewe ni wa kwao, ilhali unamilikiwa na Yesu, wewe ni mtetezi wa Yesu. Ni kana kwamba unawatupa kwenye mshangao ghafla, wanaanza kupigana tena. Katika hatua hii, inakuwa ni suala la nguvu dhidi ya nguvu. Ndio maana ni muhimu kuwa tayari kiroho na kuwa na ujasiri katika unachofanya kabla ya kuleta jina la Yesu kwenye vita. Hakikisha hakuna msingi wa kisheria katika msingi wako ambao wanaweza kuutumia dhidi yako, kwa sababu watautafuta hasa kutoka kwenye hifadhidata ya kishetani ya msingi wako. Lazima mimi ndiye niwaletee moto, kwa sababu wakati wangu umefika; sasa najua ukweli, na nimeazimia kwamba wakati huu lazima nikombolewe na msingi wangu lazima ukombolewe na kurejeshwa katika Ufalme wa Mungu.

Nguvu za giza ambazo zimekuwa zikinishikilia, lazima zipoteze ile ardhi waliyoiweka kuwa kama shaba kwangu, wapoteze eneo langu ili Roho wa Mungu achukue usukani, kwa kuwa mtoto wa Mungu ameinuka; neema kuu ya Mungu imetupata mimi, familia yangu, na kizazi changu, tulikuwa vipofu lakini sasa tunaona.

Ikiwa neema kuu imenipata, nilikuwa kipofu lakini sasa naona, kazi yangu ni kuhakikisha kwamba ukombozi na uhuru vinathibitishwa katika msingi wangu kwa kung'oa mizizi mibaya iliyobaki pale; kwa njia hiyo, hutaki kuwa kama yule mtu mjinga aliyejenga nyumba yake juu ya mchanga. Unaweka msingi na kupanda juu ya msingi ambao umekombolewa na uko huru kutoka kwa muunganiko wowote wa kishetani. Yesu anasema, *'Juu ya mwamba huu nitalijenga kanisa langu, wala milango ya kuzimu haitalishinda.'*

Sasa unaweza kwa ujasiri kujiita mtoto wa Mungu aliyezaliwa mara ya pili, kwa sababu unajenga maisha yako juu ya msingi imara usiotingisika. Na sasa kwa kuwa unaujua ukweli, kumbuka

Biblia inasema ni ukweli ndio utakao kuweka huru, kwa jina la Yesu.

Waamini wengi bado hawajagundua ukweli. Ndiyo maana wanadai jina la Yesu lakini hawaonyeshi ushahidi wa uhuru—wakikaa kanisani, wakiwa wamefungwa kwa minyororo ya kiroho, wakisoma Biblia zao huku bado wakiwa kifungoni. Ni ukweli pekee unaomweka mtu huru. Ikiwa hujakubali ukweli, utabaki kwenye kifungo hiki milele.

Vita Dhidi ya Nguvu za Giza

Katika Kitabu cha Waefeso 6:12, Biblia inasema, *"Kwa maana kushindana kwetu sisi si juu ya damu na nyama, bali ni juu ya falme na mamlaka, juu ya wakuu wa giza la ulimwengu huu, juu ya majeshi ya pepo wabaya katika ulimwengu wa roho."*

Katika andiko hili hapo juu, tunaona vita vya kiroho. Hii ni hali halisi ambayo mtu hawezi kuieleza kwa urahisi kwa sababu ni jambo gumu. Vita vya kiroho mara nyingi ni vya kibinafsi sana—ni aina ya mapambano ambayo hakuna mtu mwingine anayeweza kuyaona au kuyaelewa kikamilifu. Hata kama una mume au mke, huenda wasielewe unachopitia. Hii ni vita yako, kati yako na Mungu, na ni kitu ambacho unaweza kupambana nacho tu ukiwa na nguvu zake. Ndiyo maana mara nyingi vinaweza kukusogeza karibu na msongo wa mawazo, mawazo ya kujiua, kujitenga, mabadiliko ya hisia, na hata mashaka yasiyo na msingi. Hakuna mtu anayeweza kukuelewa kikamilifu katika vita vya kiroho.

Unaweza kuwa baba, lakini kama mtoto wako anapitia vita vya kiroho, huwezi kuona wala kumsaidia kwa sababu hujui kinachoendelea. Isipokuwa wewe ni mtu anayetembea katika ulimwengu wa rohoni na umeunganishwa na Roho wa Mungu aliye hai, kubaki karibu na Mungu ndiko kutakakomfanya akufunulie na kukuonyesha siri zilizofichwa za adui, unapomkaribia kupitia maombi, kufunga, na kujitakasa. Mara nyingi vita hivi hujidhihirisha kwa watoto wetu au wanafamilia wetu kupitia mateso (kutotii, uzushi, kujitenga, tabia za kujiua, shingo ngumu, kushindwa shuleni, hasira, kukataliwa, unene uliopitiliza, uraibu, n.k.). Ndiyo maana Biblia inasema hatupigani dhidi ya damu na nyama.

Maisha ni ya kiroho, na ni vita visivyo na kikomo kwa sababu ufalme wa giza unawapuuza watoto wa Mungu katika mambo ya kiroho. Vita vya kimwili ambavyo unaweza kuviona ni rahisi kuliko vya kiroho. Unaona bunduki; unajua vita, lakini vita vya kiroho ni jambo lingine linaloweza kukuweka kifungoni, likikuacha bila uhakika wa nini cha kufanya au wapi pa kuelekea.

Hata hivyo, tunamshukuru Mungu kwamba siku hizi, kuna suluhisho nyingi. Unapaswa kuelewa zaidi kuhusu vita vya kiroho na jinsi ya kujisaidia wewe na wanafamilia wako, kwa sababu wewe ndiye jibu kwa kizazi hiki. Unaweza kupata ukombozi wewe mwenyewe kwa kusikiliza mafundisho kuhusu ukombozi na kushiriki. Hivyo, kama mtoto wa Mungu, kama unashindwa kutafuta ukombozi, inamaanisha huchukulii ukombozi wako kwa uzito, kwa sababu maarifa yapo tayari, vifaa vinapatikana; ni suala tu la wewe na muda wako.

Ukombozi ni kazi ngumu, na ni wa kina zaidi hasa kama wewe ni kiongozi wa kizazi cha kwanza au kiongozi wa kiroho; huwezi kutegemea mtu mwingine afanye kila kitu kwa ajili yako. Unaweza kuomba Mungu akupe mtu wa karibu wa kukuongoza. Wanaweza kufasiri ndoto zako na kukushauri kuomba maombi maalum; wengine wanaweza hata kupendekeza ufunge, kulingana na ndoto na jinsi Roho Mtakatifu anavyowaongoza. Vita vya kiroho vinahitaji uanze safari hii na kupigana baada ya kuvaa silaha zote za Mungu na silaha zote za nuru, kwa sababu ni jambo gumu sana.

Sasa, unapojitahidi kutafuta ukombozi wa kina kutoka kwenye vifungo vizito, utaelewa kuwa kuna mambo mengi yaliyofichika; pale unapogusa tu suala la ukombozi, ni kana kwamba kuzimu yote inafunguliwa dhidi yako. Unaweza kuanza kuwa na ndoto nyingi kwa wakati mmoja—na huo ni ushahidi wazi wa jinsi msingi wako ulivyo na kasoro. Huu ni ulimwengu wa roho ukikufunulia ukubwa wa mambo yanayohitaji kushughulikiwa, kukombolewa, na kuponywa.

Mungu, kwa rehema zake, anakonyesha kuwa hakuna kitu kimefanyiwa kazi, hivyo anataka uanze kufanya kazi na uchukulie safari ya ukombozi kwa umakini. Mungu anakonyesha kwamba kuna nguvu katika msingi zinazopinga kile unachotaka kufanya, ukitafuta ukombozi wa kweli na kamili. Kuna madhabahu za kale zilizo na haki za kisheria. Madhabahu na maagano yamekuwepo kwa miaka mingi na hayajaguswa. Hivyo, unapoyaingilia, ghasia kubwa hutokea katika ulimwengu wa roho.

Waamini wengine katika makanisa yenye ushawishi mara nyingi hupuuzia tatizo muhimu: shida iliyo katika makanisa kama haya ni kwamba upako wa mtu wa Mungu mwenye nguvu huwafunika. Hujakombolewa; umefunikwa au kulindwa kwa muda mfupi tu. Ndiyo maana unakuta kwamba watu wakiondoka kanisani humo au kuondoka chini ya ulinzi huo, matatizo yote yanarudi kwa nguvu, kwa sababu hawajakombolewa; walikuwa wanatembea chini ya upako wa mtu mwingine, na mtu huyo hakuwahi hata kuwaambia wafanye kazi ya ukombozi wao kwa sababu anataka kuwafanya watumike kwake daima.

Hawa hawaelezi kuhusu ukombozi au kufunua siri zake; badala yake, wanakufanya uamini kwamba umekombolewa kwa sababu ulianguka chini ya nguvu za Roho na uko chini ya uongozi wa mtu wa Mungu mwenye nguvu.

Wanataka kila mara kukuweka utegemee wao, jambo ambalo naliona la ajabu kwa sababu Biblia inasema mavuno ni mengi, lakini watenda kazi ni wachache. Nahisi kwamba upako ambao Bwana ameuweka juu yangu ni wa kusambaza nyenzo na maarifa haya kwa kila mtu, ili wengi waweze kufanyia kazi ukombozi wao na kuwekewa huru, wakimruhusu Bwana awatumie katika shamba Lake la mizabibu. Kumbuka, kabla hujakombolewa, huwezi kutumika kikamilifu, au utakuwa na mipaka kwa kile ambacho Mungu anaweza kukufunulia. Kwa sababu kinachotokea unapokombolewa kabisa ni kwamba Mungu anaweza kukuamini na kukupa siri za Ufalme, pamoja na silaha zote muhimu za kumshinda adui vitani. Silaha zote muhimu unazohitaji, msaada wote wa msingi unaohitaji, iwe ni wa kifedha, hekima au maarifa, chochote unachohitaji, Mungu atakutoa kwacho unapokombolewa kabisa na kikamilifu.

Kwa hiyo, kama hujakombolewa kikamilifu na kwa utimilifu, fikiria Mungu akiachilia baraka Zake na mali juu yako—nguvu hizo zilizobaki bado zikishikamana na maisha yako zitajaribu kuvipokonya vyote. Zitaiba kile ambacho Mungu alikusudia kwa ajili yako, kwa sababu uhalali wa kisheria haujavunjwa na kuondolewa.

Ndiyo maana Mungu amenipa jukumu la kukomboa na kusambaza ujumbe huu. Huu ni ufufuo; na watu wengi wawekwe huru. Kama mimi nitakuwa chombo ambacho Mungu atakitumia kuwakomboa kwa neema ya Mungu, au kama watalazimika kufanya wenyewe, lazima nisistize hili kwa watu ili waelewe umuhimu wa ukombozi, kwamba wawe safi na tayari kutumika kikamilifu na Mungu.

Kama hupo tayari kukombolewa kikamilifu, huwezi kuingia katika utukufu wote wa Mungu au hatima yako uliyopangiwa na Mungu. Haki za kisheria za kiroho ambazo bado zipo zinakunyima haki zako kama mtoto wa Mungu. Biblia inasema kwamba Yoshua, kuhani mkuu, bado alikuwa amevaa vazi chafu, na Shetani alikuwa amesimama hapo kumshitaki na kumnyima kile ambacho Mungu alikuwa akimpa. Ndiyo maana unasikia nikisisitiza ukombozi kwa watu wa Mungu. Fanyia kazi ukombozi wako. Hakikisha umekamilika ili unapokuwa ukitumika kuleta ukombozi kwa watu wengine, Shetani asikuushitaki kwa vazi chako chafu kama bado hujakombolewa. Hiyo ndiyo maana lazima uwe umeelewa—usiendelee kutembea katika ujinga, ukitangaza, *"Mimi ni mtumishi wa Mungu"* huku umevaa mavazi machafu katika roho. Tunapaswa kuchukulia ukombozi kwa umakini. Bila hiyo, hatuwezi kutembea kikamilifu katika kile ambacho Mungu ametupa. Adui ataendelea kutafuta njia za kuiba, kuua, na kuharibu mradi tu kuna mlango wazi katika maisha yetu.

Kama bado kuna njia ya kupenya, wanaweza kukudhuru kwa sababu wanakuona kama tishio kwa ufalme wao na wao wenyewe. Hakikisha unatembea chini ya ulinzi kamili wa damu ya Yesu na silaha zote za Mungu, ambazo ni kofia ya wokovu, dirii ya haki, mkanda wa kweli, viatu vya injili ya amani, ngao ya imani, na upanga wa Roho. Usikae katika ujinga ukidhani kuwa kila kitu kiko sawa. Mara unapogusa Ufalme wa Giza, ukombozi kutoka katika mapambano makubwa huja na madhara na mashambulizi ya kurudisha nyuma. Hivyo, endelea kuelewa unapuanza safari hii; lazima kila mara uwe macho. Lazima uwe tayari; Biblia inasema, *"Nimekufanya kuwa mlinzi juu ya kuta za Yerusalemu."* Sasa, unawezaje kuwa mlinzi na uchague nyakati? Mlinzi yupo kazini katika kituo chake cha kazi muda wote.

Wakati wa mchakato wa ukombozi wangu, nilipitia mitikisiko mikubwa na mapambano kwa sababu mwanzoni walinipinga, wakidhani nitakata tamaa. Hata hivyo, nilikuwa nimeamua kwa sababu nilijua kwamba mmoja wetu atasalimu amri mwishoni, na hiyo haikuwa sehemu yangu. Unapoendelea kushiriki, wanaanza kupoteza vita. Sasa unaingia katika hali tulivu, ambapo huhitaji kupigana kwenye uwanja wa vita, kwenye ndoto au maono, kwa sababu unadhibiti hali.

Hata kama unahisi kuachiliwa katika roho yako, usipumzike; endelea kupigana, hata kama hakuna mapambano; endelea kufanya jambo lile lile kila siku. Kwa nini? Kwa sababu wanajificha, unaweza kurudi kulala ukifikiri kwamba umekombolewa, na kisha wanaweza kurudi kama gharika.

Ndiyo maana unapaswa kubaki katika kituo chako cha kazi, ambacho katika hali hii ni maombi. Falme nyingi tayari zinaondoka, lakini wanaume wenye nguvu wa msingi na ngome ni vigumu kuondoa. Ndiyo maana hupaswi kuacha kituo chako, hata kama unahisi kuachiliwa kwa kiwango kikubwa. Hao wanaume wenye nguvu na ngome ni mawakala wa kuzimu katika familia yako; wao ni makuhani na manabii wa kike. Wanaendelea kulisha msingi wenye kasoro kwa kuimarisha maagano ya kisheria yaliyo potovu, na hivyo kuyaweka hai, yakiwa hai na yakifanya kazi. Wanatoa kafara kwao; wana jukumu hilo la kuwalisha kila siku, kila mwezi, au kila mwaka, kulingana na agano.

Bado tuna makabila na dini katika nchi yangu ambazo huenda kutembelea vijiji kila mwaka, ambapo hufanya sherehe za matambiko kwenye makaburi ambapo wapendwa wao, babu au baba zao wamezikwa, na hushiriki katika shughuli mbalimbali, ikiwa ni pamoja na maombi, kula na kunywa, miongoni mwa mengine. Ninaamini watu wengi hawajui, lakini kuhani wa kike wa familia anajua vizuri kafara zote wanazotoa kwa miungu yao kila mwaka; ni agano lililo hai na roho ya kaburini, roho ya wafu inayodhibiti familia hiyo.

Watu hufanya dhabihu hizi, na wengi hawajui wanachofanya; wanafuata tu. Tuna baadhi ambao hawajui kabisa—wanafanya hivyo, na hawajui madhara yake.

Hata hivyo, baadhi yao wanatambua kwamba wanalea agano hilo kwa sababu lazima kuwe na mtu ambaye ataendelea kutoa dhabihu; wanapokezana fimbo au ishara kutoka kizazi hadi kizazi, angalau kwa mwanachama mmoja wa familia ambaye amejitolea kufanya hivyo. Shetani ni mwerevu sana, naye ameutawala ukoo wako milele. Hata kama utamfukuza sasa, bado lazima aache mwakilishi, angalau mmoja. Shetani hayuko tayari kujisalimisha kabisa; huu ni vita. Vita hivi ni vya Mungu.

Maagano haya yanaweza kuwa ya kina sana na ya kikatili, kulingana na nguvu ya ukoo wako na miungu hiyo. Haijalishi jinsi kabila lako lilivyokuwa au lilivyo na nguvu, baadhi yao wanahitaji nyama na damu ya binadamu. Katika maeneo kama haya, kwa kawaida kuna ongezeko la vifo kwa ajali au ugonjwa, utekaji nyara, na kupotea kwa watoto. Watoto walienda wapi? Wametolewa kafara. Kadiri mamlaka haya yanavyojisikia kutishiwa na uwepo wako, ndivyo yanavyohitaji dhabihu kubwa zaidi. Watoto wengi wa Mungu wanaanza kuelewa kwamba dhabihu hizi za kila siku ndizo chanzo cha kifungo chao, maumivu, kukatishwa tamaa na kushindwa kwao. Hii ni kuhakikisha kwamba wanabaki hata imara zaidi, wakiendeleza udhibiti.

Ikiwa hawawezi kupata damu ya kutosha, watawashambulia wanawake wajawazito—yaani, ikiwa kuna wanawake wajawazito katika ukoo au kabila, jambo linalomaanisha hali ya kawaida ya wanawake wajawazito kupoteza mimba zao. Mimi nilikuwa mmoja wao, mbegu yangu, ujauzito wangu ulipiganwa pia. Lakini Mungu, kwa rehema Zake, alikuwa na kusudi kwa maisha yangu. Ameupanga maisha yangu kwa namna kwamba napigana vita vikubwa na kupona bila kovu. Hii ni kwa sababu nilisimama katika hatua hii kadri nilivyoweza na kusema, 'Hapana! Hadi hapa na si zaidi. Naitaka kizazi safi; tumbo langu liwe mfano wa mbingu, na mbegu yangu iwe mbegu ya kizazi safi. Shetani amekatazwa sasa na milele kuweka mikono michafu juu ya mbegu hii, tunda la tumbo langu. Kuanzia sasa, lazima ziwe nasaba safi; liwe ni kizazi safi ambacho Mungu atafurahia kiumbe hiki cha kibinadamu.'

Nililazimika kuvaa silaha zangu na kupigana vita kana kwamba napigana vita vya mwilini. Watu huenda hawakuuelewa kile nilichopitia, lakini nilijua kwamba jambo hili lingeendelea kuathiri vizazi vingine ikiwa nisingepigana. Nililazimika kujifunza jinsi ya kuomba ili kuwalinda watoto wangu. Kwa hiyo, niliomba nguvu za Mungu kunisaidia ili hatimaye niweze kumaliza vita hivi mara moja na kuhakikisha kwamba watoto wangu, wajukuu, vitukuu, na kizazi ambacho hakijazaliwa hawatakuwa na haja ya kuvumilia msingi huu wenye kasoro.

Kama nilivyotaja awali, wanawake wajawazito wanapaswa kuwa waangalifu kuhusu dhabihu. Mara unaposhika mimba, hakuna nafasi ya visingizio; unahitaji kuanza vita vya usiku wa manane na kuwalinda watoto hao. Mara nyingi, wanatumia watoto ambao hawajazaliwa kulisha madhabahu yao, na hii ndiyo sababu unaona hata serikali zikihalalisha utoaji mimba, kwa sababu mtoto hana dhambi, na hiyo ndiyo dhabihu ya juu kabisa kwa Ufalme wa kishetani.

Hali hii ni mbaya zaidi unapokuwa na mtu wa karibu nawe, labda baba, mama, mjomba, kaka, au dada—ambaye bado anashiriki katika ibada ya kishetani. Haitakuwa rahisi kwa sababu una mwanafamilia wa karibu ambaye anajitoa huko. Hata hivyo, ikiwa umeanza safari ya ukombozi, Mungu, kwa rehema Zake, atafunua kila kitu kinachoendelea, na mhudumu wa ukombozi atatoa mwongozo wa nini cha kufanya baadaye, yote kwa msaada wa Bwana.

Nilipokuwa nikikua, tulikuwa tukizika angalau mtu mmoja au wawili kila mwaka. Labda kuanzia miaka ya 1980 hadi 2014, ilikuwa kawaida kwamba mtu lazima afe kila mwaka kwa njia ya utoaji mimba, ajali, kifo cha ghafla, au ugonjwa. Nilimuuliza Mungu kwa nini ilikuwa hivyo, na macho yangu yakafunguliwa kuona kwamba kulikuwa na mtu ambaye alikuwa kuhani wa kishetani akisababisha vifo hivi vya watu katika familia/ukoo wangu. Bado kulikuwa na milango na maagano ya kishetani yaliyowekwa na mababu zetu, na hakuna mtu aliyekuwa na wazo la jinsi ya kuifunga na kufungua mlango wa Kimungu. Kama Biblia inavyosema, baba zetu wamekula zabibu chachu, na meno ya watoto yamewekwa ukingoni.

MILANGO YA KIROHO:

Portal ni nini?

Milango ya kiroho na milango ya Kimungu mara nyingi hueleweka kama sehemu maalum za kupata ufikiaji wa mbinguni au njia ambazo uwepo wa Mungu, nguvu, na ufunuo Wake vinaonekana wazi katika ulimwengu wa asili. Katika muktadha wa kibiblia na kiroho, portal si mlango wa moja kwa moja bali ni ishara au ufunguzi wa kiroho unaoruhusu mambo ya mbinguni kukutana na uzoefu wa duniani. Milango hii inaweza kufunguliwa kupitia matendo ya ibada, maombi, kufunga, utiifu, na kukutana na Mungu. Kwa mfano, katika Biblia, maeneo kama Betheli (ambapo Yakobo aliona ngazi ikifika mbinguni) au hekalu huko Yerusalemu yalizingatiwa kama maeneo ambapo mbingu iligusa dunia—milango ya kiroho ambapo uwepo wa Mungu ulionekana wazi zaidi.

Milango ya Kimungu inaaminika kuwa imepangwa kulingana na mapenzi na kusudi la Mungu, ikiwapa waumini nyakati za kipekee za kutembelewa na Mungu, kuvunjika kwa vizuizi vya kiroho, au ufunuo wa kinabii. Inaweza kutokea katika sehemu

59

maalum, misimu fulani, au wakati wa shughuli takatifu ambapo Mungu anaamua kujifunua kwa kina zaidi. Nyakati hizi au "milango" mara nyingi huwa na alama ya kuhisi utukufu wa Mungu kwa kiwango cha juu, kuona mambo ya kiroho kwa uwazi, na wito wa kuwa na ushirika wa karibu zaidi na Yeye. Tofauti na milango ya kiroho isiyo ya Kimungu au ya kishetani inayotafuta nguvu nje ya Mungu, milango ya Kimungu imejengwa juu ya mamlaka na utakatifu wa Mungu na inaleta mabadiliko, kulingana na mapenzi Yake, na uwezeshaji wa kutumikia. Kwa ufupi, milango ya kiroho na ya Kimungu hutukumbusha kuwa ulimwengu wa kiroho na wa kimwili umeunganishwa kwa kina, na kwamba Mungu huchagua kwa ukuu wake nyakati na njia ambazo hutukaribia.

Kufunga Milango ya Kishetani na Kufungua Milango ya Kimungu

Waamini wote, kama watoto wa Mungu walio makini, wanapaswa kutembea katika ukombozi kamili; lazima tuwe wataalamu wa milango ya kiroho—kufunga milango ya kuzimu na kufungua milango ya mbinguni.

Milango ya kishetani mara nyingi hufunguliwa kupitia dhambi, madhabahu za uovu, maagano ya kizazi, na taratibu za giza. Milango hii inaruhusu upenyaji wa mapepo katika maisha, familia, miji, na hata mataifa. Lakini muumini anapokuwa makini na Mungu, Shetani hutambua tishio hilo na hutuma silaha zake kubwa kutoka katika falme zake tano ili kumzuia. Hatumii rasilimali zake kwa wale wasio tishio, bali punde tu unapokuwa unatafuta ukombozi wa kweli na ulinganifu na Mungu, kuzimu yote hufunguka kukupinga.

Wakati mwingine, mtu anayekushambulia au kukupinga kila mara anaweza kuwa mwakilishi wa mlango wa kuzimu. Huwezi kumshinda hadi mlango huo umefungwa na mlango wa mbinguni umefunguliwa pale ulipo, hata ofisini kwako. Ofisi yako inapaswa kuwa zaidi ya eneo la kazi; inapaswa kuwa mlango wa mbinguni, ambapo malaika hupanda na kushuka. Kiti chako, dawati lako, kila kitu kinaweza kuwa lango la uwepo wa Mungu.

Pale ambapo milango ya kishetani ipo, mapepo na roho kutoka kuzimu huingia na kuathiri mashirika yote. Ndiyo maana tunapaswa kuwa makini: funga kila mlango wa kishetani na ufungue milango ya Kimungu. Jifunze utaalamu wa kufungua milango ya mbinguni katika miji, maeneo, na mataifa ili kuleta uamsho. Tembea katika mataifa, ukifunga milango ya kuzimu na kufungua milango ya uponyaji, ukombozi, na urejesho. Unakuwa mtaalamu wa kiroho wa milango.

Baadhi yetu tunalala juu ya milango ya kuzimu bila kujua. Mahali ulipojenga nyumba yako, kitanda chako, au hata chumba chako huenda palikuwa mlango uliowahi kufunguliwa kupitia matendo ya dhambi, labda mtu aliwahi kufanya uasherati hapo. Rudia na ufunge mlango huo. Fungua mlango wa Kimungu kupitia toba, ibada, na damu ya Yesu.

Huenda ukawa na wazo kubwa, biashara, taaluma, au huduma, lakini kama mlango wa kishetani unatawala maisha yako, kila kitu kitafungwa gizani. Wengine wanaugua kwa sababu ya mlango wa ugonjwa nyumbani kwako. Wengine wamenaswa katika umaskini kwa sababu ya mlango wa upotevu, mahali ambapo shughuli za kishetani zinapoteza rasilimali. Ukifunga mlango huo, wachawi wataondoka, kwa sababu mapepo na roho hawawezi kukaa pale ambapo hakuna mlango ulio wazi kwao.

Kwenye vijiji na miji, milango huwezesha kazi za uchawi. Wanaofanya mambo ya giza hunawiri kwa sababu wanajua milango hii ipo wapi. Huenda usiku bila viatu kuifungua tena na kushika roho za watu. Hutembea mjini wakidumisha milango ya upatikanaji kwa nguvu za giza. Mpaka Kanisa litakapoinuka na kutambua milango hii ili kuifunga na kufungua milango ya mbinguni, hatutaona uamsho wa kweli.

Manabii wa uongo hufanya kazi kupitia milango ya kishetani. Baadhi ya masinagogi na makanisa yamejengwa juu ya milango ya kuzimu. Watu huenda kuabudu na bila kujua wananaswa na roho zinazofanya kazi kupitia milango hiyo. Wengi wenu mlipoteza pesa zenu, nyota zenu, na hatima zenu kwenye milango

61

kama hiyo, lakini wakati umefika wa kuifunga na kurejesha kilichopotea kwa jina la Yesu.

Vita vya Kina vya Kiroho Vinahitaji Uelewa wa Milango

Huwezi kushinda vita vya kina vya kiroho bila kufunga milango ya kuzimu. Maeneo ambayo makahaba hukusanyika, baa na vilabu vya usiku si sehemu za kimwili pekee; ni milango ya kiroho inayopaswa kufungwa. La sivyo, watoto wako wanaweza siku moja kupita humo na kuingia chini ya utumwa huo huo.

Hoteli nyingi za kishetani zimejengwa juu ya milango ya kuzimu. Yesu Mwenyewe alivuka bahari kwa kusudi moja: kufunga mlango. Alisimama juu ya jabali na kutangaza, *"Juu ya mwamba huu nitalijenga Kanisa Langu, wala milango ya kuzimu haitalishinda."* Mwamba huo ulikuwa unajulikana kama lango la kuzimu, lakini Yesu alitangaza mwanzo mpya, mlango wa mbinguni na mamlaka kwa watu Wake.

Kila mji una milango ya kuzimu milimani, karibu na bandari, hata katika maeneo ambapo manabii wa uongo, wachungaji, na wachawi hukusanyika. Baadhi ya viongozi wa makanisa wanajua kuhusu milango iliyo chini ya mimbari zao—milango hai ya giza—lakini hawachukui hatua.

Yesu alimwambia Nathanaeli, *"Utaona mbingu zimefunguka, na malaika wa Mungu wakipanda na kushuka juu ya Mwana wa Adamu."* (Yohana 1:51). Alikuwa anaeleza kuhusu mlango. Yakobo alipoamka kutoka usingizini baada ya ndoto yake, alisema, *"Hakika Bwana yupo mahali hapa... hii si nyumba ya Mungu, huu ni mlango wa mbinguni."* (Mwanzo 28:16). Mahali pale palikuwa mlango wa Mungu—ndiyo maana malaika wa mbinguni walikuwa na ufikiaji, wakipanda na kushuka.

Mlango unaweza kuwa umeambatanishwa na eneo fulani au kitu kinachosogea. Israeli waliposafiri jangwani, wingu liliwafuata—mlango wa kimungu uliokuwa ukisogea. Popote walipoenda, uwepo wa Mungu ulikuwa pamoja nao. *(Kutoka 40:36-38)* Katika safari zote za Waisraeli, wingu lilipoondoka juu ya hema la kukutania, waliondoka; lakini kama wingu halikuondoka, hawakuondoka—mpaka siku lilipoondoka. Hivyo wingu la Bwana lilikuwa juu ya hema mchana, na moto ulikuwa ndani ya wingu usiku, mbele ya macho ya Waisraeli wote katika safari zao zote.

Natamka kwamba popote unapoenda, kutakuwa na mbingu iliyo wazi juu ya maisha yako. Fikiria ikiwa kuna mlango umefunguliwa juu yako na mwingine mahali ulipo—wakati mbingu iko juu ya maisha yako na eneo limewekwa wakfu kwa uwepo wa Mungu.

Naomba kwamba wengi wetu tuwe makini kuhusu kufungua milango ya mbinguni inayoshinda milango ya kuzimu, na kuleta utembeleo wa Mungu utakaounda mlango mkubwa zaidi wa maombi kwa kufunga milango ya kuzimu na kuchochea uamsho wa Kanisa la nyakati za mwisho.

Wakati mlango wa mbinguni umefunguka, uponyaji, ukombozi, na miujiza hutiririka. Petro alipotembea, mlango ulisogea pamoja naye—kivuli chake kiliponya wagonjwa kwa sababu mbingu ilikuwa imetulia juu yake. Hakuhitaji kujitahidi sana katika maombi; watu waliponywa kwa kuingia tu kwenye upeo wa mlango huo. *(Matendo 5:15)* Kwa hiyo, watu walileta wagonjwa barabarani na kuwaweka kwenye vitanda na mikeka ili angalau kivuli cha Petro kiwafikie baadhi yao alipokuwa akipita.

Roho wa Bwana aliniambia kwamba ninaweza kusitisha uovu wa msingi kwa kuzungumza na kuubatilisha uovu huo kupitia kufunga mlango wa kishetani na kufungua mlango wa Kimungu kwenye msingi. Niliamua kutamka neno na nikaanza kuona mambo yakijidhihirisha mara moja—niliona vifo vya mapema vimekatwa pamoja na mizunguko yote na mifumo yote mibaya. Kama ningejua hili kabla, ningekuwa nimesitisha vifo vingi kwenye msingi wangu. Nakumbuka nilisema mwaka 2014, kwenye kaburi la kaka yangu, kwamba huo ungekuwa mwisho wa kifo cha kishetani/kifo cha mapema cha mtu yeyote katika ukoo wangu. Yeyote atakayechagua kumfuata Mungu ninaomfuata, Yesu Kristo wa Nazareti, hatawahi kukumbana na kifo cha mapema, kwa kuwa Bwana Mwenyezi atanifunulia kabla hakijatokea, na kitabatilishwa. Namshukuru Mungu kwamba amekuwa akinifunulia mambo mengi, na maisha mengi yameokolewa kutoka kwa mauti. Tangu wakati huo, hakuna vifo vya ghafla vya mapema vimekuwa katika ukoo wangu. Hata wanafamilia wangu wanaweza kushuhudia hilo. Mungu wetu ni wa rehema, mwaminifu, na wa ajabu. Mungu wetu ni mwema.

Kwa hiyo, jukumu la mtu hodari na ngome ni kuiba, kuua, na kuharibu kwa siri; wanafanya kazi kwa bidii sana kukamilisha agizo lililo katika maagano yao bila kupoteza muda. Kesheni na kuomba, tamkieni mambo, amrisheni mambo; neno la Mungu lipo katika mamlaka, na hivyo wewe uko katika mamlaka—unashinda kwa jina la Yesu.

Sura ya 4:
Madhabahu

Magonjwa na mapambano unayoona yanatokana na madhabahu iliyo hai inayoongea. Madhabahu ambayo mababu zako waliijenga ndiyo inayokupiga vita. Sasa, kama mtoto wa Mungu, unahitaji kuinua madhabahu inayowakilisha ufalme wa Bwana wetu Yesu Kristo. Ni muhimu sana kujenga madhabahu kwa sababu ile inayoongea ni ile yenye msingi ulio na dosari, na ndiyo sababu inakupiga vita na kupinga kila kitu unachojaribu kufanya katika Kristo Yesu. Kwa hiyo, utalazimika kuibomoa madhabahu hiyo na kuinua nyingine; ni hali ya *madhabahu dhidi ya madhabahu.*

Madhabahu yako itakuwa yenye nguvu kwa sababu Mungu ndiye madhabahu kuu, na hiyo itashinda kila nyingine. Unapojenga madhabahu kwa Yesu Kristo, unafungua lango kuingia katika eneo la utukufu Wake. Malaika wanapanda na kushuka kwa shughuli za kiroho. Unapopanda madhabahu hiyo, uingiliaji wa kimungu huanza ili kuanzisha Ufalme. Malaika watapanda na kushuka mara kwa mara kwa sababu wanaweza kuona lango ulilomfungulia Mungu. Unapojenga madhabahu, unasema: *"Yesu, shuka juu ya madhabahu yangu na uanzishe Ufalme Wako katika familia yangu, taifa langu, kizazi changu, uzao wangu, au ukoo wangu."*

Hiyo ndiyo maana ya kujenga madhabahu. Madhabahu ni tofauti na mkutano wa maombi. Tunaomba, tunafunga, na wakati mwingine tunaongeza bidii katika ibada yetu kwa kusimamisha madhabahu. Sasa, unapojenga madhabahu, inaonyesha uzito wako kwa sababu lazima uanzishe kitu katika Kristo Yesu kinachozidi kile kilichofanywa hapo awali katika maisha yako au familia yako.

Kama vile Yesu alivyosema, *aina hii haitoki ila kwa maombi na kufunga.* Hii inaonyesha uzito wa namna unavyopaswa kuikaribia ibada yako ya kiroho: unakuwa na madhabahu iliyo

65

tayari unapokuwa unaomba na kufunga. Hii ni ngazi nyingine katika safari ya ukombozi. Ni lazima uweke msingi wa kusimama unapomuita Yesu.

Bila shaka, madhabahu ya juu zaidi ni Madhabahu ya Msalaba wa Yesu. Katika *Kutoka 20:24,* Mungu alimwamuru Musa kumjengea madhabahu duniani, kumtolea dhabihu ya kuteketezwa na dhabihu ya ushirika ya kondoo, mbuzi, na ng'ombe. Kisha akasema, *"Ukinijengea madhabahu hiyo, nitakufanyia mambo matatu:*

1. **Nitafanya jina Langu liheshimiwe.** Tafsiri nyingine inasema *nitarekodi jina Langu juu ya kitu utakachokiombea kwenye madhabahu hii.* Unapokuwa na madhabahu, inamaanisha Mungu anarekodi jina Lake hapo.

2. **Uwepo Wangu utakuwepo hapo.** Uwepo wa Mungu unakuwa nasi kwa sababu tunaomba pamoja na Kristo. Madhabahu ni ya Yesu Kristo; uwepo wa Yesu Kristo upo.

3. **Nitakubariki.** Kwa maneno mengine, hutakuwa yule yule tena. Baraka za neema ni baraka za Ibrahimu, Isaka, na Yakobo.

Hayo ndiyo mambo mazuri yanayotokea unapojenga madhabahu. Naomba Mungu akupe neema ya kuona faida ya madhabahu kwa kina na kuinua moja ili usikose.

Katika *Mathayo 18:18,* Yesu Kristo anasema: *"Amin, nawaambia, chochote mtakachokifunga duniani kitakuwa kimefungwa mbinguni; chochote mtakachokifungua duniani kitakuwa kimefunguliwa mbinguni."*

Katika aya ya 20 imeandikwa: *"Kwa maana walipo wawili au watatu wamekusanyika kwa jina langu, nami nipo katikati yao."* Tunapojenga madhabahu kwa jina Lake, anakuja; Naam, Mungu yupo kila mahali, lakini madhabahu inavuta umakini Wake kwako kwa namna ya kipekee. Aidha, tunapofanya hivyo, tunakuja pamoja kwa umoja, kama Baba, Mwana, na Roho Mtakatifu.

Na tunapojenga madhabahu, anatupa mamlaka. Baada ya kuja kwa jina la Yesu Kristo wa Nazareti, unapokea nguvu za Mungu kufanya kazi ndani yako. Nguvu za Mungu zinaanza kufanya kazi. *Ayubu 22:28* inasema, *"Utatamka neno, nalo litathibitishwa kwako."* Hivyo basi, unaposema na kuchukua mamlaka, amini kwamba limethibitishwa.

Ufalme wa giza unachukulia madhabahu na dhabihu zao kwa uzito sana kwa sababu huo ndio mlango wao. Nililazimika kuchukua suala la madhabahu kwa uzito baada ya kutambua kwamba adui zangu walikuwa wanafanya kazi kupitia madhabahu. Kabla ya hapo, sikuona umuhimu wake. Mpaka nilipoinua moja kwa jina la Yesu Kristo ndipo nilipoanza kuona mabadiliko mengi, hata katika mapambano ya msingi. Ninajaribu kulinda ukombozi wangu kwa sababu nimefanya kazi kubwa katika eneo hili kwa miaka mingi, na lazima nilinde kile nilichokipata. Sikubali kufika hapa na kuachilia sasa.

Hakikisha kwamba madhabahu iliyokuwa kwenye msingi inabomolewa unapojenga madhabahu yako kwa jina la Yesu. Gideoni alipokea maagizo ya kuibomoa madhabahu.

Kuna nguvu katika madhabahu ya kiroho; inavuta nguvu, kulingana na mungu ambaye imewekwa wakfu kwake. Je, imewekwa wakfu kwa mizimu ya majini, papa wa baharini, roho za nyoka, roho za baharini, wake au waume wa rohoni, mikutano ya ajabu kwenye ndoto, au uchawi? Haya yote yanaweza kufunuliwa kwenye ndoto zako. Ni muhimu sana kuchunguza madhabahu unayoihudumia au madhabahu ambayo msingi wako au familia yako inahudumia.

Hakikisha unavunja madhabahu zote za kishetani katika msingi wako, katika uzao wako—upande wa mama yako na upande wa baba yako. Kwa bahati mbaya, watoto wa Mungu wamekuwa wajinga sana kuhusu mambo ya rohoni; tunayaacha kana kwamba hayana maana, ilhali ndiyo hasa yanayotusumbua sana. Lakini huu ndio mwelekeo sahihi wa kuchukua. Hakuna njia rahisi; kama unataka msingi wako usafishwe, hakuna mbadala.

Biblia inasema, *"Kumcha Bwana ndiyo mwanzo wa hekima."* Jambo moja ninachoweza kukuhakikishia ni kwamba mtu ambaye amepitia aina hii ya ukombozi hawezi kuchukulia mambo ya Mungu kwa wepesi. Wanamcha Bwana. Wamejaa unyenyekevu na hofu kwa sababu imekuwa safari yenye uchungu na ugumu mkubwa. Watu wa aina hii huwaongoza wengine katika njia sahihi—kwa Kristo—na kuwaambia ukweli kwamba ukombozi unawezekana, wakiwaongoza katika toba.

Unahitaji Nini ili Kubomoa Madhabahu

Imani ndiyo kitu cha kwanza unachohitaji ili kubomoa madhabahu; imani ndiyo injini ya ukombozi. Imani katika Neno la Mungu huzalisha nguvu za Mungu. Ukiwa na imani moyoni, unakuwa na nguvu za Mungu, uweza wa Mungu, na mamlaka ya Mungu. Katika *Mathayo 21:21,* Yesu alisema, *"Kama mkiamini, mtapokea mkiomba chochote."* Ukiwa na imani katika Yesu Kristo, atakupa nguvu. Utafanya kazi Yake. Neno la Bwana kwa Zerubabeli lilikuwa: *"Nataka ufanye jambo fulani, lakini si kwa uwezo, wala si kwa nguvu, bali kwa Roho wa Mungu aliye hai na mwenye uweza wote."* Imani katika Mungu huachilia nguvu Zake kubomoa kila madhabahu pinzani.

Jambo la pili unalohitaji unapobomoa madhabahu ni **tamko**. Natamka kwa jina la Yesu Kristo wa Nazareti kwamba madhabahu hii ya kishetani imeong'olewa. Natamka kwamba imebatilishwa. Tunabomoa ngome zote juu ya nyumba hii. Ni muhimu sana kubomoa madhabahu hizo na kisha kuanza kujenga zile nzuri.

Ayubu 22:28 inasema: "Utatamka jambo, nalo litathibitishwa kwako."

Kwa hivyo, tunabomoa madhabahu maovu kwa kutamka. Kisha, jambo la tatu la kufanya unapobomoa madhabahu ovu ni **kuyabadili** kwa kujenga madhabahu ya kimungu, na hivyo kuchukua nafasi ya ile uliyoiangusha.

Yeremia 1:10 inasema: "Tazama, leo nimekuweka juu ya mataifa na falme, kung'oa, kubomoa, kuharibu, kuangusha, kujenga na kupanda."

Madhabahu yoyote ya kishetani katika familia hii iliyoinuliwa kwa sababu ya tamaa, ubinafsi, ujinga, na umaskini, naibomoa. Naibatilisha kwa damu ya Yesu Kristo katika jina kuu la Yesu Kristo wa Nazareti, kulingana na Neno la Mungu kwa imani. Lazima umsemeshe Shetani kwa jina la Yesu: *"Huna tena mamlaka katika familia hii. Huna tena mamlaka katika msingi huu. Huna tena ushawishi mahali hapa. Kwa sababu ninajenga madhabahu kwa jina la Yesu Kristo wa Nazareti. Hivyo basi, kwa jina la Yesu, nakubomoa; nakuharibu; nakuangusha, kulingana na Yeremia, kwa jina la Yesu. Kichwa chako kimevunjwa, na mkono wako umevunjwa. Huna tena ushawishi, na huna tena mamlaka mahali hapa. Kwa jina la Yesu Kristo, huna tena mamlaka katika uzao huu, katika kizazi hiki, katika msingi huu. Kwa damu ya Yesu Kristo wa Nazareti, jina la Yesu Kristo linashinda, na neno la Yesu Kristo linashinda. Nilichokifunga duniani kimefungwa mbinguni; nilichokifungua duniani kimefunguliwa mbinguni, na ninafungua kwa jina la Yesu ngome zote mahali hapa. Nakukata. Nakata minyororo yako; nakuteketeza kwa moto unaoteketeza."*

Waebrania 12:29 inasema: "Kwa maana Mungu wetu ni moto unaoteketeza."

Omba:

Kila upandikizi wa kishetani katika msingi wangu na katika uzao wangu ambao Mungu hakupanda, ninaamuru moto unaoteketeza uuteketeze, na usiwepo tena. Sasa, najenga madhabahu ya kiungu na sahihi kwa Yesu Kristo. Na ninainua madhabahu iliyo thabiti kwa Yesu Kristo wa Nazareti.

Sura ya 5:
Wanafamilia Wanaoshiriki Ibada za Kishetani

Wanafamilia ambao bado wameunganishwa na Ufalme wa Giza—je, hili linamwathiri vipi mtu anayetafuta ukombozi wa msingi? Katika *Mambo ya Walawi 18:21,* Biblia inasema:

"Usimtoe hata mmoja wa watoto wako awe sadaka kwa Moleki, wala usilinajisi jina la Mungu wako. Mimi ndimi Bwana."

Hii ina maana kwamba kila mara mtu anapojitoa chini ya ufalme huu, analeta aibu kwa jina la Mungu wetu na pia kwa Ufalme wa Mungu. Hivyo basi, kama mtoto wa Mungu, unajishughulisha na ukombozi; unafanya bidii kuhakikisha kila kitu unachofanya kiko sahihi mbele za Bwana. Lakini karibu nawe, kuna mtu mwingine anayefanya kazi usiku na mchana kinyume chako kupitia ule ufalme mwingine wa giza ili kuzuia kusudi la Mungu maishani mwako na kuvuruga hatima yako uliyopewa na Mungu.

Ndiyo maana unaona kwamba ukombozi kwa watu wa aina hii ni mgumu sana; ni lazima mtu aelewe wale waliomzunguka—wanafamilia wa karibu na marafiki—kwa sababu mara unapokuwa umeanza safari ya ukombozi, Mungu kwa rehema Zake atakuwa akifanya kazi na kutembea nawe kila hatua ya njia. Roho wa Bwana ataingia ndani yako kama chombo na kuanza kukuongoza na kukuelekeza. Yupo nawe unapopita kwenye moto, dhoruba, bondeni na vilele vya milima. Yupo nawe, na si tu kwamba anafanya kazi nawe bali pia anatembea nawe; anakutayarisha. Hapo ndipo unapolazimika kuchukua safari hii ya ukombozi kwa umakini mkubwa.

Kwa kuwa sasa umewezeshwa, maombi yako yanakuwa ndiyo silaha kubwa zaidi ya vita; kila ombi unalotoa linatikisa ufalme wa giza. Ni maombi yaliyojaa silaha za vita, ambazo ni Nguvu za Mungu. Kila kitu unachokitoa ukiwa na ufahamu na mamlaka kinaenda moja kwa moja kwenye ufalme wa giza. Unaona jinsi Bwana anavyofanya kazi bega kwa bega na wewe. Anaanza kukuonyesha, kupitia ndoto au maono, kile hasa unachopaswa kushughulikia na kinachoendelea. Mungu anakupa mwanga, kama filamu, wa kile ambacho maombi yako ya vita yanafanya kwenye ufalme wa giza. Hapo ndipo unapata nguvu ya kuendelea kupigana, kwa sababu unaona jinsi unavyosonga mbele katika Ulimwengu wa Kiroho.

Mambo yatakayokufanya uendelee kuwa imara, usimame na uendelee kusonga mbele katika ulimwengu wa kiroho au wa rohoni ni mapambano ya usiku wa manane, kufunga, kujitakasa, nidhamu na uthabiti katika maombi. Hivi ndivyo unavyoweza kuwangusha adui zako. Lakini adui pia hasimami tu kuangalia; naye pia anapigana. Adui huongeza nguvu zao, kuimarisha silaha zao, na kutafuta kuzuia athari za maombi yako ya vita.

Hivi ndivyo unavyoona kwenye uwanja wa vita wa kiroho: tunapoongezeka katika mamlaka na amri kulingana na jinsi sauti ya Mungu inavyotuongoza vitani, mishale yetu hulenga shabaha. Mishale inapokuwa mingi, moto unakuwa mkali. Hili linawaathiri, na ufalme mzima unaanza kutikisika na kuvunjika; sasa wanaelewa kwamba hawashughulikii tu mwanadamu wa kawaida, bali wanakabiliana na upako na mamlaka. Hivyo basi, wanafanya nini? Wanaongeza shinikizo.

Kumbuka, niliwahi kukuambia kwamba hawawezi kukata tamaa kirahisi kwa sababu wamewekeza sana ndani yako kupitia jina lako, nyota yako, kizazi chako na msingi wako. Kwa hiyo, hawatakubali kushindwa kirahisi; vita vinatarajiwa na havipaswi kudharauliwa. Kukata tamaa kwao kunge maana kwamba wanakabidhi kila kitu walichoiba kutoka kwenye msingi wako, walichokichukua kutoka kwa watu wako wasio na maarifa. Hivyo, kama hawataongeza vita dhidi yako, watalazimika kuachilia kile kinachowafanya wastawi, wawe maarufu, na waendelee kufanikiwa hapa duniani. Ndiyo maana watapiga vita vikali na kushindana nawe.

Kumbuka kila kitu ambacho Shetani amekiiba kutoka kwako au amekiweka juu yako. Vita ni ili kuachilia kile ambacho Shetani amekiiba na kubadilisha kutoka kwako na watu wako. Wataongeza vita na shinikizo kwa mtu aliyeunganishwa nawe ambaye anajisalimisha kwa ufalme wao. Watamtesa mtu huyo ili aje kukushambulia. Kwao, yote ni kuhusu ufalme wao, si kitu kingine. Hawajali maisha yanayopotea au maumivu wanayosababisha; hawajali.

Kwa hiyo, hawa ndio mawakala wa kishetani waliounganishwa nawe. Wanalazimika kufanya kile wanachoambiwa kufanya, bila kujali upendo wao kwako. Hiki ndicho kipindi ambacho wanaweza hata kuondoa uhai wako na kukuuua kwa sababu unawasumbua na kuzuia ajenda zao mbovu. Hili ni jambo la muhimu sana kwa watoto wa Mungu wanapoanza kudai kile kilicho chao kihalali.

Kumbuka, Mungu anaangalia kwa makini sana; Biblia inasema, *"Yeye aketiye mbinguni atacheka."* Kuna kinga ya moja kwa moja ya kidiplomasia ya mbinguni kwako. Hakuna kitu ambacho Shetani anaweza kukufanyia; umelindwa sana, umeketi mkono wa kuume wa Baba pamoja na Kristo Yesu. Mungu hawezi kukupeleka mstari wa mbele kisha kukuacha; haiwezekani. Yeye ndiye anayefanya kazi; wewe ni chombo tu alichokichagua ili kuleta ukombozi katika msingi wako na kwa watu Wake.

Naomba uwe wewe ndiye utakayeleta ushindi wa msingi kwa familia yako.

Ndiyo maana mara tu wanapokuweka alama kama tishio, unakuwa shabaha yao, na matamanio yao ni kuona kuanguka kwako ili usipigane wala kuomba tena dhidi yao. Upako ulio juu yako ni wa kufuata, kushinda, na kurejesha vyote bila kushindwa. Ili kuendelea kushikilia nafasi yako vitani, ni lazima uendelee kuweka moto wako ukiwaka; lazima udumishe usafi, utakatifu na haki, na hofu ya Bwana isiondoke kwako. Ndiyo maana baadhi yetu tumefikia hatua ya kutorudi nyuma, na tunapiga vita kama manabii wa kichaa. Ni vita vya kila siku kwenye Madhabahu yetu ya Ukombozi, inayojulikana kama **Jesus Deliverance Clinic**

International Ministries, na ndiyo jukwaa letu la kila usiku wa manane ambalo adui analihofia sana kwa sababu ya uthabiti na nidhamu tuliyoihifadhi kwa miaka kadhaa iliyopita. Kila usiku wa manane, tunapiga vita. Hizi ndizo sababu za moto kuendelea kuwaka.

Mungu alisema mwanzoni mwa mwaka huu kwamba Anatafuta watu walio thabiti. Unapokuwa thabiti, hakika utaweza kushinda huu ufalme wa giza kwa msaada wa Bwana Yesu Kristo. Adui hufanya utafiti juu yetu na kukadiria ni kiasi gani tunaweza kupigana; adui anatuelewa vizuri zaidi kuliko tunavyojielewa sisi wenyewe. Hakuna njia ya kushindwa kuwaangusha unapokuwa thabiti. Kila mara unapokuwa kwenye madhabahu, unaimarisha misuli yako ya kiroho na kuingia ndani zaidi katika viwango kupitia maombi na Neno la Mungu.

Ukipata uthabiti wa kufanya hivi kila siku, bila shaka utabadilika. Kila siku, unafikia viwango vipya vya nguvu, maombi, na mamlaka. Hata hivyo, unapokuwa wa nusu nusu, utakosa yale ambayo askari wa vita wa muda wote anaweza kufanikisha, katika ulimwengu wa kiroho na wa kimwili. Katika huduma yetu, sisi ni wa muda wote na hata zaidi ya hapo kwa sababu vita tunavyopigana si vita vya watu wa muda wa sehemu. Tunaendelea kusonga mbele kila siku katika ulimwengu wa roho, tukiteka maeneo na mataifa, kwa kuwa hicho ndicho tulichoitwa kukifanya kama **Kizazi cha Nehemia**, kujenga kuta zilizovunjika na kurejesha. Sisi ni Kizazi cha Yohana Mbatizaji, kuchukua kutoka kwa adui kwa moto na nguvu; kizazi cha Yehu, kubomoa wafalme na mbegu zao ovu.

LAANA:

Laana ni tamko, mara nyingi lililosemwa au kuandikwa, linaloleta madhara, mikosi, au matokeo mabaya kwa mtu, mahali, au kundi. Katika maana ya kiroho na kibiblia, mara nyingi huchukuliwa kama hukumu au matokeo yanayotokana na kutomtii Mungu, kama vile dhambi au kuvunja maagano ya Mungu. Laana zinaweza kuathiri watu binafsi, familia, au hata mataifa, na wakati mwingine zikaendelea kuvuka vizazi. Katika

Maandiko, laana ni kinyume cha baraka—wakati baraka huleta kibali na ulinzi, laana huleta mateso na shida.

Kumbukumbu la Torati 28 inaonyesha wazi tofauti hii, ikihusisha utii na baraka na kutotii na laana. Katika tamaduni nyingi, laana pia huaminika kusababishwa na uchawi au taratibu fulani za kimila. Hata hivyo, katika Ukristo, kifo na ufufuo wa Yesu Kristo kunatoa nguvu ya kuvunja kila laana, hasa zile zinazotokana na dhambi au mateso ya kiroho. Kupitia imani, ungamo, kujikana, kutubu, na maombi ya utakaso, waamini wanaweza kuachiliwa kutoka kwenye laana na kurejeshwa kwenye maisha ya baraka.

Mithali 26:2: "Kama ndege wa angani atangavyo, na kama mbayuwayu arukavyo, ndivyo laana isiyo na sababu haitakaa."

Watu wengi wa kidini—waliokoka, watoto wa Mungu—huchukulia mstari huu kwa uzembe. Tunapotoa laana bila sababu halali, ni kama ndege anayepaa angani bila kutua; haitakuwa na athari yoyote kwa shabaha yake. Ndio, nakubaliana, lakini unachosahau ni kwamba *Mambo ya Walawi 18:21* inasema: *Usimtoe hata mmoja wa watoto wako awe sadaka kwa Moleki, wala usilinajisi jina la Mungu wako.*

Wapo baadhi ya watu katika damu yako na msingi wako ambao bado wanawatoa watoto wao kwa ufalme wa giza kwa sadaka. Hii ina maana kwamba, kwa kuwa wameunganishwa nawe kupitia damu, inaweza kukufanyia kazi kinyume chako. Wamejaa ghadhabu lakini wameridhia na wameamua kwamba hutakaa umsimamie Mungu kwa uthabiti. Huu ndio wakati ambapo unahitaji kuwa na mkakati katika vita vyako na kuhakikisha kwamba ndege yako ya kivita inapaa juu ya milima na misukosuko yote, ili usianguke, na hivyo ubaki juu ya adui na kuendelea kuweka moto wa maombi ukiwaka.

Vinginevyo, utaishia kukata tamaa, kujihisi umekatishwa tamaa, na hatimaye kushindwa kwenye jukumu lako. Biblia inasema:

***Zaburi 110:1: "Bwana alimwambia Bwana
wangu: Kaa mkono wangu wa kuume, Hata
niwafanyie adui zako kuwa kiti cha miguu yako."***

Na ndivyo maadui zako wote wanavyokuwa mateka na kufa kwa sababu wako chini ya miguu yako.

Ufalme wa giza umesharidhika kabisa na hali yake ya sasa. Wao ni wafanyakazi wa muda wote—wana nidhamu kubwa katika kazi yao. Hawafanyi kwa muda wa sehemu kama watoto wengi wa Mungu. Wanafanya kazi bila kuchoka kuhakikisha kuwa huwezi kudhoofisha ufalme wao. Wanaathiri watu fulani ndani ya familia ili kuwatesa wengine; ndipo unasikia mtu akisema, *"Nilikuwa namroga mtoto wangu, lakini haikuwa mapenzi yangu."* Au, *"Nilikuwa nikiwakabidhi kaka zangu, dada zangu, na watoto wadogo kwa ufalme wa giza, lakini haikuwa mapenzi yangu."* Watawalenga wale walio dhaifu zaidi katika maisha yako kufanya kile wanachotaka, kwa sababu wanajua huyo ndiye mtu bora wa kufichua siri kuhusu yule anayehatarisha ufalme wao ndani ya familia.

Ukipata nguvu ya kuendeleza vita hivi, hautashinda tu kwa ajili yako mwenyewe, bali utashinda pia kwa ajili ya kizazi chako chote. Biblia inasema:

***Mithali 6:31: Lakini akishapatikana, atalipa mara
saba; ingawa italigharimu nyumba yote ya mali
yake.***

Mungu anapokomboa, anafanya hivyo kwa ukamilifu. Vyote ambavyo nzige wamekula—mnyoo, funza, na kipepeo—Mungu huvirejesha kwa wakati mmoja. Hicho ndicho wanachopigania—hawataki kupoteza udhibiti wao juu ya vizazi vya nyuma (na wakati mwingine hata vizazi ambavyo havijazaliwa). Ndiyo maana lazima usimame na kupigana. Ni vurugu kubwa katika kambi yao ya kishetani, na wameshangazwa kwa sababu hakuna mtu aliyewahi kufika mbali hivi kupata maarifa kama haya na kuanza kuwatingisha.

Biblia inasema mishale mingine hurushwa mchana na mingine usiku. Kwa hiyo, ikiwa hawawezi kukupata usiku kwa sababu unaomba, watakuvamia mchana unapokuwa mzembe. Kwa nini watume mishale usiku ikiwa wanaweza kukupata mchana? Watakushambulia katika wakati wako wa uzembe. Hii ni tahadhari kwa wale walio makini kuhusu ukombozi: daima hakikisha umefunikwa na damu ya Yesu na unaweza kuombea nyuma ya pazia. Fahamu kwamba adui zako wanajitahidi sana kuhakikisha wanakuangusha—iwe ukiwa hai au umekufa.

Huu ndio wakati wa kuhakikisha umevaa *silaha zote za Mungu*—sio wewe tu, bali pia watoto wako, mke wako, mume wako, kaka zako na dada zako. Kwa sababu kama hawawezi kukupata wewe, watatafuta mtu yeyote aliye karibu nawe. Kwa hiyo, huu ndio wakati. Huna haja ya kumtafuta mtu mmoja mwenye haki kuvunja minyororo; umekuwa wewe ndiye mtu huyo mwenye haki.

Ufunuo kamili wa hatima yako ni wa utukufu na uangavu—ni mwanga unaowaka na kung'aa, ni baraka za Ibrahimu, Isaka na Yakobo, umejaa utukufu wa Mungu. Hatima yako imejaa kila kitu.

Kazi yangu ni kuhakikisha watu wanaelewa mambo haya na kufanyia kazi kwa bidii juu ya hatima yao, ili wasikose kusudi zuri ambalo Bwana amewaumbia. Vilevile, ikiwa hujaukumbatia kikamilifu wito wako, Mungu haabuwezi kukutumia kwa ukamilifu kama Anavyokusudia. Kwa sababu hizi, utawekwa katika kipindi cha maandalizi (*incubation*) hadi utakapopata ufahamu wa namna hii na kuanza kufanyia kazi kutimiza kusudi lako. Kisha Mungu ataachilia hasa kile unachohitaji.

Biblia inasema:

Wagalatia 3:13: Kristo alitukomboa kutoka katika laana ya sheria kwa kufanyika laana kwa ajili yetu, maana imeandikwa, "Laana kila mtu atundikaye juu ya mti."

Ndiyo, alitukomboa kutoka katika laana ya sheria. Unaposoma mstari kama huu, unaweza kujiambia hakuna haja ya kufanya kitu chochote kwa kuwa Yesu amemaliza yote. Ni kweli, Yesu alimaliza, lakini hii haimaanishi kwamba unaweza kuendelea kuishi katika dhambi. Hii haimaanishi kwamba huwezi kuungama, kujikana, au kutubu kwa sababu Yesu alimaliza yote. Bado tunahitajika kuishi maisha matakatifu yenye nidhamu.

Mambo ya Walawi 18:21: Usimtoe hata mmoja wa watoto wako awe sadaka kwa Moleki, wala usilinajisi jina la Mungu wako. Mimi ndimi Bwana Mungu wako.

Maadamu bado una watu wanaohusiana nawe ambao wanajisalimisha kwa ufalme wa giza, laana bado itabaki katika familia/kizazi chako. Ndiyo, kama Mkristo aliyezaliwa mara ya pili, ukifa leo utaenda mbinguni, lakini maisha yako na ya wapendwa wako yatabaki yamefungwa hadi mtu atakapoinua tarumbeta kuwakomboa.

Hii ndiyo sababu Mungu anakutumainia. Ndiyo maana Mungu anasema, *"Natafuta mtu mmoja mwenye haki,"* kwa kuwa siri ya Ufalme ni ya wenye haki. Anajua mtu mwenye haki anaweza kufanya nini na anaweza kufika mbali kiasi gani. Ili kufikia hali ya haki, lazima uwe umefanya kazi kwa bidii na kuelewa gharama kubwa ya utakatifu na kile inachoweza kufanikisha. Mungu anamheshimu mwenye haki; anakupaka utukufu Wake, na unaweza kubomoa ufalme wa giza chini ya mamlaka Yake. Kwa njia hii, utaweza kufichua watu walio karibu nawe wanaojisalimisha kwa ufalme wa giza. Mungu anafanya kazi bega kwa bega nawe kwa sababu Anaweza kukuamini.

Wewe si mtu ambaye kila mara hutoa visingizio; wewe si mtu ambaye hupata sababu za kutoifanya kazi ya Mungu. Na Mungu akiwa upande wako, unajua ushindi umehakikishwa. Unakataa kukata tamaa; unakataa kuacha bidhaa zako zozote mikononi mwa Shetani. Unapopigania kujiokoa, unatumika kama chombo cha ukombozi kwa familia yako. Kisha Mungu anakupa vazi la kuanza kukomboa maeneo na mataifa. Anakuinua sauti yako, na nguvu za giza hukimbia wanaposikia uko katika eneo lao. Unabomoa Ufalme wa Giza, na hatimaye, mtu yeyote aliyeunganishwa nawe,

77

madhabahu yoyote, au madhabahu yoyote ya kishetani iliyojengwa inaanza kubomoka na kuanguka. Dhabihu zinazoendelea ambazo zimekuwa zikitolewa zinaanza kubatilishwa kwa nguvu ya Mungu.

Biblia inasema katika Yohana kwamba Wewe ni mwanga unaowaka na kung'aa.

Hivyo, unailetea nuru giza. Na kila mtu mwingine hatimaye atakuja kwenye nuru na kumtii Mungu wako. Tunaomba Mungu alete wokovu kwa watu wetu na kwa wanafamilia wetu wa karibu. Wakati maombi ni ya kudumu na yanafanywa kwa ufahamu wa kina, ufalme wa giza utaanza kurudi nyuma.

Na hawatakuwa na chaguo isipokuwa kutii ukuu wa Yesu. Siku hizi, tunaona watu kutoka katika ufalme wa giza wakiacha kazi zao kwa sababu tunaposema, 'Moto juu ya madhabahu yako, moto,' moto unashuka juu ya madhabahu zao, na wanaanza kukimbia katika ulimwengu wa kiroho. Sala yenye mamlaka inaweza kutenda mambo makuu na hata kufunga kazi ya ufalme mzima. Sote tunahitaji kufikia kiwango hiki cha mamlaka tunapomwakilisha Yesu; nguvu ile ile iliyomfufua kutoka kwa wafu ipo ndani yetu ikiwa tutayatenga miili yetu kama mahekalu ya Bwana Yesu Kristo.

Kuna ombi ambalo tunaliomba mara nyingi: Acha mifumo yao yote ya usafirishaji igongwe na kuanguka vipande vipande visivyoweza kurejeshwa tena. Hakika, wataanguka na kugongomeka vipande vipande kwa jina kuu la Yesu Kristo. Ombi lingine: Ninavuruga mifumo yao yote ya mawasiliano. Ninafunga mbingu ya kwanza na ya pili kwa nguvu iliyomfufua Yesu kutoka kwa wafu, ambayo inamaanisha hawawezi kuwasiliana. Hakuna mawasiliano kati ya mawakala duniani na nguvu za juu za giza, ikiwa ni pamoja na mamlaka, nguvu, enzi, na utawala, katika mbingu ya kwanza na ya pili.

Waefeso 1:20-22: "Aliyotenda katika Kristo alipomfufua kutoka kwa wafu na kumketisha mkono wake wa kuume katika ulimwengu wa mbinguni, juu sana kuliko mamlaka yote na nguvu na enzi na utawala, na kila jina litajwalo, si katika ulimwengu huu tu bali na katika ule ujao pia."

Ombi lako linavuruga mfumo wao wa mawasiliano, ikimaanisha umevuruga mipango yao yote ya siku hiyo. Hata hivyo, hawachoki kwa urahisi; kesho watajaribu tena. Hapo ndipo unasema, "Kwa nguvu katika jina kuu la Yesu Kristo, nasambaratisha satelaiti zao na vioo vyao." Wanafanya nini na vioo vyao? Wanachunguza kila hatua ya hatima yako, wakifuatilia ratiba yako ya kila siku. Kwa kifupi, wana udhibiti juu ya maisha yako. Hii ndiyo sababu wanapanga kifo, ajali, dhabihu, kuchanganyikiwa, mabishano, kukatishwa tamaa, kushindwa, aibu, hofu na zaidi. Wana mawakala maalum wanaoitwa roho za kufuatilia (Hizi zinaweza kuwa za kimwili au za kiroho) ambao wanakuangalia kiroho kutoka kwa satelaiti na kioo cha kishetani wakifuatilia sasa na baadaye yako na wana udhibiti wa mbali juu ya maisha yako.

Unapovunja satelaiti zao, vioo, na mifumo ya usafirishaji, hawawezi tena kufikia maisha yako. Mara inayofuata wanapojaribu kukuita katika kioo chao; uso wa Yesu Kristo utaonekana. Siku zote tunaomba ombi hili: "Wakati huu, wanapoitaja jina langu, wanapotaja jina la familia yangu, au wanapotaja wanafamilia wangu au watoto wangu, acha moto ujibu!" Na kwa hakika, moto utajibu. Unapoanza kushiriki katika vita kama hivi, utaona kwamba hawawezi tena kudai utawala juu ya yako. Watakiri kwamba hawawezi kumudu tena kukupiga vita, na watakukimbia.

Hapo ndipo unapopata ukombozi. Utaanza kuona falme za giza zikianguka, moja baada ya nyingine. Ukijikuta unapambana na nguvu mahususi katika ndoto zako, kama nyoka, utaanza kuwaua. Ikiwa wanamtumikia mungu wa maji, walioathirika wanaweza kupata matatizo kama vile ndoa za kiroho. Katika hali kama hizi, utaanza kukata vichwa vya wake wa roho katika ndoto zako iwe wanajionyesha kama mumeo, mke wako, au hata mtu kutoka zamani zako ambaye bado una uhusiano wa nafsi usiofunguliwa naye.

Unapowaona roho hawa, chukua upanga wenye makali kuwili na uanze kuwakata vichwa, hata katika ndoto. Mungu atakupa neema ya kuwaona katika ndoto zako, kuwashughulikia, na kumaliza vita hapo hapo. Hivi ndivyo tunavyobomoa ufalme baada ya ufalme. Ukiiona samaki-mrembo (mermaid) katika ndoto yako, hii inaashiria ufalme wa baharini ukifanya kazi katika maisha yako. Unaweza kuhisi hasira au kukata tamaa katika ndoto, lakini hii ni kwa sababu nafsi yako ya ndani imeamka na iko macho, hata unapolala. Toa moto juu ya huyo samaki-mrembo, kwa kuwa yupo hapo kuiba, kuua, na kuangamiza. Unapoomba, utaona mashetani wa baharini wakianguka na kushika moto. Utaanza kushinda vita kwenye ndoto yenyewe.

Huu ni ukombozi, na kuwa makini kuhusu ukombozi kunamaanisha kuingia mahali pa siri kama mtoto wa Mungu ambaye amejaa hasira na kukata tamaa katika roho. Huko haupo kwa ajili yako tu bali kwa ajili ya ukoo mzima. Unatangaza, "Waache watu wangu waende," kama alivyofanya Musa. Ni wakati wa watu wa Mungu kumwabudu Bwana, na wewe, mtoto wa Mungu, ndicho chombo ambacho kupitia wewe jambo hilo linaweza kutimia.

Biblia inasema katika Yeremia 33:3, "Niite, nami nitakujibu na kukuonyesha mambo makuu na magumu usiyoyajua." Napenda kuunganisha hili na Yakobo 4:7: "Mtiini Mungu. Mpingeni shetani, naye atawakimbia." Kwanza, lazima utiini. Unatiije? Kwa kukaa mahali pa siri, kukuza ukaribu na Mungu. Kuwa rafiki yake, na Neno Lake liguse moyo wako, si midomo yako tu.

Methali 4:23: *"Linda moyo wako kuliko yote uyafanyayo, maana kutoka humo ndiyo chemchemi za uzima."*

Kwa nini hili ni muhimu? Wakristo wengi leo wanaangazia wokovu kama kitu cha kutamkwa kwa mdomo, lakini Mungu anazingatia zaidi hali ya mioyo yetu, mawazo yetu, na matendo yetu wakati hakuna mtu anayetazama. Tunapaswa kumtafuta Mungu kwa undani tukitafuta ule ukaribu wa baba na mwana. Hii inaitwa uhusiano wa usonship. Unapokua karibu na Bwana, atakufunulia mambo muhimu kwa ajili ya ukombozi wako.

Hii ndiyo sababu kukaa karibu na Mungu ni muhimu. Ikiwa Mungu hayupo kwenye pambano, utakuwa unapigana peke yako, na nakuhakikishia kwamba utashindwa. Katika ukombozi, hatulengi kushindwa kwa sababu matokeo ya kushindwa si mazuri. Hata katika maombi ya kila siku, Mungu atakuonyesha hasa cha kuombea. Atakufunulia watu wema na wabaya katika maisha yako na jinsi ya kushughulika nao bila kusababisha migogoro isiyo ya lazima.

Mungu alipoanza kunionyesha, nilishangaa kuona kwamba watu niliowaamini na kuhesabu kama marafiki wa karibu walianza kuonekana katika ndoto zangu. Niliwaona wakifanyia uchawi, si mara moja tu, bali mara nyingi. Niliwaona wanafamilia wakiwa na nia mbaya dhidi yangu. Mungu anatufunulia mambo haya ili tuwe waangalifu. Tunachoona katika ulimwengu wa roho mara nyingi hutofautiana na tunachopitia katika ulimwengu wa mwili. Biblia inasema, "Niite, nami nitakuonyesha mambo makuu na magumu." Watu wengi wanawatafuta wachawi mbali, lakini mchawi wa kweli anaweza kuwa mtu wa karibu nawe sana, mtu ambaye usingewahi kumshuku.

Mkakati wa kwanza wa adui ni kutumia wakala wa kishetani aliye karibu nawe kwa sababu wanakujua vizuri na wanaweza kutenda bila kuchochea mashaka. Unawaamini, mnashiriki chakula, nguo, na maisha yako nao, lakini wapo kwenye jukumu, awe mwanaume au mwanamke. Hii ndiyo sababu Biblia inasema, "Niite, nami nitakuonyesha mambo makuu na magumu ambayo akili yako haiwezi kuyaelewa." Unaweza kugundua kwamba mama anamdhibiti binti yake kupitia uchawi, akisababisha mimba kuharibika mara kwa mara kwa ajili ya dhabihu. Ukweli ni kwamba, si mama mwenyewe bali ni roho inayomdhibiti. Haya ni mambo makuu na magumu, magumu kuamini, lakini ni ya kweli.

81

Ninapokuambia ujitoe kikamilifu kwa Mungu, atakutia nuru. Atakufunulia mambo; hutahitaji kuwa na hasira. Itakuwa nzuri kwa sababu utajua jinsi ya kupigana kwa ufanisi. Biblia inasema katika Waefeso 6:12, "Kwa maana kushindana kwetu si juu ya damu na nyama, bali ni juu ya falme na mamlaka, juu ya wakuu wa giza wa ulimwengu huu, juu ya majeshi ya pepo wabaya katika ulimwengu wa roho."

Katika ukombozi, hulengi kwa mtu unapoona uovu ukidhihirika katika ndoto. Iwe ni rafiki, ndugu, binamu, au mwanafamilia, zingatia roho iliyo nyuma yake. Adui wa kweli ni nguvu inayofanya kazi ndani yao. Ishughulikie roho moja kwa moja katika madhabahu yako, na ulenge maombi yako ipasavyo.

Sura ya 6:
Hofu kama Silaha ya Kishetani

Hofu ni hisia ya asili ya kihemko inayotokea mtu anapohisi hatari au tishio, na hutusaidia kuwa salama kwa kuamsha mwitikio wa mwili wa "pigana au kimbia." Inaweza kuchochewa na hali halisi au hofu za kubuniwa kama vile hofu ya kushindwa au hofu ya kisichojulikana. Ingawa hofu inaweza kutulinda, huwa hatari inapokuwa ya kudumu au isiyo na msingi, na hivyo kusababisha wasiwasi, msongo wa mawazo, na matatizo ya kiafya. Ki-roho, hofu huangaliwa kwa njia mbili: hofu ya Mungu, inayomaanisha heshima na kicho, na hofu ya dunia, inayohusisha wasiwasi na kutokuwa na usalama. Biblia inawahimiza waamini kutoishi kwa hofu, ikiwakumbusha kupitia mistari kama Isaya 41:10 kwamba uwepo wa Mungu huleta amani na ujasiri. Kupitia imani na kumtumaini Mungu, hofu inaweza kubadilishwa kuwa ujasiri na amani ya ndani.

Hofu ndiyo silaha yenye nguvu zaidi ambayo Shetani hutumia kwa watu wanaopitia ukombozi. Wakati wowote mtu anaposhiriki katika vita dhidi ya ufalme wa kishetani, juhudi zake mara nyingi hukutana na upinzani pale adui anapovuruga kazi na kuanzisha mashambulizi ya kulipiza kisasi.

Shambulizi mojawapo ni hofu. Kwa nini adui anasababisha hofu? Kumbuka kwamba ikiwa wewe ndiye wa kwanza kutafuta ukombozi katika familia yako, msingi wako haujawahi kukumbana na maombi ya vita vya aina hii. Adui amekuwa akijisikia salama katika msingi wako na hana mpango wa kuondoka. Msingi huo umekuwa chini ya uangalizi na udhibiti wa kishetani kwa muda mrefu, kutoka kizazi hadi kizazi.

Kwa rehema zake, Bwana ataweka upako maalum juu ya mtu mmoja ili atafute ukombozi wa ukoo mzima. Mungu anagusa moyo wako na kukuita uwe ndiye aliyeteuliwa kuikomboa kizazi chako. Kwa maneno mengine, wewe ndiye wa kukomesha mateso, kusimama na kumwambia Shetani, *Hapa ninakuja, si kwa jina langu, bali kwa jina la Yesu.* Sababu ya kuja kwangu sasa ni kwamba neema ya ajabu imenipata. Nilikuwa kipofu, lakini sasa ninaona. Ninachoona ni msingi ulio na kasoro, kizazi kinachomwabudu ibilisi, kizazi kisichotii na kizazi cha waasi. Kizazi kisichomcha Mungu. Ninachoona ni msingi unaobeba hatia. Ninachoona ni msingi unaohitaji rehema za Mungu. Hivyo basi, sitakaa kimya na kutazama. Nitavaa vazi la huduma la Yehu na kusimama kubomoa nyumba ya Ahabu na Yezebeli yeyote aliyebaki kwenye msingi wangu, anayoufanya uzame zaidi kwenye ushetani. Nitasimama kama Esta kuokoa taifa, watu wangu, ukoo wangu. Nitainuka kama Musa kuwakomboa familia yangu, walio mateka. Nitainuka kama Debora kufuta sheria ya zamani iliyowekwa na watu waovu katika msingi wangu na kuandika sheria mpya inayowapendelea watoto wa Mungu katika msingi wangu na sheria inayomtambulisha Kristo na kuleta mwanga.

Mathayo 16:18: Na mimi nakuambia, Wewe ndiwe Petro, na juu ya mwamba huu nitalijenga kanisa langu, wala milango ya kuzimu haitalishinda.

Kwa hiyo, unaposema, unalitangazia jambo hilo kwa adui. Biblia inasema, *Nanyi mtaijua kweli, nayo hiyo kweli itawaweka huru.* Adui hupenda watu walio Wakristo lakini wajinga; hana tatizo nao. Wanaweza kunukuu mistari ya Biblia kuanzia Mwanzo hadi Ufunuo, lakini bado hawana nguvu. Adui hawahofii kwa sababu yeye naye anajua maandiko. Adui anawaogopa Wakristo walio na moto wa Mungu, nguvu za Mungu, ujasiri, uelewa wa kina wa utambulisho wao ndani ya Kristo, na bidii kwa Mungu, pamoja na mamlaka waliyo nayo ndani ya Kristo Yesu.

Mara unapojifungua kwa maarifa ya Mungu, Roho Mtakatifu ni mwaminifu kukupatia roho saba za Bwana, ambazo ni maarifa, ufahamu, hekima, Roho wa Mungu, roho ya kumcha Bwana, roho ya nguvu, na roho ya ushauri. Utatiwa nguvu kiasi kwamba huwezi hata kuelewa kikamilifu. Utajikuta unaingia katika ulimwengu mwingine wa Roho kwa sababu Mungu anatafuta watu wa aina hiyo. Watu huwadhihaki watoto wa Mungu kwa sababu wamekuwa wahanga wa adui; adui anawacheka na kuwauliza, *Yuko wapi Mungu wenu sasa?*

Zaburi 42:10: *Mifupa yangu huumia kwa mauti, adui zangu wanaponidhihaki, wakiniambia mchana kutwa, "Yuko wapi Mungu wako?"*

Kuna haja ya watu wa Mungu kuinuka na kusema Mungu hayupo katika hali hii; huu ni kazi ya Shetani, na Yesu alikuja kuharibu kazi za adui. Hii hasi—maumivu, ugonjwa, umasikini, mapambano, maisha magumu, mateso, uraibu, na vifo vya mapema—si kile ambacho Biblia inasema; si kile Mungu alisema. Kwa hiyo, ikiwa kuna udanganyifu wa kishetani, lazima nichimbe kwa undani zaidi. Kumbuka kwamba unapaanza kuchimba kwa undani, unamchochea Mungu kufunua mafumbo kwako, kwa maana kama kuna mtu wa kuchimba kwa undani, kuna Mungu wa kufunua siri zilizofichwa.

Danieli 2:22: *Yeye hufunua mambo ya ndani na ya siri.*

Unapoingia ndani zaidi, Bwana pia hufunua mambo ya kina zaidi; siri zimefichwa kwenye vilindi. Hata Petro alilazimika kutupa wavu wake kilindini.

Zaburi 42:7: *Vilindi vyaita vilindi kwa sauti ya maporomoko yako; mawimbi yako yote na mawimbi makuu yamenipitia.*

Wakristo wengi bado wako pembezoni. Unaona jinsi Mungu anavyofanya kazi? Mungu atakufunulia mambo kulingana na kiwango cha imani yako na nguvu zako ndani Yake. Ukichagua kubaki juu juu, atakupa vya juu juu hadi ujisukume kidogo zaidi. Lakini unaposomea vifungu vya Biblia kama hivi, unajua kwamba kuna mambo ya kina zaidi, na hiyo itakusaidia kusonga mbele ili aweze kukufunulia zaidi. Ikiwa jambo ni la kina, unahitaji kuwa wa kina zaidi ili kulishughulikia ipasavyo. Ikiwa jambo ni la kina, huwezi kubaki juu juu na kutarajia kulitatua; lazima uingie katika ulimwengu wa kiroho. Katika ulimwengu huu, unakutana na Mungu mahali pa siri. Hapo ndipo Mungu atakapokaanza mazungumzo nawe, kama ilivyoandikwa katika kitabu cha **Isaya 41:21**, *Leteni hoja zenu, asema Bwana; leteni uthibitisho wenu; hoja zitoe tujadiliane pamoja.*

Sasa unaketi na Mungu—Abba, Mfalme wa Wafalme, Mfalme wa Utukufu, Mungu wa miungu yote, Mungu wa mwili wote. Hapa, unajisalimisha Kwake kwa sababu unatambua kwamba hili ni zaidi ya uwezo wako; umefanya uwezalo—umefunga na kuomba—lakini huwezi kubadilisha hali hiyo hasi. Kadiri unavyofanya hivi, ndivyo vita vinavyozidi. Hivyo basi, unamuomba Akufunulie kila siri au mpango uliofichwa.

> **Isaya 43:26: Nikumbushe mambo ya kwanza, tusemezane pamoja; ulete hoja zako upate kuhesabiwa haki.**

Lazima uelewe kwamba adui amekuwa akidhoofisha msingi wako kwa muda mrefu, na alichokifanya kimeondoa mamlaka yako. Kwa hiyo, hata kama unapiga vita, utawala wako umechukuliwa.

> **Danieli 7:12: Na wanyama wengine wakapokonywa mamlaka yao, walakini waliruhusiwa kuishi kwa muda maalum.**

Mamlaka inaweza kupokonywa. Kwa nini adui anafanikiwa? Kwa sababu adui ana mamlaka juu yako, akikudhibiti kwa mbali. Unafanya kazi, lakini umepoteza utawala wako kwa Shetani. Ndiyo maana Biblia inasema katika **Mwanzo 1:28**,

Mungu akawabariki, akawaambia, Zaeni, mkaongezeke, mkaijaze nchi na kuitiisha; mkatawale samaki wa baharini, na ndege wa angani, na kila kiumbe hai kiendacho juu ya nchi.

Lakini huwezi kushinda vita ikiwa huna utawala; huna mamlaka. Hiyo ndiyo sababu ni muhimu sana kumuuliza Bwana. Na Bwana atakufunulia haswa kinachoendelea unapopiga vita kudai tena utawala wako, mamlaka yako, na kiti chako cha enzi, ili uanze kupigana, kuamuru, na kutangaza kutoka katika nafasi ya mamlaka. Katika kitabu cha **Hosea 14:2**: *Chukueni maneno* *pamoja nanyi, mkamrudie Bwana; mkamwambie, Uondoe uovu wote, ukatupokee kwa neema; nasi tutalipa kama ndama sadaka ya midomo yetu.*

Huu ndio wakati unapogundua kwamba umeshachoka vya kutosha. Tayari umeelewa kwamba kuna tatizo, na wao tayari wanajua kwamba mshiko wao juu ya familia yako unakaribia kuisha.

Katika hatua hii, wengi wataacha na kuamua kutojihusisha na ukombozi, wakiridhika na kidogo na kusema, "Wacha niendelee na nilicho nacho." Lakini wachache huchagua kufuata, kushinda, na kurejesha vyote. Hao ndio watu ambao Mungu anawatafuta, na Anawapa vifaa.

Nilihangaika mwanzoni mwa mchakato wa ukombozi; ulionekana kama vita vikali. Adui anakukandamiza kiasi kwamba unamuuliza Mungu kama yupo. Lakini Bwana Mungu yupo pamoja nawe kwa uweza wake. Ndiyo maana una nguvu ya kuamka kesho na kuendelea mbele. Hata hivyo, adui mara nyingi hurudisha mashambulizi: unaweza kupitia hasara za ghafla, mashambulizi yanayohisi kama maumivu makali ya kichwa, kukatishwa tamaa, na kuchanganyikiwa katika familia. Yote haya yamepangwa kukukengeusha usizingatie unachofanya—kuondoa adui kutoka kwenye kiti chako cha enzi—na kudai tena kiti chako cha enzi. Katika hatua hii, unahitaji kuridhika, bila kujali kile adui atakachokutupia, kwa sababu unajua uko kwenye mchakato wa ukombozi, na lazima uokolewe. Vaa silaha zote za Mungu, na endelea, kwa maana Bwana yupo pamoja nawe.

Kabla ya kuanza ukombozi, unahitaji kujiandaa: lazima ufunge na kujitakasa. Hakikisha uko katika hali inayofaa kuanzisha ukombozi wa kina. Jitenganishe. Hii inamaanisha nini? Inamaanisha kwamba hakutakuwa na chochote ambacho Shetani anaweza kukushitakia. Biblia inasema katika **Yeremia 31:29,**

Siku hizo hawatasema tena, Baba wamekula zabibu kali, na meno ya wana yamekaza.

Ukombozi wa kina unahitaji kujisalimisha kabisa kwa Mungu; ikiwa bado kuna dalili ya upinzani wa kujisalimisha ndani yako, iondoe kabla ya kuingia kwenye kipindi hiki cha ukombozi wa kina.

Sura ya 7:
Kukaribia Mahali pa Siri

Kufunga — Faida za Kiroho na Kimwili;

Kiroho; Kufunga ni nidhamu ya kiroho yenye maana kubwa sana yenye malengo mbalimbali matakatifu, mara nyingi hufanywa sambamba na maombi ili kukuza ushirika wa kina zaidi na Mungu. Hufanya kazi kama njia ya kutafuta mwongozo wa kiungu, ikimwezesha mtu kulinganisha moyo wake waziwazi na sauti ya Mungu na kutambua mapenzi Yake kwa uwazi zaidi. Zaidi ya hayo, kufunga hufanya kazi kama tendo la toba ya dhati — dhihirisho la nje la kugeuka kutoka dhambini kwa ndani na kujitoa upya kwa haki. Kujinyima chakula kwa hiari kunawakilisha hali ya unyenyekevu na kukiri kwa makusudi utegemezi wa mwanadamu kwa ukuu na utoshelevu wa Mungu.

Mazoezi haya ya kiroho pia huongeza ufanisi wa maombi, yakinoa umakini wa kiroho wa mtu na kukuza ukaribu wa kina zaidi na Mungu. Kufunga huwatia nguvu waumini katika kupinga vishawishi, kama ilivyoonyeshwa na Kristo alipokuwa katika siku zake arobaini jangwani, na hivyo kusisitiza umuhimu wa nidhamu binafsi mbele ya majaribu ya kiroho. Vivyo hivyo, hutumika kama njia ya maandalizi kwa huduma, ombi la ulinzi wa kiungu au ukombozi, na dhihirisho la moyo kwa ajili ya maendeleo ya ufalme wa Mungu.

Zaidi ya hayo, kufunga kunaweza kutumika kama onyesho la huruma kwa vitendo vya huduma kwa wale walio na uhitaji, kwa kulinganisha matendo ya mtu na thamani za rehema na haki. Wakati wa maombolezo au maafa ya kitaifa, kunakuwa chombo chenye nguvu cha kuonyesha huzuni na maombolezo. Kwa njia hizi zote, kufunga hujitokeza kama zoezi kamili la kiroho linalounganisha akili, mwili, na roho katika kujisalimisha kwa mapenzi ya Mungu na katika kutafuta malengo Yake.

Kimwili; Kufunga hutoa faida kadhaa za kimwili zinazochangia afya na ustawi wa jumla. Mojawapo ya faida kubwa zaidi ni kuboresha afya ya kimetaboli. Kwa kutoa mapumziko kwa mfumo wa mmeng'enyo wa chakula, kufunga huruhusu mwili kudhibiti viwango vya insulini kwa ufanisi zaidi, kuboresha usikivu wa insulini na kupunguza hatari ya kisukari aina ya 2. Pia huchochea mwili kuchoma mafuta kwa kuuhimiza kutumia mafuta yaliyohifadhiwa kama chanzo kikuu cha nishati, jambo ambalo linaweza kusaidia kupunguza uzito na kuboresha muundo wa mwili. Zaidi ya hayo, kufunga huchochea mchakato unaoitwa *autophagy*, ambapo mwili husafisha seli zilizoharibika na kuunda upya seli zenye afya zaidi, jambo ambalo linaweza kupunguza hatari ya magonjwa sugu kama saratani na Alzheimers. Kufunga pia kumeonyeshwa kupunguza uvimbe, kuboresha afya ya moyo kwa kupunguza shinikizo la damu na viwango vya kolesteroli, na kusaidia mmeng'enyo bora wa chakula kwa kuuruhusu mfumo wa mmeng'enyo kupumzika na kujirekebisha. Aidha, watu wengi huripoti kuwa na uwazi zaidi wa kiakili na nguvu wakati wa kufunga, kwani mwili haujishughulishi kila wakati na mmeng'enyo wa chakula. Kwa ujumla, kufunga kunapofanywa kwa usalama na kwa usahihi, kunaweza kuwa chombo chenye nguvu cha kuboresha afya ya kimwili na kuongeza maisha.

Kwa ujumla, kadiri unavyofunga na kumkaribia Mungu zaidi, ndivyo unavyosikia sauti Yake na kupokea mwongozo. Unapokula, mishipa yote ya damu na neva katika mwili wako huzingatia tumbo lako kwa mmeng'enyo na ili taratibu za mwili zichukue nafasi. Hivyo, zinahamisha umakini kutoka kwenye ubongo wako na kuzingatia tumbo kuhakikisha kuwa utaratibu wa kawaida wa mmeng'enyo wa chakula unafanyika. Unapofunga, mishipa yote bora inayozingatia mmeng'enyo wa chakula huzingatia badala yake kwenye ubongo wako. Kwa njia hii, unajikuta una njaa lakini uko macho kiakili, na unapokuwa ukiomba, unaweza kumsikia Bwana kwa urahisi — sauti Yake inakuwa wazi zaidi. Utagundua kwamba mara tu unapoanza kufunga, unapata ufunuo wa mara kwa mara wa Neno la Mungu unaposoma; ndoto zitakuwa wazi zaidi, na Mungu atakufunulia mambo mengi.

Ndiyo maana kufunga ni maandalizi muhimu kwa mtoto wa Mungu. Lazima ujue kwamba msimu unaoingia sasa si sawa na msimu wowote ambao umewahi kupitia katika maisha yako yote. Kwa maneno mengine, unakabiliana na ufalme mwingine. Unahitaji kujiandaa kiakili na kimwili.

Isaya 47:1: "Shuka, ukae mavumbini, ee binti Bikira wa Babeli, ukae juu ya nchi; hakuna kiti cha enzi, ee binti wa Wakaldayo; kwa maana hutaitwa tena mpole na laini."

Jitenge kwa sababu wanafamilia na marafiki wanaweza kukukatisha tamaa katika mchakato huu. Shetani ataleta watu ambao watakuwa na uhakika wa kuleta uharibifu na kupotosha msimu huu. Inaweza kuwa ni mwenzi wa ndoa, watoto, au marafiki. Hivyo basi, lazima uwe mwangalifu sana katika msimu huu. Hata hivyo, kwa kuwa tayari una uelewa huu akilini, hakuna kitu kitakachokutoa kwenye mstari, bila kujali kinachokuja. Unakishughulikia ipasavyo, ukibaki kwenye jukumu. Unajua ni adui anayejitahidi kufanya hivi, na umeamua kutotoa kipaumbele kwa usumbufu wowote. Hiyo ndiyo maana yake. Jitayarishe; kaa zaidi katika mahali pa siri.

Je, unakaa muda mwingi zaidi katika mahali pa siri vipi?

Kaa karibu na Mungu. Endelea kuomba. Fanya zaidi maungamo, ukanushaji, na toba, na uombe utakaso wa nafsi yako na ukoo wako kama msingi.

Yohana 17:19: "Na kwa ajili yao najitakasa mwenyewe, ili nao watakaswe katika kweli."

Jitakase kwa ajili ya utakaso wa kila mwanafamilia wa ukoo wako. Ni Mungu anayekupa neema hata kufanya hivyo. Mungu anatafuta watu kama hao. Biblia inasema mavuno ni mengi, lakini watenda kazi ni wachache.

Unapojitakasa, unafunikwa na uwepo wa Mungu, na unawavuta malaika wa Mungu. Unajizungushia na kujizamisha katika damu ya Yesu. Biblia inasema, "Jenga ukuta wa moto kuzunguka mji wangu." Makazi yako ni eneo lisiloruhusiwa kurukwa; hakuna roho chafu, roho za kufuatilia, nafsi mbaya, mapepo, laana, au uchawi vinavyoruhusiwa. Vyote lazima viondoke kwa jina la Yesu, kwa sababu, ingawa uko duniani, pia uko mahali pa siri.

Kwa wakati huu, wewe si mtu wa kawaida tena; unafanya kazi katika ulimwengu wa kiroho. Biblia inasema,

Waefeso 5:18: "Wala msilewe kwa mvinyo, ambamo mna ufisadi; bali mjazwe Roho."

Huu ndio wakati ambapo unaanza kufanya kazi kutoka kwenye ulimwengu tofauti, na wale wanaokuzunguka wanaweza kushuhudia kuwa kuna nguvu ya kipekee ndani yako, upako wa tofauti ambao si nguvu ya kawaida. Biblia inasema anawafanya malaika wake kuwa pepo na watumishi wake miali ya moto. Maisha yako si yako tena; Yeye anaongoza hatua zako. Wivu wa Mungu unakulinda. Malaika wa Mungu wanakuzunguka kila wakati. Na sasa unaweza kuanza safari hiyo ya ukombozi wa kina kwa sababu kina kinaita kina. Ni safari ambayo lazima uichukue kwa ufahamu wa kina na akili iliyo wazi.

Unapoanza jambo la aina hii, pia lazima ujue kwamba watatuma chochote. Wataalamu wa nyota watafanya safari ya kiroho (astro-projection) katika maisha yako; ni kama sehemu ya kufuatilia roho yako, kwa hiyo hakikisha unaomba kila siku maombi dhidi yao yanayosema, "Nakata kamba ya fedha ya safari ya kiroho." Fanya safari ya kiroho kwa familia yako, watoto, mwenzi wa ndoa, biashara, huduma, kifo cha mapema, dhabihu, afya, taaluma, kupandishwa cheo, na hatima; chukua mamlaka kwa jina la Yesu na ukate kamba ya fedha ya safari ya kiroho.

Wengi bado hawajui kuhusu ulimwengu wa kiroho; wanadhani mambo yanatokea tu, na wanasema ni bahati mbaya wakati, kwa hakika, ni safari ya kiroho. Unatazamwa; unafuatwa; unachunguzwa. Watafanya kila wawezalo kukusimamisha kwa kutuma roho za kufuatilia. Yote haya ni kwa madhumuni ya kukatiza kile Mungu anachojaribu kufanya katika maisha yako.

Kwa hiyo, lazima uwe mwangalifu sana kutooana na mazingira, kwa sababu yeyote anaweza kuwa wakala wa giza na akakuangusha wakati wowote.

Chukua meza ya Bwana (communion) katika msimu huu kama unaweza, ili kuzuia kazi za yule mwovu kila siku kwa jina la Yesu. Ita damu ya Yesu ikusemee kwa sababu inanena mema kuliko damu ya Habili.

Usiwe mjinga kwa hila za wajanja.

Usibaki katika ujinga au kutembea uchi; kaa umefunikwa na kulindwa na uwepo wa Mungu na silaha zote za Mungu. Katika hatua hii ya safari, kuna shabaha mgongoni mwako, iwe u hai au umekufa. Ikiwa hawawezi kukupata, watawawinda familia yako na watoto wako. Ikiwa hawawezi kupata watoto wako, watamfuata mke wako; ikiwa huna mke, watamfuata mume wako. Ikiwa hawawezi kumpata yeyote kati yenu, watawaendea ndugu zako au wazazi wako, hata mali zako, kwa sababu hii ni vita, na wanataka kuhakikisha wamekuumiza. Lazima uwataje wote wanaohusiana na wewe kwa damu, wale unaowakumbuka, na uhakikishe kuwa unawazamisha katika damu ya Yesu. Wavishie silaha zote za Mungu kwa ajili ya wote: kofia ya wokovu, dirii ya haki, mkanda wa kweli, viatu vya injili ya amani, ngao ya imani, na upanga wa Roho. Kwa hiyo, lazima ufanye kila uwezalo kwa msaada wa Roho Mtakatifu.

Zaburi 66:12: "Umetusababisha wanadamu wapande juu ya vichwa vyetu; tulipita motoni na majini; lakini ulitutoa na kutupeleka mahali pa mali tele."

Mungu anatazama unapopita katika moto huu. Kwa hiyo, badala ya kulalamika, endelea kusonga mbele. Wewe ni mlinzi, shujaa, unashikilia fimbo ya vizazi. Utatoka ukiwa mshindi. Ili dhahabu iwe dhahabu, lazima ipitie moto wa usafishaji. Biblia inasema, "Yeye aketiye mbinguni atacheka." Mungu anafurahia kukuona ukisonga mbele. Unaposonga, unasafiri katika mbingu ili kumfikia Baba yetu aliye mbinguni, ambapo unaweza kuketi na Yesu Kristo mkono wa kuume wa Baba katika ulimwengu wa mbinguni, juu ya nguvu za giza na watawala wa ulimwengu huu, juu ya mamlaka na enzi.

Vita vya kina – kwa nini vita vya kina?

Kwa sababu mzizi ni wa kina, na umekaa bila kuguswa kwa muda mrefu; umezaa mizizi yote iwezayo. Ili kushughulikia mizizi hii, lazima uwe makini. Wengi wetu hatupati muda wa kushughulikia mambo kwa undani; ndiyo maana vizazi vinaangamia machoni petu. Makanisa yanaangamia machoni petu. Makuhani wa kishetani wanatawala kanisa ambalo Mungu ametupa juu ya madhabahu; watumishi katika kanisa la Mungu ni watoto wa kishetani; baba wakubwa wa kiroho wanaanguka kwa wingi, wakimaliza huduma yao kwa aibu kubwa kwa sababu wamekubaliana na kujichanganya na watoto wa ibilisi, upako wao umeharibika. Hii ni somo kuu kwa vyombo vyote vya Mungu vilivyotiwa mafuta. Hivi sivyo unavyotaka kumaliza huduma yako katika Ufalme wa Mungu. Lazima tuwe waangalifu sana na ni nani tunashirikiana naye. Hata wakija wakiwa na mbegu kubwa ya sadaka, huenda ikawa ni jaribio la kuharibu upako wako na kuubadilisha, na kukuacha katika aibu na fedheha. Ndiyo maana sasa ni wakati wa kuchimba kwa kina. Hivi ndivyo makamanda wa vizazi wanavyoinuliwa. Tunamshukuru Mungu kwa ufahamu, maarifa, na hekima. Tunaita hii Chuo Kikuu cha Mbinguni hapa duniani.

Roho Mtakatifu anatufundisha. Roho Mtakatifu anafunua siri hizi za ufalme wa kishetani kupitia watu wanaokombolewa ambao walikuwa wakilitumikia. Ninampongeza kila mhudumu wa ukombozi, kwa sababu hii ni sadaka kamili. Mzizi wa msingi ukiguswa na kutikisika. Tukipata mizizi safi katika msingi, hakika tutakuwa na familia safi na iliyonyooka, na tutakuwa na watu katika Kanisa la Mungu wanaojua kile Mungu anataka na jinsi ya kushika amri Zake, wakiishi katika usafi, utakatifu, na haki. Watu wanaoweza kuuwakilisha Ufalme wa Mungu hapa duniani.

Mizizi ya msingi mmoja imeenda ndani zaidi kwa sababu hakuna aliyekuwa akijua cha kufanya au jinsi ya kukishughulikia kizazi cha kwanza. Mzizi ni dhambi, na kinachohitajika hapa ni ungamo na kuikana dhambi ya kizazi cha kwanza, kama vile uchawi, uganga, umwagaji damu, uzinzi, uasherati, na ushirikina.

Mzizi huo mmoja uliachiwa, na katika kizazi cha pili, unazalisha mingi zaidi, hata mizizi michungu. Hapa, unahitajika kuungama na kuikana makosa ya kizazi cha pili—uasi, upagani, uchungu, ukosefu wa haki, uchafu, uasherati, na tamaa. Katika kizazi cha pili, mizizi hiyo mingi inazaa mingine zaidi na inaonekana kama uovu katika kizazi cha tatu, ambacho kinaonekana kama mateso ya aina zote—kwa mfano, kuomba utakaso wa mateso ya kizazi cha tatu kama wazimu, kuchanganyikiwa, upumbavu, utasa, umaskini, utumwa, maradhi, kifo, uraibu, aibu, fedheha, dhuluma, ubatili, upofu, kukataliwa, mateso ya kishetani, vurugu, unyanyasaji, huzuni, kifungo, unajisi, na kifo cha mapema.

Kwa hiyo, kitu kilichoanza kama mzizi mmoja katika kizazi cha kwanza, kutokana na dhambi, kimekuwa cha kina zaidi katika kizazi cha pili na kimekuwa uasi—aina mbaya zaidi ya uovu. Katika kizazi cha tatu, kimekuwa hali ya uovu uliokithiri, ukiambatana na mateso mengi. Tukijiuliza sote, tumewezaje kufika hapa? Kwanza, ni ukosefu wa maarifa. Pili, uvivu—kutaka suluhisho la haraka kanisani. Tatu, kuruhusu wasemaji wa motisha wengi kanisani, jambo linalowafanya watu wasahau matatizo yao kwa muda, na kuwaleta waburudishaji wa Neno la Mungu madhabahuni. Pia, kuharibu wahudumu wa ukombozi—yote haya ni hila za Shetani kutaka kumeza huduma ya ukombozi ili watu wasijue ukweli wa msingi wao ulioporomoka.

Zaidi ya hayo, Kanisa limepoteza walinzi wake wa kinabii na waombezi. Kanisa si tena nyumba ya maombi, bali limekuwa pango la wanyang'anyi; watu wako hapo kupata faida, kuburudisha, na kuhamasisha, badala ya kumwabudu Mungu. Hakuna kukemewa, hakuna toba, hakuna ushawishi wa Roho Mtakatifu, kwa sababu watu katika makanisa mengi wametenganishwa na Roho Mtakatifu. Hii inaonekana katika injili iliyopunguzwa wanayoitoa kwa washiriki, juu juu kwa mavazi ya kanisa, na wingi wa dhambi ndani ya kanisa. Ni kuzimu katika kanisa la Kristo hapa duniani. Wala hakuna anayetaka kulizungumza. Kondoo wanapelekwa kuzimu na wachungaji kwa wingi kila siku. Mungu anaangalia! Nafsi zinalia, zikiteseka, zikatafuta msaada, lakini hakuna mwenye suluhisho.

Kama misingi ikiharibiwa, mwenye haki atafanya nini?

Kama msingi wa familia umeharibiwa, familia imepoteza uthabiti; kama familia imepoteza uthabiti, Kanisa pia limepoteza uthabiti. Waabuduo kanisani wanafunzwa na Shetani. Biblia inasema

1 Wakorintho 15:33: Msidanganyike; mazungumzo mabaya huharibu tabia njema.

Suluhisho linatoka wapi?

Huu ndio wakati tunapaswa kukimbilia;

2 Mambo ya Nyakati 7:14: Ikiwa watu wangu, walioitwa kwa jina langu, watajinyenyekesha, wakaombe, wakautafuta uso wangu na kuziacha njia zao mbaya, ndipo nitasikia toka mbinguni, na nitawasamehe dhambi yao na kuiponya nchi yao.

Na huu ndio wakati na majira kamili wa kukimbilia kwa Mungu, tujinyenyekeshe, na kulia pamoja kama kanisa na taifa. Kiulimwengu, yote yanawezekana. Mungu anazingatia kwa karibu kila undani wa wakati wetu na majira yetu. Kila mmoja wetu ana jukumu la kutimiza katika Ufalme wa Mungu. Ikiwa wewe ni wa Kristo kweli, muombe Mungu; Atakufunulia jukumu lako. Nakushauri usiwe mtazamaji katika nyumba ya Bwana. Umeitiwa nini? Muombe Mwenyezi akufunulie. Hii pia ni njia nyingine ya kuweka akaunti yako ikifanya kazi katika ghala la mbinguni. Unapomwita Mungu, ni rahisi kufungua faili yako na kubaini kwamba ulikuwa umejitolea kwa Ufalme Wake. Kila kitu unachofanya katika akaunti yako mbinguni kinaonwa na kuandikwa.

MZIZI WA MSINGI.

Mzizi wa dhambi, makosa, na uovu umeenda ndani zaidi; ulianza na watoto. Mzizi una wajukuu; mzizi una vitukuu unaoenea hata kwa majirani. Na hakuna aliye tayari kuung'oa. Hakuna aliye tayari kumkabili Bwana na kuuliza la kufanya, kwa kuwa wengi wanaona Shetani akitikisa familia moja baada ya nyingine. Tumekuwa kizazi kisichotii, zaidi tukiwa tumegeukia Shetani kwa suluhisho lisilohitaji usafi au toba. Ndiyo maana unakuta mhudumu wa kishetani madhabahuni akihubiri Yesu ilhali yuko katika dhambi kuu, akituma watu kuzimu kila siku. Makuhani wa kishetani madhabahuni wakionyesha nguvu kwa watu wa Mungu, huku chanzo cha nguvu hizo kikiwa Shetani. Wao ni wachawi, waganga wa kienyeji, na wachawi wakubwa kwenye madhabahu ya Bwana Yesu Kristo. Nakusihi utunze roho yako vizuri; usiwe mzembe, kwa kuwa Mungu bado anaitaji roho yako. Tatizo tunalokabiliana nalo leo kama kanisa ni ukosefu wa utii. Kila kitu tunachohitaji tunapomwomba Mungu kimefungwa katika utii.

UTII;

Utii ni tendo la kufuata maagizo au amri kwa hiari kutoka kwa mamlaka, likifanywa kwa heshima na mtazamo wa kuamini. Katika muktadha wa kiroho, inamaanisha kujisalimisha kwa mapenzi ya Mungu, kutii Neno Lake, na kuishi kulingana na amri Zake. Katika Biblia, utii unaonyesha upendo na imani kwa Mungu, kama ilivyoonyeshwa katika mfano wa Abrahamu. Utii huleta baraka, ulinzi, na ukuaji wa kiroho, huku kutotii kukileta matokeo mabaya. Kama Yesu alivyosema katika Yohana 14:15, "Mkinipenda, mtazishika amri zangu," akisisitiza kwamba utii wa kweli unatokana na uhusiano wa upendo na Mungu.

Utii, unamaanisha kukaa miguuni pa Yesu ili uweze kufundishwa mambo ya Mungu na kufuata njia ya Kristo na amri Zake. Ukombozi tunaoutafuta unapatikana katika utii; uponyaji unapatikana kupitia utii; uhuru, mali, pumziko, amani, na furaha vyote vinapatikana katika utii. Utii ndio utakaodumisha agano lako na Kristo na kufanya safari yako ya wokovu iwe laini. Ni juu yetu kuchagua tunachotaka. Tukichagua kutotii badala yake, mkono wa Mungu unaondoka juu yetu, na hapo ndipo adui huja kama gharika.

Nini kilitokea hapa?

Biblia inasema;

1 Wakorintho 5:5: "Mmkabidhi mtu huyo kwa Shetani ili mwili wake uharibike, ili roho yake ipate kuokolewa katika siku ya Bwana Yesu."

Mungu bado ni Mungu; Yuko bado kwenye kiti cha enzi. Mpaka tutakaporejea fahamu, tutamrudia Baba yetu, naye yuko tayari kutupokea tena kwa upendo, akirejesha familia zetu, watoto wetu, kanisa letu, na taifa letu.

Tumtafute Bwana; bado anapatikana, lakini itahitaji tuketi chini na kumwangalia Yeye peke yake. Wale wanaoendelea kukimbia kutoka kanisa moja hadi lingine hawamtafuti Mungu; wanamtafuta Mtu wa Mungu. Na adui amewatupa watu wa aina hii kwenye makanisa ya joka, Baphomet, makanisa ya baharini, pamoja na makanisa ya majini. Ni kama adui anaendelea kuwatuma zaidi kwa ajili ya maangamizi. Wanatafuta ukombozi kwa sababu ya taabu waliyo nayo, lakini ukombozi hauji kwa kuguswa tu. Ukombozi unatoka kwa Bwana, na Biblia inasema kuwa ukombozi ni chakula cha watoto. Ili Mungu akupatie ukombozi Wake, ni lazima ukae na kumtafuta Yeye, na Yeye peke yake. Kile unachokiona kama mateso maishani mwako, nyuma yake kuna dhambi, makosa, uovu, na kutotii, ambavyo vinakuhitaji ukae chini na kutafuta ukombozi kupitia ungamo, kukataa, na toba.

Mathayo 5:25: "Patana na mshitaki wako upesi, nawe ukatika njia pamoja naye, asije mshitaki akakutia mikononi mwa hakimu, na hakimu akakutia mikononi mwa askari, ukatupwa gerezani."

Wengi wetu tumelipuuza neno la Mungu, na hivyo ndivyo adui anatupiga gerezani kwa sababu ya shingo zetu ngumu, kwa kuwa neno la Mungu ni wazi na limekwisha kuamuliwa. Mifano ya magereza ambayo adui ametutupa ni: talaka, uraibu, magonjwa, udhaifu wa mwili, uchawi, mashambulizi ya kiovu, migogoro ya ndoa, kifo, kushindwa, maumivu, huzuni, vizuizi, kurudi nyuma, ushoga wa wanaume, ushoga wa wanawake, ushoga wa jinsia zote, n.k. Mungu anatazama mpaka tutakaporudi Kwake Yeye peke yake.

Sura ya 8:
Ukombozi wa Kina

Ukombozi ni kama kitunguu; kadri unavyoviondoa maganda kutoka juu, ndivyo unavyozidi kuingia ndani zaidi. Hebu niseme kwamba ganda la juu lilikuwa labda miaka elfu mbili iliyopita, na ndilo lipo pale, likisubiri tu mtu yeyote kuling'oa na kulitupa motoni, kwa sababu limechoka sasa. Ukifika katikati ya kitunguu, katikati ndiko kunakokusumbua kwa sababu ni imara, lenye nguvu, na linatia nguvu agano. Ukifika chini ya kitunguu, ndipo kuna kitunguu kipya, kitunguu mtoto, ikimaanisha mizizi mipya ya msingi inakua. Hivyo, hii ndiyo maana yangu ninapokuambia mzizi una watoto, wajukuu, na vitukuu. Ukombozi wa kina wa msingi unakuhitaji ukae chini na kuunganika na Mungu kwa ukombozi wa jumla na kamili. Hutaokolewa kama huwezi kukaa chini. Wanaume wa Mungu wanaweza kukugusa; utapata afueni ya muda. Ikiwa kesi yako inahusisha ukombozi wa msingi, njia yako ni kufuatilia ukombozi kupitia maombi ya maombezi, na ndicho kitabu hiki kinaeleza kwa kina. Katika hali yetu, tunatoa maombi ya maombezi na ya kinabii ya kafara kila siku saa sita usiku. Hivyo ndivyo unavyong'oa mizizi ya msingi iliyo ya kina, ukombozi wa msingi.

Baadhi ya ukombozi unaweza kuwa rahisi zaidi kama mtu tayari amefanya ukombozi wa msingi ulio wa kina ndani ya familia. Hata hivyo, ukombozi wa kina zaidi, mambo mazito tunayoyazungumzia, unahusisha wanaume wenye nguvu na ngome zilizokuwepo kwa miaka mingi, zilizopandwa katika misingi ya familia; hizi zitakuhitaji ukae chini na kufuata mchakato wa kina wa kufuata ukombozi sahihi chini ya mwongozo sahihi kupitia maombi ya maombezi. Mungu anatufundisha nidhamu ya kujua jinsi ya kukaa katika uwepo Wake na kukombolewa.

Kwa nini unahitaji kukaa chini?

Mungu amekuchagua wewe kuokoa roho nyingi zilizo nyuma yako. Na ikiwa unataka kusoma kitabu hiki na kusikia ujumbe huu, inamaanisha wewe ndiye Mungu anayekuhitaji; anakuhesabu kwa namna fulani. Mahali fulani, amekuchunguza kwa makini na kukulinda, na sasa umehitimu kuchukua jukumu hili la kiungu. Mungu yuko tayari kukupa nguvu na maarifa unayohitaji kuendeleza jukumu hili. Ikiwa unasoma kitabu hiki kwa sababu fulani, unahitaji kuelewa kwa nini unasoma kwa mara ya kwanza. Kwa sababu huu sio ujumbe kama mwingine wowote, utakuvuta katika mwito wako wa kiungu. Ni Mungu ndiye aliyekutuma hapa, si kwa bahati tu. Mungu anazungumza kwa sauti kubwa na wazi: Wewe ndiye ninayekuhitaji kwa familia yako, kanisa lako, kizazi chako, taifa lako, na eneo lako. Acha kukimbia kama Yona.

Unapokimbia, unajipotezea muda tu; fahamu kwamba utaishia kufanya mzunguko na kurudi nyuma kama Yona. Kukimbia kutakufanya uchoke na kuchanganyikiwa zaidi, na kusababisha uharibifu mkubwa zaidi. Kukimbia kutaendelea tu kuzuia mwito wako wa kiungu—sio tu mwito wowote, bali ule mwito wa kiungu uliouacha kwa muda mrefu. Yona alijaribu kukimbia mwito wa kiungu; sasa anaharibu mali za watu, na meli inazama. Haijalishi unachelewesha kwa kiasi gani; haijalishi unakimbiaje; Jicho la Mungu litakuona hadi ufanye jukumu Lake. Hata baada ya Yona kutupwa baharini, bahari ilikataa kumuua Yona; viumbe wa baharini pia walikataa kumla Yona. Yona alishindana na Mungu na asili. Hata hivyo, jukumu la kiungu lilikuwa Ninawi, na ni Yona pekee, kati ya watu wote aliowaumba Mungu, ndiye aliyekabidhiwa kulitimiza.

Je, huenda huyu ni wewe? Ni jina tu na wakati ndivyo vimebadilika? Ndiyo, mimi pia nilikuwa Yona. Sijui kuhusu wewe. Samaki alimmeza Yona kisha akamleta salama nchi kavu, akimtapika pale pwani ya bahari. Yona ilibidi ajisalimishe kwa sababu aligundua chochote alichokuwa anajaribu kufanya hakikuwa kinafanya kazi. Yona, ndivyo alivyojibu mwito. Leo, ili Mungu azingatie wanadamu, analazimika kutupitisha kwa nguvu kupitia uzoefu wa Yona, kila mmoja wetu akiwa na uzoefu wa kipekee. Sijui uzoefu wako wa Yona ni upi, lakini ukiniona nikijinyenyekeza mbele za Bwana, ni kwa sababu nimekuwa na uzoefu wangu wa Yona, na niko hapa kwa hofu nikijibu mwito wa Mungu Aliye Juu Sana, Yahweh. Uzoefu wa Yona niliupata ulikuwa wa kibinafsi, kwa hiyo tafadhali usinichukie; ndiyo unanichochea kwenda zaidi ya mipaka katika mambo ya Mungu.

Mungu anakupa nafasi ya pili kama wewe ni mmoja wa Wana wa Yona. Ilikuwa katika nafasi ya pili ambapo Yona alipata sawa. Mungu anatupa nafasi ya pili kwa familia, makanisa, serikali, na mataifa. Mungu ni mvumilivu sana kwetu. Lakini elewa wakati na majira ili usije ukakosa tena kile Mungu anachotaka na anachokifanya. Wakati huu, utafanya jambo sahihi ili Waninawi waokolewe kutoka katika ghadhabu ya Mungu, na Mungu apokee utukufu Wake.

Wewe ndiye uliyechaguliwa kuzungumza mawazo ya Mungu, kusambaza sauti ya Mungu, na siyo tu kupunguza ujumbe wa Mungu ili watu wajisikie vizuri, ili uendelee kujaza kanisa lako kwa idadi ya watu, lakini bila hofu ya Bwana na bila toba. Hapana, lazima uwasilishe ujumbe kama Bwana anavyosema. Sasa siyo tena kuhusu idadi ya watu kanisani mwako; ni kuhusu unakoelekeza hizi roho zisizo na hatia. Ni kuhusu kupunguza injili, kuipotosha na kuipinda maandiko, na kuwapotosha watu wa Mungu.

Wakati Mungu anapowatuma watu wake ujumbe, pia huwaandaa. Yona alifikisha ujumbe kwa urahisi, na ulipokelewa na kufanyiwa kazi. Nchi na watu waliokolewa kwa sababu Yona hakupunguza ujumbe. Taifa na nchi vilirejeshwa kikamilifu. Huyo ndiye Mungu wetu.

Nani anayestahili kuwaokoa watu wa Mungu?

Kama hujakombolewa kikamilifu, adui hatakuruhusu kutoa kikamilifu kile Mungu anachotaka uwape watu Wake. Mada ya ukombozi ni kwa kila mtu ambaye hajawahi kufanya ukombozi, bila kujali cheo au hadhi. Kukataa ukombozi ni kukubali kubaki kifungoni milele, jambo litakalowaathiri watoto na vizazi ambavyo havijazaliwa. Ni jambo la kiroho sana. Unaweza kuishi, unaweza kufanya kazi kwa bidii unavyotaka, mradi tu kuna haki ya kisheria mahali fulani, adui atakusubiri pale unapokaribia kufanikiwa; pale unapoinuka ndipo adui hushambulia kuhakikisha hutainuka kamwe. Siyo hivyo tu, bali pia mashambulizi ya kuendelea kwa wanafamilia, watoto, mwenzi wa ndoa, huduma, biashara, taaluma, afya, talaka, na fedha. Kumbuka, Shetani hatakusumbua isipokuwa tu kuna haki ya kisheria, na Shetani ni bingwa wa sheria; anajua wapi pa kukuzuia kwa sababu tu umepuuza agano la kisheria, iwe rohoni au kimwili. Agano litakufuatilia popote uendapo na chochote ufanyacho; tutaendelea kusikia kashfa moja baada ya nyingine, lakini kimwili bado utaonekana kuwa mtu mashuhuri wa Mungu. Mambo lazima yafanyike kwa usahihi na si kupuuzwa. Ukipuuza kashfa, aibu, na mateso ya agano, yatatoka kwako na kwenda kwa watoto wako au wajukuu wako.

Zaburi 11:3: Ikiwa misingi imebomolewa, mwenye haki atafanya nini?

Ndiyo maana unakuta baadhi ya watumishi mashuhuri wa Mungu wanaharibu mambo, na unaanza kushangaa, je, kweli hawa ni watumishi waaminifu wa Mungu? Ni kwa sababu hawajakombolewa. Agano linataka kuwazuia; kulingana na agano, wamekosea na wamevuka mipaka yao. Wanavuka mipaka wasiyopaswa kuvuka kwa sababu agano bado lipo. Agano linawafuatilia. Agano linawaita, kwa hiyo hii ni kwa kila mtu ambaye hajakombolewa: Huwezi kuendelea kujificha chini ya jina la Yesu. Unahitaji kufanya jambo sahihi ili Mungu aweze kukutumia kikamilifu. Biblia inasema hakuna machafuko pale ambapo Roho wa Mungu yupo.

Kama hujakombolewa, umepungukiwa katika mambo mengi, kwa sababu bado uko chini ya udhibiti wa kishetani. Bado kuna haki za kisheria ambazo hazijashughulikiwa. Maombi ya kawaida ya kila siku hayawezi kuondoa maagano haya ya kisheria; lazima yaambatane na ungamo, toba, kukataa maagano, na kuomba utakaso. Ukipuuza hili, utajikuta ukiunga mkono mambo yasiyo ya kibiblia kwa sababu yanakudhibiti; yanaathiri mawazo na matendo yako. Ndiyo maana dhambi imekuwa jambo la kawaida madhabahuni. Pia wana mistari ya maandiko ya kuhalalisha dhambi zao madhabahuni. Mtu mwenye nguvu wa Mungu anashirikiana na mtu mwovu; Biblia inasema kwamba mashirika mabaya huharibu tabia njema.

Utakapojisalimisha kikamilifu, utakuwa kiumbe kipya. Mungu atachukua udhibiti kamili juu yako, na utaanza kumcha Bwana, kwa maana kumcha Bwana ndiyo mwanzo wa hekima. Hekima inatawala maneno yako; mawasiliano yako na matendo yako yatajawa na hekima. Leo, tuna wengi walioko nyuma ya madhabahu bila hekima au maarifa ya Bwana na bila hofu ya Bwana. Hii ni kwa sababu huduma imekuwa biashara. Ukipanda mbegu kubwa; jambo linalofuata wanakuita wakupakie mikono na kukupa kipaza sauti. Ndivyo huduma zimekuwa za bei nafuu. Ndivyo ilivyokuwa rahisi kwa Shetani kupenya Kanisani.

Mungu anawaita wengi katika ukombozi ili kuwapeleka kwenye viwango vya juu na wabaki pale, lakini Hawezi kuwapeleka kwenye viwango vya juu mpaka washughulikie kasoro kwenye misingi yao. La sivyo, chochote walichopata nje ya mapenzi ya Mungu hakitadumu kwa muda mrefu, iwe ni karama za kiroho au la. Mungu anafichua uongo huu. Wale waliopata maarifa yao ya kiroho kutoka kwa Shetani ni wachawi na watabiri walioko nyuma ya madhabahu wakitumia jina la Yesu kulitia aibu jina la Bwana Yesu na kuvuna roho kwa ajili ya Shetani. Mungu anawafichua sana, na watalipa kwa uovu walioufanya na roho walizopotosha. Mbinu zao zote zinafikia kikomo; Mungu anaingilia sasa kutetea jina Lake. Hivyo basi hizo ni vita vya kina. Na kwa nini vina nguvu? Kwa sababu ya maagano, Biblia inasema:

Kumbukumbu la Torati 5:9: Usivisujudie wala kuvihudumia; kwa maana Mimi, Bwana Mungu wako, ni Mungu mwenye wivu, nayelipiza kisasi kwa watoto juu ya uovu wa baba zao, hata kizazi cha tatu na cha nne cha wanichukiao, 10 lakini naonyesha rehema kwa maelfu ya vizazi vya wale wanipendao na kuzishika amri zangu.

Nani anayelea agano ovu katika msingi wangu?

Maagano hayawezi kuendelea kuishi iwapo hakuna mtu anayeyalea kwa kutoa dhabihu. Ni nani anayelea hilo agano? Inaweza kuwa ni kuhani wa kishetani au kuhani wa kike aliye na uhusiano na wewe, shangazi, mjomba, mzazi, au yeyote aliyepokea fimbo ya mamlaka na kuendeleza jukumu hili la kishetani kwa mti wa ukoo. Ndiyo maana agano la miaka mia tano iliyopita bado linaonekana hai. Kadiri unavyofanya kazi ya Mungu, ndivyo inavyoonekana kama wanakuzidi nguvu, wanakuvuta ingawa huoni anayekuvuta. Ndiyo maana unapambana sana kwenye huduma, kwenye familia, na kifedha, kwa sababu wanajua mara mambo yote yatakapokuwa sawa kwako, utapindua ufalme wao, uwaangushe, na kuleta ufalme wa nuru ndani ya msingi. Kwa hivyo, watakushughulikia. Hata kama unasema umeokoka, bado kuna agano kutoka vizazi vilivyopita ambalo halijakatalia.

Mungu ni hakimu wa haki. Ni kama Baba yetu aliye mbinguni; agano na Yesu ndilo agano halali. Hivyo basi, kama nguvu za giza zina agano halali juu ya familia yako, huwezi tu kusema, nimepokea Yesu, na kila kitu kimekwisha. Hapana, huo ni tiketi unayobeba. Sasa unabeba damu ya Yesu. Nenda ukakabiliane na Shetani. Kwa nini bado uko kwenye familia yangu? Yesu alikufa kwa ajili yangu; mimi ni mshindi; kwa nini bado uko kwenye msingi wangu? Kwa nini bado unanifuatia? Kwa nini bado unatawanya mambo hapa? Nina Yesu. Nina nuru; sasa naleta nuru. Anza kuamuru kila giza liondoke, kwa maana nuru inakuja; giza halikuelewa! Na Yesu alikuja kuharibu kazi za adui. Umeokoka, kiumbe kipya, na ya kale yamepita.

Baada ya kukiri, kutubu, na kukataa maagano, unaweza kuomba utakaso kutoka kwa Bwana. Unaweza kuanza salama kuchukua mamlaka juu ya ufalme wa giza, ukiamuru mambo, kwa sababu huwezi kuamuru kitu ambacho kina mamlaka juu yako—ndicho wengi wetu tumekuwa tukifanya. Mara unapochukua mamlaka, Mungu atasimama na neno lako, na utaanza kuona hali hizo zikitoweka.

Mungu anaibua mabaki ya jeshi linaloelewa wanachohitaji kufanya sasa. Biblia inasema kuwa tangu siku za Yohana Mbatizaji mpaka sasa, ufalme wa mbinguni unateswa, na wenye nguvu wanauteka kwa nguvu. Unafanya nini? Unataka kuchukua nini? Vile walivyovipora, kuiba, na kubadilisha. Kwa sababu Biblia inasema utarejesha vya kale, vya sasa, na vya baadaye kwa wakati mmoja. Lakini Mungu atahitaji chombo kilicho tayari kutumiwa na Yeye, chombo kinachoelewa kuwa Yeye ni mtakatifu. Hivyo, ili usaidike na Mungu, chombo kilichochaguliwa lazima kijitoe kwa utakatifu. Na chombo hicho ni wewe. Mungu atakusaidia; atafanya kile alichosema atafanya. Huwezi kuendelea kuita jina la Yesu halafu uwe wa kuaibishwa, au maisha yako yavunjike kushoto na kulia. Biblia inasema katika Isaya 45:19, Sikumwita nyumba ya Yakobo kunitafuta bure.

Lakini kama msingi ni mbovu, beba damu ya Yesu na ufanye jambo sahihi. Ndivyo Mungu anavyoweza kuingilia haraka kwa ajili yako. Umefanya kila kitu unachojua: umefunga, umeomba. Unapoona kuwa haki za kisheria zinaendelea kushikilia, hiyo inamaanisha kuwa Shetani anavuka mipaka. Unahitaji kuwavuta kwenye Mahakama za Mbinguni.

Kama muumini, unaishi katika ulimwengu wa rohoni hata kama uko duniani, na maisha yako ni ya rohoni. Ikiwa mambo hayaendi sawa, adui ndiye anayesababisha. Kila adui katika maisha yako ana haki ya kisheria. Hata hivyo, Mungu pia ana haki ya kisheria juu yako baada ya kupokea wokovu na kuishi kulingana na amri za Mungu. Kwa hiyo, kama umeokoka na adui anakutesa, mvute mahakamani mbinguni. Mungu atafanya jambo sahihi hapa, kwa maana Yeye ni hakimu wa haki. Biblia inasema:

Danieli 7:10: Mto wa moto ukatoka na kutiririka kutoka mbele zake; maelfu kwa maelfu walimhudumia, na kumi elfu mara kumi elfu walisimama mbele zake. Mahakama ikaketi, na vitabu vikafunguliwa.

Asifiwe Mungu! Sasa, kwa nini vitabu vinafunguliwa? Vitabu vinafunguliwa kwa ajili ya wakili wako, hakimu mkuu na wa haki, mtetezi, Yesu Kristo wa Nazareti. Damu ya Yesu ipo kukutetea. Sasa, unapokwenda pale, kwa nini kitabu kimefunguliwa? Wanatazama jambo lako. Kwa nini kuna ukaidi huu? Tatizo linaweza kuwa nini? Kwa nini hupokei majibu? Sasa, unapoenda kwenye mahakama za mbinguni, Mungu atauliza kwa nini jambo lako halijatatuliwa. Mahakama za mbinguni zinafanana kabisa na mahakama za kawaida hapa duniani. Hatimaye, Mungu atakupa hukumu. Biblia inasema kwamba mwizi akikamatwa, atarejesha mara saba ya kile alichoiba. Unapofanya uchunguzi wako, una hakika kuwa mwizi lazima akamatwe na afikishwe mbele ya haki. Ni wakati wa urejesho wa mara saba; ni wakati wa kurejeshwa kwa huruma. Pia, ahadi iliyopo kwenye Biblia ya kurejesha vile ambavyo funza na nzige wamekula, kwa jina la Yesu, kwa sababu sasa umejitenga kabisa na kila muunganiko wa kishetani. Minyororo imevunjika, kamba imekatika, na kifungo kimevunjwa; rasmi umetoka kifungoni, kwa jina la Yesu.

Kazi yangu ni kuhakikisha kuwa watoto wangu hawatapitia vita vya aina hii. Nasema hapana; nitaendelea kumfuatilia adui hadi nisimamishe Shetani kwa jina la Yesu Kristo wa Nazareti. Mungu wetu ni hakimu wa haki. Hukumu imetolewa kutoka mahakama za mbinguni kwa ajili yangu na familia yangu. Ni jambo zuri kusikia kutoka kwa kinywa cha Mungu mwenyewe katika mahakama za mbinguni. Asifiwe Mungu haleluya! Wokovu, nguvu na utukufu ni wa Mungu wetu! Haleluya!

Ninajenga juu ya mwamba huu imara, kwa maana Biblia inasema, Juu ya mwamba huu nitalijenga Kanisa, wala milango ya kuzimu haitalishinda. Hii ndiyo kuachiliwa kwa msingi wangu. Nina ujasiri wa kusimama na kusema wazi katika hali yoyote au kukabiliana na vita vyovyote vya msingi. Biblia inasema, Mtiini Bwana, mpingeni Shetani, naye atawakimbia. Nililiwasilisha kwa akili yangu ndogo. Kwa ufahamu wangu mdogo, nilijua kwamba nikishikamana na Mungu huyu, atanisaidia. Nilimpinga Shetani, na hatimaye adui alinikimbia mimi, watoto wangu, na msingi wangu. Kumbuka, wengi wanataka kumpinga Shetani bila kujisalimisha kabisa kwa Bwana Mungu Mwenyezi. Ndiyo maana makanisa yetu mengi yanaonekana hayana nguvu. Wanaume wakuu na wanawake wakuu wa Mungu hawana nguvu lakini wamejaa neno la Mungu. Ili kizazi hiki kiamini, lazima kuwe na neno la Mungu lenye nguvu. Biblia inasema kwamba palipo na neno la Mfalme, pana nguvu. Na unapojisalimisha kabisa kwa Bwana, atakupa hicho tu; huna haja ya kwenda kutafuta kwa miungu mingine.

Ukombozi wa kina unasafisha ukoo wa damu, na kizazi kipya, kisafi kimepata nafuu. Sasa, ukombozi ni jambo moja, lakini kudumisha ukombozi ni jambo lingine. Kaa katika ulimwengu wa rohoni, katika mahali pa siri ambapo utaendeleza kile ulichokombolewa nacho, na uendelee kuunganishwa na chanzo ambapo unasoma neno na kuomba. Ndivyo ukombozi wako unaweza kudumu milele. Hii ndiyo tunaita ukombozi wa kweli. Kila kitu ulicho pata kutoka katika mahali pa maombi baada ya kufanya ukombozi wako, lazima ukidumishe kwa maombi. Njia moja ya kubaini kama mtu amepitia ukombozi ni kwa hofu ya Mungu iliyo juu yao na kujitolea kwao kudumisha utiifu, haki, usafi na utakatifu.

UJISAJILI

"Katika maandiko haya yote, tumekuwa tukizungumza kuhusu kujisalimisha. Lakini kujisalimisha tunakotaja ni nini hasa? Yakobo 4:7 inasema, 'Basi mtiini Mungu. Mpingeni Shetani, naye atawakimbia.'

Wokovu ni neno jingine la ukombozi. Mtu aliye kombolewa hufuata maisha ya kuvunjika na kujisalimisha. Pale ambapo kuna kuvunjika kwa mtu, kuna kujisalimisha. Kanisa la Kristo leo limo kwenye njia ya kurudi nyuma kwa sababu hakuna kuvunjika, na hakuna kujisalimisha.

Katika hali kama hiyo, ndiyo maana Mungu alisema, "Nilitafuta mtu miongoni mwao ambaye angesimama kwenye pengo." Wakati hakuna aliyepatikana, alisema, "Nitakuja kuhukumu na kufanya vita." Ufunuo 19:11.

Kwa zaidi ya miaka elfu moja, kila wakati Kanisa lilipopoa, Mungu alimwinua mtu au watu ambao hawakuridhika na hali ilivyo na wakaanza kutafuta ukweli. Ninaamini watu hao ni mimi na wewe tuliitwa kujitokeza, kusema ukweli, na kutangaza Neno la Mungu.

Leo, kuna michezo mingi sana na siasa nyingi ndani ya Kanisa. Biblia inasema, "Tokeni kati yao," na, "Amka, wewe usinziaye!" Hii inaonyesha aina mbili za waumini: wale waliolala na wale walioamka.

Waumini waliolala hawatubu tena, hawasamehi tena, wala hawamsifu tena Mungu. Wengi wameacha msingi na ndiyo maana wengi sasa wanageukia vitu vya ziada, kama maji, mafuta, au leso, na kugeuza hivyo kuwa sanamu. Ni kama mtu anayekula kitindamlo na kusahau chakula kikuu, ambacho kina virutubisho vyote. Kanisa linakula kitindamlo pekee; chakula kikuu cha menyu kinatoweka polepole madhabahuni.

Makanisa mengi sasa yanaamini kwamba upako ni kutabiri tu au kuwafanya watu waanguke chini. Kwa sababu msingi umeachwa, kumeongezeka kwa vitendo vya uchawi, uganga na utambuzi, vyote vikifanywa kwa jina la ukombozi. Kanisa lazima lirudi kwenye msingi wake wa kweli: Roho Mtakatifu, damu ya Yesu, na Neno la Ukweli.

Wengi ni wa kiroho sana kiasi kwamba wanaweza kuona katika roho na kutabiri lakini wanakosa msingi wa Kristo. Kwa hiyo, msingi ni nini? Upendo. Katika 1 Wakorintho 13:1–8, Mtume Paulo anafundisha kwamba haijalishi mtu ana kipawa kiasi gani au anajitolea kiasi gani, bila upendo, yote hayana maana. Anauelezea upendo kama wenye subira, fadhili, unyenyekevu, msamaha, na uvumilivu. Tofauti na vipawa vya kiroho kama unabii, kunena kwa lugha, au maarifa ambavyo ni vya muda, upendo ni wa milele na haushindwi kamwe. Ukamilifu wa kweli utakuja siku moja, lakini ni upendo pekee unaodumu milele.

Paulo alisema, "Nitawaonyesha njia iliyo bora zaidi." Leo, mara nyingi tunazingatia vipawa, nguvu, na maonyesho lakini si njia kamilifu, ambayo ndiyo msingi. Hata bila unabii au vipawa vya kiroho, bado unaweza kuingia mbinguni. Uroho wa leo umewaingiza wengi katika udanganyifu mkubwa, na katika baadhi ya matukio, hata kuanzishwa kwa watoto, kwa sababu watu wanajaribu kutafuta suluhisho nje ya Mungu. Kila kitu kingine kitaangamia, lakini kitakachobaki ni Neno la Mungu na ukweli Wake. Yote haya hutokea kwa sababu, kama waamini, hatujatii mwito wa kujitenga binafsi au kujitolea kumaliza safari ya wokovu wetu na Mungu.

Ukombozi wako na kudumisha ukombozi wako huja kupitia kujisalimisha kabisa kwa Mungu. Pambanua roho, kwa sababu leo tuna wachawi wanaoitwa wachungaji, manabii, na mitume. Mungu anachunguza, anafichua na kuadhibu Kanisa katika eneo tunaloita mara nyingi "miujiza," kwa sababu miujiza mingi ya leo si chochote zaidi ya michezo ya kiakili.

Watu wengi wamekuwa "wakikombolewa" na mchawi akitumia mafuta yaliyotiwa upako, mawe matakatifu, leso, maji, au udongo. Huo si ukombozi bali ni utambuzi wa kipepo, ibada ya sanamu, na uchawi. Kila kitu unachofanya kinachokwenda kinyume na Neno la Mungu ni ibada ya sanamu na uchawi.

Watu wanapoanguka chini chini ya roho ya uongo, mara nyingi ni roho ya giza inayochezea akili za watu na kuwafanya waamini kwamba wamepata uzoefu wa kweli na Mungu, kumbe wanapoteza maisha yao katika udanganyifu na giza la kiroho.

Mwito ambao Mungu anakupa ni kutembea katika safari ya kujisalimisha. Jisalimishe kwa Mungu. Huo ndio mwanzo na hatua ya kwanza muhimu zaidi.

Je, unajisalimisha kwa Mungu? Unajuaje kuwa kweli unajisalimisha kwa Mungu?

Kuna hatua tano;

1. Kuvunjika

Yote huanza kwa kuvunjika. Ni kupitia kuvunjika ndipo Mungu anakupitisha kwenye hatua inayofuata.

2. Kukaa

Baada ya kuvunjika huja kukaa ndani ya Mungu. Yesu alisema katika Yohana 15:5: *"Mimi ndimi mzabibu, ninyi ni matawi; akaaye ndani yangu, nami ndani yake, huyo huzaa sana; kwa maana pasipo mimi ninyi hamwezi kufanya lolote."*

Kukaa ni kubaki katika upendo Wake, kubaki katika Neno Lake. Unapojifunza kukaa, Bwana anakuita kwenye utulivu. Katika Mathayo 22:44, imeandikwa: *"Bwana alimwambia Bwana wangu, 'Kaa mkono wangu wa kuume, hata nitakapowatia adui zako chini ya miguu yako.'"*

Kaa katika uwepo wa Mungu. Soma Biblia yako. Msubiri Bwana na uache Neno Lake lifanye kazi ndani yako. Katika kizazi hiki, waamini mara nyingi hawana utulivu, wanakimbia huku na kule, wakisema, "Bwana aliniambia niende kwa nabii," au "Bwana aliniambia nipande mbegu." Lakini mara nyingi, huyo si Roho wa Mungu anayeongea, bali ni mwili.

Naomba Roho Mtakatifu akukamate, akuweke miguuni pa Yesu, ili uweze kujitenga na ujifunze kukaa katika Neno la Mungu. Wakati utafika ambapo utashuhudia, *"Sidadanganyiki tena. Nimekaa miguuni pa Yesu, nikijifunza kukaa ndani ya Kristo."*

Sasa unaanza kufanya mazoezi ya kukaa katika uwepo wa Mungu. Na kukaa kunaleta amani, kwa sababu uwepo Wake haupingiki.

3. Kutakaswa

Unapoendelea kukaa, Bwana huanza kazi ya kukutakasa— kukusafisha, kukusafisha zaidi, na kukubadilisha kabla ya kukuinua kwa utukufu.

4. Kutukuzwa

Katika hatua hii, unakamilishwa naye kiroho na kimwili ili uweze kukaa milele katika uwepo Wake, ukidhihirisha utakatifu na utukufu Wake.

Baada ya kutakaswa huja kutukuzwa. Kisha unaingia katika;

5. Umoja na Bwana

Katika hatua hii, kujisalimisha kwako kumekamilika. Umoja maana yake hakuna tena utenganisho kati yako na Mungu. Umesulubishwa pamoja na Kristo, umekufa kwa nafsi, na unaishi ndani Yake. Humhoji tena Mungu. Msalaba umeshughulikia mwili wako. Sasa umetukuzwa ndani Yake, ukitembea kwa umoja na Roho Wake.

Wengi bado hawajafika hatua hii, lakini kila siku nasonga mbele, nikiamini kwamba siku moja, kwa neema Yake, nitafika.

Himiza moyo wako.

Usiache. Usidanganyike. Endelea kutafuta. Endelea kukua. Hii ni safari—mwendo wa kujisalimisha pamoja na Bwana.

Katika msimu huu hasa, naomba uendelee kujisalimisha. Naomba uendelee kujitoa kwa Roho Mtakatifu. Siku tulizo nazo na zilizo mbele zinahitaji uwe umejipanga kabisa na mapenzi ya Mungu. Mruhusu akufanye uwe katika mfano Wake ili uweze kubeba kabisa sura Yake.

Sasa ndio wakati wa kuwa makini na Mungu.

Mwambie: *"Bwana, nina njaa ya kweli. Nataka kukujua Wewe. Moyo wangu unatamani uwepo Wako."*

Vitu vya Kuombea

1. Kujisalimisha Kikamilifu kwa Mapenzi ya Mungu

Bwana Yesu, mimi ni wako. Najisalimisha kikamilifu—uwe na njia yako maishani mwangu. Nifinyange, uniongoze, na ufanye nami upendavyo. Maisha yangu yaakisi kusudi na utukufu Wako.

2. Upendo na Huruma Ili Kuwa Jibu

Baba, nifundishe kupenda kama Wewe unavyopenda. Jaza moyo wangu huruma, ili niwe jibu kwa kilio cha mtu. Nifanye chombo cha uponyaji, amani, na tumaini katika ulimwengu uliovunjika.

3. Neema ya Kukaa na Kujisalimisha

Roho Mtakatifu, nifundishe kukaa ndani ya Kristo. Wacha upendo Wako ukae kwa wingi ndani yangu. Najisalimisha mawazo yangu, mapenzi yangu, na tamaa zangu—nibaki nimekita mizizi ndani Yako, nikichota uhai kutoka katika uwepo Wako.

4. Uponyaji, Ukombozi, na Urejesho

Bwana, nawinua kila moyo ulioteswa—iwe katika mwili, nafsi, au roho. Wanapotangaza, *"Mimi ni wako,"* acha nguvu zako za uponyaji zitembee. Achilia ukombozi, rudisha vilivyopotea, na uweke amani katika maisha yao.

5. Kweli na Usafi Katika Kanisa

Ee Mungu, tuma kweli Yako kama moto ndani ya Kanisa Lako. Fichua kila ajenda iliyofichika, udanganyifu, na hila. Takasa madhabahu. Inua mabaki ya wabebaji wa kweli wanaotembea katika utakatifu na hofu ya Bwana.

Wewe ndiwe kizazi kinachopaswa kufika mahali pa kuvunjika, ili Mungu aweze kufanya kazi kwa uhuru kupitia kwako.

Kuvunjika kunamaanisha kujisalimisha—kumruhusu Mungu apate ufikiaji kamili wa moyo wako, mipango yako, na maisha yako. Unapovunjika mbele za Bwana, Anaweza kukufinyanga, kukutengeneza, na kutenda kupitia kwako bila pingamizi.

Baada ya kuvunjika huja kukaa—kipindi cha kungoja Bwana. Ni katika mahali pa kukaa ndipo Mungu anapoanza kukufundisha nidhamu, na nidhamu hiyo inaleta maendeleo ya tabia.

Kipawa chako kinaweza kukufungulia milango na kukupeleka sehemu kubwa, lakini ni tabia yako itakayokuweka hapo.

Ndiyo, adui atakipinga ulichopokea. Lakini Mungu akifanya kazi moyoni mwako—akijenga tabia na kukufundisha kukaa—utasimama imara.

Hivyo basi, chagua kuwa mtulivu. Chagua kungoja Bwana. Kama ilivyoandikwa katika Isaya 40:31: *"Bali wangojeao Bwana watapata nguvu mpya; watapanda juu kwa mabawa kama tai; watapiga mbio wala hawatachoka; watatembea wala hawatazimia."*

Ninachagua kukaa. Ninachagua kubaki katika mahali pa kujitenga hadi Mungu aseme. Ninachagua kuwa tofauti.

Huu ndio msimu wetu wote wa kukaa ndani ya Bwana, na katika kukaa huko, tutapata nguvu yetu—kwa maana furaha ya Bwana ndiyo nguvu yetu.

Sura ya 9:
Hatua za Ukombozi

Katika safari ya ukombozi niliyochukua, nimegundua kwamba kuna hatua mbalimbali za ukombozi. Huu ni uzoefu wangu binafsi, ambao Mungu aliniongoza kupitia nilipokuwa napitia ukombozi wa kina wa msingi.

Hatua ya Kwanza

Nguvu za giza huwa na ukatili na mateso makali kiasi kwamba huwezi hata kulala. Unaamka ukiwa umechoka kiakili na kimwili, bila kujua ulifanya nini. Nimesikia watu wengine wakisema wanaota ndoto za kulima usiku kucha kwenye shamba la mjomba wao au kubeba na kusafirisha vitu kutoka sehemu moja hadi nyingine. Mungu anafunua mambo mengi kwa watoto Wake; vinginevyo si rahisi kujifunza mambo haya, maana hakuna shule ya aina hii ya elimu.

Kwa hiyo, hatua ya kwanza ina sifa ya hofu ya vita vizito vya mfululizo. Nguvu ambazo zimekuwa zikidhibiti zinataka kuendelea kudhibiti daima. Unapotaka kuzipokonya na kuchukua tena kiti chako cha enzi, zinakupiga vita. Nguvu hizi hazina tatizo na Wakristo wa kidini wa kawaida; zina tatizo na wale waliopokea maarifa na kuijua kweli na wanataka kuwa huru. Hii ndiyo sababu ya vita. Wengi wameacha mamlaka yao, uwezo wao, na eneo lao kwa sababu wanaogopa kuguswa na adui. Nguvu hizi hupenda watu wajinga; ndiyo maana Biblia inasema, *"Msikose maarifa ya hila za Shetani."*

Ujinga umeleta aibu na maumivu kwa watoto wa Mungu. Ni ujinga ambao umesababisha watoto wa Mungu kuhudhuria kanisa na kurudi bado wakiwa katika maumivu; ni ujinga uliosababisha watoto wa Mungu kusoma Biblia kutoka Mwanzo hadi Ufunuo bila kukutana na Mungu au kupata matokeo ya kudumu. Ndiyo maana wengi wameamua kuridhika na kidogo walicho nacho, wakaacha hatima yao waliyopewa na Mungu, wakaacha ahadi za Mungu juu yao na kuyaacha yote kwa Shetani.

Unapopitia ukombozi wa kina wa msingi, utajua kwamba adui ni halisi, na Mungu akikupa neema ya kuupitia na kuokolewa, hakuna jinsi unaweza tena kufanya mzaha na mambo ya Mungu. Ukiona mhudumu yeyote akifanya mzaha na mambo ya Mungu, ujue hajaanza safari yake ya ukombozi.

Adui atazindua mashambulizi juu yako—kukata tamaa, sauti za uovu, migongano katika ulimwengu wa roho, falme za kishetani zikikusanyika kukupiga, wachumba wa kipepo, nyoka, roho za majini, pepo wa baharini, na uchawi—ili kuhakikisha unakata tamaa katika safari hii ya ukombozi. Kwa sababu sasa wametambua kwamba umefika mahali pa kutoangalia nyuma, haijalishi watakufanyia nini.

Yakobo 4:7: *"Basi, mtiini Mungu. Mpingeni Shetani, naye atawakimbia."*

Wengi wetu tunataka kufanya sehemu ya pili ya mstari huu— kupinga Shetani ili akimbie. Lakini sehemu kuu ya mstari huu ni ile ya kwanza: *mtiini Mungu!* Wote waliopitia ukombozi wa kina na kupata ushindi, hili ndilo siri yao: wamejitoa kikamilifu kwa Mungu. Wamekabidhi maisha yao kwa Mungu na wamekubali kuishi maisha ya usafi, utakatifu, na haki, kwa maana alisema, *"Iweni watakatifu kwa kuwa mimi ni mtakatifu."*

Huwezi kumwita Mungu Baba yako ikiwa njia zako ziko kinyume na usafi, utakatifu, na haki. Unapovitenda hivi, utaanza kuona utukufu wa Mungu ukikufunika, kwa maana hivi ndivyo vinavyomvutia Mungu. Kwa hiyo, kabla ya kugusa vita vyovyote vya msingi, lazima ujichunguze: je, umejisalimisha kikamilifu kwa Mungu huyu? Katika ukombozi wa kina, mafanikio yako katika kujisalimisha. Kupitia kujisalimisha, funguo za ukombozi hukabidhiwa kwako, siri za ukombozi hufunuliwa kwako, nguvu za Mungu hukaa juu yako, na unapewe mamlaka; malaika huachiliwa kukusaidia.

Hatua ya Pili: Shambulio la Akili

Adui atashambulia akili yako. Haya siyo tu maneno au sauti kichwani mwako. Jisalimishe kikamilifu kwa Bwana na endelea na safari yako ya ukombozi.

Maombi yako katika hatua hii yanapaswa kuwa Mungu akupatie neema ya kubaki makini kwenye jukumu ulilopewa, kwa maana hili lazima lifanywe na lifanywe vizuri. Ndiyo maana unapaswa kuomba neema na nguvu za kupigana hadi mwisho. Watoto wa Mungu wameporwa na ufalme wa giza, mali zao kuchukuliwa na kuuzwa katika masoko ya kishetani. Lakini utavirejesha.

Unarejesha sanduku la hazina la ukoo wako na haki yako ya kuzaliwa. Nguvu, roho, na tabia hizi zitasogea, lakini haziwezi kuishi bila mwanadamu, kwa hiyo kila mara zitatafuta mtu mwingine kwa sababu tayari zimezoea maisha hayo ya kifahari. Ndiyo maana tunapaswa kuwaelimisha watu wengi jinsi ya kukomboa na kudumisha ukombozi wa wapendwa wao.

Katika hatua hii ya pili, adui hupambana na akili yako kupitia ndoto na matukio ya ajabu usiku kama vile kufanya tendo la ndoa na roho, kulishwa kwenye ndoto, kuogelea majini, au kujikuta katikati ya msitu au katikati ya watu usiowajua usiku. Wengine hujikuta katika nyumba za zamani walizokulia, wakiwa uchi au bila viatu. Hii ni dalili ya uwepo wa roho ya kurudi nyuma, aibu, na fedheha. Usizipuuze ndoto kama hizi. Maombi yako yawe ya kufunga roho za kufuatilia kwa upofu.

Mashambulizi haya ya kulipiza kisasi huzinduliwa kwa sababu umekuwa tishio kwa ufalme wao. Mara nyingi unaweza kuamka ukiwa umechoka sana na huna msaada, na wakati huu maswali ya shaka binafsi na mashaka kuhusu wokovu wako na uhusiano wako na Mungu huanza kuzunguka akilini: *Je, kweli nimeokoka? Mungu wangu yuko wapi?*

Hili ni shambulio la akili; adui ananena ndani ya kichwa chako. Ndiyo maana, kama unataka kumpiga vita Shetani na kutoka mshindi, puuza anachokufanyia katika mchakato huo. Shetani anafanya hivi ili kuhamisha umakini wako na kukufanya uanze kulalamika badala ya kuendelea kusukuma vita mbele. Mungu anajua na anatazama; anataka upitie moto huu ili utakapomaliza uwe kama dhahabu. Kwa dhahabu kuwa dhahabu, lazima ipitie motoni. Mungu anatizama na kuandaa thawabu yako.

Kupitia haya yote, kinacholeta ushindi wa haraka ni *mshikamano* na *nidhamu* katika unachokifanya. Mshikamano ndio utakaoleta watoto wengi wa Mungu kwenye mafanikio yao. Unapopambana, adui anaweza kuondoka, lakini si kwa muda mrefu; atabaki karibu kuona kama utaendelea kwa bidii ile ile, ukiwa na mshikamano na nidhamu. Fikiria hivi—unapopigana na kisha ukapumzika, ni kana kwamba umekamata eneo. Unapokwenda kupumzika, adui anarudi kulichukua tena eneo hilo.

Mathayo 12:43-45: "Pepo mchafu akitoka kwa mtu, hupita katika mahali pasipo na maji akitafuta mahali pa kupumzika, asipokuta, husema, Nitarudi nyumbani kwangu nilikotoka."

Ndiyo maana Hatua ya Pili ni hatua ya mapambano makali. Unachohitaji ni nguvu za Mungu, Roho wa Mungu, na uwezo wa Mungu ili kukuvusha katika hatua hii.

Mambo muhimu ya kufanya katika wakati huu ni haya: Ikiwa unawajua watu walio hodari sana katika maombi, iwe ni kikundi au rafiki, unaweza kushirikiana nao saa sita za usiku ili kuondoa nguvu za adui. Biblia inasema, *mmoja anaweza kufukuza elfu moja, wawili wanaweza kufukuza elfu kumi.*

Katika hatua hii, nimegundua kwamba ingawa Mungu ana uwezo wa kukuokoa na kukutoa vitani, hatafanya hivyo ili akuweze kukufinyanga. Kama Mungu angeniokoa katika hatua ya pili, nisingalijua kuhusu hatua ya tatu. Ndiyo maana nawambia watu kwamba mengi kati ya mambo haya nilifundishwa na Roho Mtakatifu. Ni muhimu pia kuomba saa sita za usiku, kwa sababu huo ndiyo wakati wa shughuli za adui, wakati wanadamu wamelala, ili aibe, aua, na kuharibu. Naomba Mungu akupe neema ya kuomba usiku wa manane.

Kama nilivyosema awali, Mungu wakati mwingine huruhusu maumivu, mateso, na dhiki kwa sababu Anakufinyanga. Nguvu Yake ni yako, na Anajua utapita salama ili utumike kwa nguvu kama chombo cha kuwaweka huru wote waliofungwa.

Luka 22:31-32: "Simoni, Simoni, Shetani ameomba kuwapepeta ninyi kama ngano. Lakini mimi nimekuombea ili imani yako isitindike; nawe utakapoongoka uwatie nguvu ndugu zako."

Huwezi kusema umepewa huduma ya kukomboa jambo ambalo hujapitia mwenyewe. Hilo haliwezekani. Lazima ulipitie mwenyewe: ujue maumivu yake, mateso yake, na usiku usiolala. Kwa hiyo, unapoinuliwa kama mtumishi wa ukombozi, unajua hasa la kufanya. Kwa kweli, maisha ni ya kiroho sana. Je, ziara ya daktari ilifunua saratani ya matiti isiyoitikia matibabu (triple-negative)? Saratani ya kongosho iligeukaje kuwa hukumu ya kifo papo hapo? Saratani ya ovari iligeukaje kuwa hatua ya nne ndani ya wiki tatu tu baada ya utambuzi wa awali? Leo hii saratani zinatolewa kama peremende; hata tawahudi imewachanganya wanasayansi. Huu si utambuzi wa daktari peke yake; nyuma yake kuna udanganyifu wa kishetani kwa faida ya ufalme wao. Mtoto wa Mungu, amka na chukua mamlaka, kwa maana Shetani hafanyi mzaha na hapotezi muda. Ameja kuiba, kuua, na kuharibu.

Shule ya mbinguni ambayo Bwana amekuruhusu uipitie hapa duniani ni ya kufundisha wengine ukweli wa mambo, badala ya kupendekeza kwamba mambo mabaya ni mapenzi ya Mungu. Vipi tukibadilisha na kusema ni mapenzi ya Shetani, kisha tuanze kumkemea Shetani mara moja na kumtoa kwa jina la Yesu? Huwezi kuona kuwa Shetani anaiba, anaua, na kuharibu maisha yetu? Biblia inasema:

Waefeso 5:14: "Amka wewe usinziaye, ufufuke katika wafu, naye Kristo atakuangaza."

119

Ili tuwe macho, Mungu humruhusu Shetani kutupima; Mungu huomba tuweze kustahimili vita, ili baadaye tuweze kuwatia nguvu wengine tunapopita kwenye mapambano haya ya maisha. Mungu huruhusu vita kwa sababu wengi wanaonushinda huishia kuwa askari hodari na kujiunga na jeshi la Bwana. Mungu hutuma vitani wale anaowajua hawatakuwa majeruhi; wataleta ushindi ili Yeye apate utukufu.

Kama wewe uko upande wa Mungu, anza kuwa makini na kila wakati vaa silaha zote za Mungu; shetani yuko kinyume na kujitolea kwako kwa Mungu huyu. Ukiingia katika ukombozi wa msingi wa kina ukiwa na ufahamu huu na maarifa haya, hakuna kitakachokuzuia, na hakuna kitakachokurudisha nyuma. Uko ndani hadi umalize, na ushindi umehakikishwa, na Mungu atapokea utukufu.

Ukiingia katika hatua hii, macho yako yanafunguliwa na unaweza kuona mambo kwenye ndoto. Kwa nini unaota mambo fulani? Hii ina maana ni hatua nyingine ya ukuaji wa kiroho. Je, umewahi kusikia watu ambao hawaoti kabisa? Au wanaota lakini hawakumbuki? Adui anafunga ulimwengu wao wa ndoto. Sasa, kama unaota na unakumbuka, mshukuru Mungu, kwa maana Mungu anakuruhusu ushughulikie ndoto hiyo. Hakuna ndoto isiyo na maana. Ndoto zinafunua kilicho kwenye msingi wako. Mungu anakonyesha, kwa mfano, nyoka kwenye ndoto zako—hiyo ina maana ufalme wa nyoka unakutesa, kwa hiyo utaanza safari ya ukombozi binafsi hadi uache kuona ufalme huo kwenye ndoto zako.

Usipuuzie na kudhani utaondoka tu bila kufanya chochote; hapana, mradi hujakombolewa kutoka humo, bado upo kwenye msingi wako, ukiiba, kuua, na kuharibu. Ndiyo maana Mungu anakonyesha mwanzo kabisa ili uung'oe, ubomoe, uangamize, na kuuangusha.

Utajuaje kama umekombolewa kutoka humo? Hutaota tena juu yake. Ufalme unaouona kwenye ndoto zako una maana kwamba msingi wako uliuabudu kama mungu wao. Hujui; ndiyo maana unapomleta Yesu wako, wanapigana nawe kwa sababu unaingilia agano lao—hii ndiyo sababu ya vita. Ukiota juu ya majini, msingi wako pia uko chini ya ufalme wa baharini. Kusanya hoja za maombi na video, na uombe hadi uache kuuona tena. Ukiota kuhusu wachumba wa kiroho, hii ina maana watu wa msingi wako wameolewa na roho, hasa roho za majini.

Tafuta maombi ya kupinga wachumba wa kiroho na video, uombe hadi uache kuwaona. Hii ina maana wachumba hao wa kiroho walikuwa wa wazazi wako na mababu zako, ikimaanisha vizazi vyote vilivyotangulia vilikuwa vimefungwa navyo, na wewe utakuwa wa kwanza kuviangusha. Huu ndio ukombozi wa msingi kutoka kwenye ufalme huo maalum.

Wachumba wa kiroho ni wenye wivu; watu walioolewa na roho hukumbana na misukosuko kwenye ndoa zao, au hawataruhusu uolewe kwenye ndoa halisi. Wanasababisha kuharibika kwa miujiza na mimba; ni pepo la kuiba, kuua, na kuharibu. Naomba kwa jina la Yesu kwamba Mungu akupatie nguvu ya kutenga muda na kuanza ukombozi wako. Ukombozi unachukua muda. Hakuna mtu anayeweza kuufanya kwa niaba yako; unahitaji mtu wa kukuongoza nini cha kufanya na jinsi ya kufanya. Unapoombea na kufanya ukombozi binafsi, unaangalia maendeleo hadi uondoe kabisa ushawishi wa ufalme huo juu ya ukoo wako.

Wakati hatua ya mapambano inapokwisha, unakuwa umerejesha falme nyingi, na hata maisha yako ya ndoto huanza kubadilika na kuwa na maana. Kwa sababu wanapoteza kizazi chako chote, ukoo wako wote, na msingi wako wote, wanapaswa kufanya kazi kwa bidii. Kwa mara ya kwanza, unaweza kupumzika na kulala. Unaweza kulala bila kupata ndoto mbaya.

Sasa, ndoto za kiungu zinaanza kuja. Mungu anakupandisha kwenye kiwango cha nidhamu ya juu katika Ufalme wa Mungu. Unapokumbuka vita ulivyopigana, huwezi kujiacha kirahisi. Hutaki kurudi nyuma. Sasa, Hatua ya Pili—hatua ya mapambano—imekamilika.

Hatua ya Tatu: Uachiliwaji na Mamlaka

Utaanza kupata urahisi katika ulimwengu wa kimwili na wa kiroho. Uko kwenye udhibiti kamili; huna hofu tena. Unaweza kuamuru mambo kwa urahisi katika ndoto na kuanza kuona mawakala wakikimbia. Unajuaje? Unaweza kuanza kuwakamata katika ndoto. Vitu vile vile ambavyo ulikuwa ukiyaona kwenye ndoto na kuogopa, sasa unavikabili na kuviamuru. Ushindi unaanza kwenye ndoto yenyewe; mtu wako wa ndani anakuwa mwenye nguvu sana, na huwezi kudanganywa tena. Ndiyo maana Biblia inasema *amuru*. Unapaswa kutoroka. Biblia inasema nafsi yangu imeokoka kama ndege anavyotoroka kwenye mtego wa mwindaji. Sasa vifungu vyote vya Biblia vinaanza kuwa na maana. Wakiwa na nafsi yako, wanaamuru mabaya, umasikini, kukatishwa tamaa, magonjwa, na mateso. Hiyo inatokea kwa sababu wanakuwa na kitu cha kushikilia. Sasa nafsi yako haiwezi kudanganywa tena kwa sababu imekombolewa, imewekwa huru, na kurudishwa mikononi mwako.

Na sasa unaweza kwa furaha kujenga *ukuta wa moto*. Biblia inasema, jenga ukuta wa moto kuzunguka mji wangu, kwa sababu Shetani hachoki. Ataendelea kujaribu. Tazama, hata kama umekombolewa, je, umehifadhi sheria za Bwana? Je, umehifadhi kanuni za Bwana? Au umeanguka tena? Hivyo, Shetani ataendelea kujaribu.

Baada ya hatua hii, unaacha kujiota upo kwenye mikutano hii ya ajabu ya kishetani. Badala yake, unaanza kuona ahadi za Mungu zikitimia. Ni kama umejigundua upya; wewe ni kiumbe kipya. Unaweza kuanza kuogelea na kufurahia baraka za Bwana. Mungu anafurahia kukutoa kila kitu—anaweza kutimiza ahadi za **Yeremia 51:20**: *"Wewe ndiwe nyundo yangu ya vita, silaha yangu ya kupigana. Pamoja nawe nazivunja mataifa vipande vipande; pamoja nawe naharibu falme."*

Sasa mamlaka ya Mungu, utawala, neema, na kibali vinaanza kudhihirika kikamilifu kwa sababu adui aliyekuwa akizuia haya yote ameangamizwa rasmi kwa jina la Yesu.

Luka 10:19: "Tazama, nimewapa mamlaka ya kukanyaga nyoka na nge, na kushinda nguvu zote

za adui, wala hakuna kitu chochote
kitakachowadhuru kwa njia yoyote ile."

Sasa unaweza kuanza kuukanyaga ufalme wa giza kwa sababu umejitenga kabisa nao; una mamlaka ya Yahweh. Umeung'oa, umeubomoa, umeuangamiza, na kuuangusha. Sasa unaweza kuanza kujenga na kupanda kile unachotaka. Hakuna mfalme wa Uajemi anayeweza kuzuia chochote. Unaweza kubeba jukumu hadi ngazi nyingine. Bwana yupo pamoja nawe kwa sababu hatima yako sasa iko huru kwa wewe kuikamata.

Sura ya 10:
Nguvu za Kipepo na Mamlaka ya Kiroho Katika Sehemu za Giza

Roho katika ufalme wa giza zipo kweli kabisa, lakini pia ni ngumu kuelewa na kuelezea. Hii imewapa nafasi ya kuongezeka kwa sababu watoto wengi wa Mungu hawakuweza kujitokeza kueleza kilichokuwa kikiendelea; wengine hawakutaka hata ujue. Baadhi yao walichukulia mambo kama yalivyotarajiwa. Kwa hivyo, zinaongezeka zaidi tunapozidi kuficha na kutozifunua. Na jambo tusilolielewa ni zinatoka wapi?

Kama hujazaliwa mara ya pili, au kama wewe ni Mkristo vuguvugu au wa kidini tu, hutaziona wala huzihisi. Kwanza, zinakuchukulia kama mmoja wao; hakuna hata sala yako moja itakayozitishia au kutikisa ufalme wao. Kwa hiyo, hawapotezi muda na watu wasioleta tishio kwao.

Vita vikubwa huanza pale mtu anapojisalimisha kwa Yesu. Ghafla, utaona falme zote tano zikikufuata: uchawi, ya baharini, roho za maji, nyoka (roho za kishetani za aina ya nyoka), na za wanyama. Hii inamaanisha kulikuwa na mlango wazi, lakini zilikuwa zikifanya kazi taratibu kutoka sehemu iliyojificha nyuma ya pazia. Pia, hakukuwa na moto wa kutosha wa kuziwasha moto na kuziacha sehemu ya maficho; sasa pale Mkristo wa kweli anapoanza kugundua mambo mengi. Utaziona, na utaanza kuzikimbiza. Sasa, umepokea wokovu, na unakuwa mkali, na unataka kuanza kurusha mishale na makombora, sala za nguvu, kufunga, na kutumia silaha zote. Hapo ndipo haziwezi tena kuvumilia. Zinaanza kuja kama mafuriko ili kupigana na wewe. Unahitaji ukombozi wa kina wa msingi. Hii ni zaidi ya jirani yako kukuroga. Ni zaidi ya bosi wako kutokupenda. Sasa imekuwa suala la msingi. Biblia inasema Bwana anajua nia na mioyo yetu. Kwa hiyo, Mungu anapoona moyoni mwako kuwa unatamani kujua, unataka kuelewa, atakutia nguvu na kukupa maarifa na ufahamu unaohitajika katika jambo hili.

Waefeso 6:12: *Kwa maana kushindana kwetu si juu ya damu na nyama, bali ni juu ya falme na mamlaka, juu ya wakuu wa giza la ulimwengu huu, juu ya majeshi ya pepo wabaya katika mahali pa juu.*

Ili kujifunza mambo ya kina ya Mungu, unahitaji kutiwa nguvu. Hapo ndipo utaanza kuona kwamba una aina tofauti ya ufahamu. Unaongeza kusoma zaidi, kuomba zaidi, na kufunga zaidi. Roho Mtakatifu anaingia na kukuamuru kutoka ndani; maisha yako si yako tena. Mara tu Mungu anapokukamata, jambo la kwanza atakalokupa ni vazi la kuomba na kufunga. Kwa sababu katika safari hii ya imani, sala ni kila kitu. Falme za giza haziogopi vyeo au sifa; zinaogopa mtu anayeweza kuomba kwa mamlaka. Kadiri unavyoomba zaidi, ndivyo unavyogundua zaidi; kadiri unavyogundua zaidi, ndivyo unavyopata zaidi. Roho Mtakatifu atakuongoza kwenye vifaa vya ukombozi kama vile video za kuangalia na kujifunza, vitabu, na mwanaume au mwanamke wa Mungu wa kumsikiliza, ili ujielimishe.

Mimi nimetoka katika asili ya Kikatoliki yenye nguvu. Mama yangu alikuwa sisita wa Kanisa Katoliki, na baba yangu alikuwa padri wa Kanisa Katoliki kabla hawajatoka. Hata baada ya kutoka, waliendelea kutunza ibada ya Bwana katika familia yetu. Ndiyo, baadhi yenu mnaelewa jinsi Wakatoliki wa Roma wanavyoweza kuwa jasiri katika matendo yao, thabiti, na wenye nidhamu, ambayo ni mtindo mzuri wa maisha. Kwa hivyo, naweza kukuambia tulikuwa ukoo wa sala. Babu yangu alikuwa Mkatoliki mcha Mungu; ilipofika wakati wa sala, kila mtu alipaswa kutii na kuomba akiwa magotini kwa saa moja asubuhi na jioni.

Lakini nilipoanza kuangalia maisha ya ndugu zangu wengi, watu walio karibu nami walio na uhusiano wa damu—babu, nyanya, shangazi, wajomba, na vijana kama vile wajukuu— niliweza kuona mambo yanaharibika. Kulikuwa na mambo mengi yanayotokea ambayo sikuyaelewa. Sikujua chanzo chake, na naamini watu wengi miongoni mwa ndugu walikuwa wanauliza nini kinaendelea. Kwa mfano, tulikuwa na vifo vya ghafla, vifo

125

vingi vya mapema. Kama nilivyosema awali, kulikuwa na hali ya kurudia rudia ya vifo vya mapema. Pia kulikuwa na umasikini: watu wanafanya kazi kwa bidii sana na wana elimu ya juu, hata kimataifa nje ya nchi, Marekani, Asia na Ulaya. Lakini kulikuwa na umasikini. Wanafamilia mara nyingi hufanya kazi kwa muda, kisha huishia kuwa maskini wanapostaafu. Pia, suala la wake wengi, ibada ya sanamu, uzinzi, kashfa, kutokumtii Bwana, hasira, ghadhabu, laana, ndoa ngumu, na talaka. Lakini ukitazama, unajiuliza: Nini kinaendelea? Kuna tatizo mahali fulani? Lakini nilichogundua nilipokuwa najiuliza maswali hayo ni kwamba Roho wa Mungu aliingia ndani yangu. Sikuwa najiuliza mwenyewe; ilikuwa kana kwamba nilikuwa nikipokea mawasiliano, na ningeweza kusikia. Ningeweza kusikia sauti ya Mungu na kupata mwelekeo wa nini cha kufanya na jinsi ya kufanya.

Ndiyo maana unaona vifungu vyote vya Biblia vikiendelea kuja. Lakini kisha Bwana akamtuma mtu wa ajabu maishani mwangu, yule aliyeniongoza kwa Kristo. Nilizaliwa mara ya pili. Baada ya kuzaliwa upya, mtu huyu alinipa Biblia, na nikawa na shauku na kujitolea kuisoma. Nilipokuwa nikisoma Biblia, Bwana alinena nami na kunijibu kupitia Neno. Wakati mmoja, nakumbuka Mungu akinitumia kitabu cha **Yeremia 51:20:**

"Wewe ndiwe nyundo yangu ya vita na silaha yangu ya kupigana; kwa msaada wako nitavunja mataifa vipande vipande; kwa msaada wako nitaharibu falme."

Hivyo basi, kile ambacho Yeremia ananiambia hapa ni kwamba mimi nimechaguliwa. Kwa sababu nimeketi na Bwana kuuliza maswali na kuchunguza nini kinaendelea, ninahisi watu wangu ni wema na wako sawa na wanaweza kuhudhuria kanisani. Wanaonekana kuwa wamejitoa kwa Kristo. Yaani, waliishi kwa kumcha Bwana. Hata hivyo, ilionekana kwamba hofu ya Bwana ndiyo ilikuwa kipaumbele chao cha juu kabisa. Nilichokiona ni kwamba watu walikuwa wamejitolea kuhudhuria kanisa kila siku. Ni watu wangapi huenda kanisani kila siku kuanzia saa 12:00 asubuhi hadi saa 1:00 asubuhi kwa saa moja kabla ya kwenda kazini? Ndivyo walivyoanza siku zao; wako kanisani kila Jumapili. Lakini mambo niliyokuwa nikiona, mateso kwa watu wanaompenda Bwana, hayakuwa yanaendana.

Baada ya Mungu kunipa ule mstari, niliamini kwamba Mungu aliniacha labda ili kusimama kama mlinzi wa lango. Kisha nikakumbuka nilikuwa nimechukua jambo hili kwa undani zaidi. Nilianza kulia, nikimuuliza Bwana nini kinaendelea. Sijui hata sababu, na hakuna mtu anayeweza kunipa jibu la kile ninachouliza. Bwana akanielekeza kwa watu, na kubadilisha kabisa mzunguko wangu, kwa sababu Anataka kukuzunguka na watu watakaokuza hatima yako uliyopewa na Mungu. Kwa hiyo, mzunguko wangu ukabadilika; nikajikuta niko kwenye ushirika wa watu wanaoweza kupigana vita na kuomba usiku wa manane, watu waliokomaa, waliojaa roho ya kiroho ya kupigana vita ili kumtoa Shetani kwenye viti vyetu. Hawa ndiyo watu niliokuwa nahitaji ninapopigana vita. Kadri nilivyozidi kuomba usiku wa manane, ndivyo Mungu alivyozidi kunionyesha mambo mengi, ndoto, na maono yangu yakawa wazi sana.

Bwana akaniambia siyo tu kile unachofikiri kwamba watu wanapambana nacho, kuteseka nacho, na kuteswa nacho; ni kuhusu msingi. Tunarejea vizazi vinne nyuma. Kwa maneno mengine, kama ukiangalia leo kutafuta majibu ya mateso unayoona, huenda usipate jibu kwa sababu mateso hayo ni matokeo ya vizazi vilivyopita—dhambi katika kizazi cha kwanza, uasi katika kizazi cha pili, na uovu katika kizazi cha tatu. Ndiyo maana Mungu alifungua macho yangu na masikio yangu kuzingatia kile ambacho Alianza kunifunulia na kunifundisha jinsi ya kushughulika nacho kwa umakini na kitaalamu ili nisijikwae katika maeneo ya kiroho nisiyopaswa kufikia au kuvuka mipaka kimwili na kiroho.

Mathayo 5:25: "Patana na mshitaki wako upesi, wakati bado mko njiani pamoja, ili mshitaki wako asije akakupeleka kwa hakimu, na hakimu akakutia mikononi mwa askari, nawe ukatupwa gerezani."

Mungu alinifundisha kwamba Yeye ni hakimu wa haki, kwa hiyo haisemi kwamba unaposema nimeokoka, basi imeisha. La, huo ni tiketi; ichukue na uchukue hatua sahihi kudai kilicho chako kihalali kutoka katika ufalme wa giza kwa jina la Yesu. Tunazungumzia jinsi tunavyoweza kulazimika kushughulika na dhambi, uasi, na uovu wa vizazi vilivyopita kama hakuna mtu aliyewahi kuchukua hatua sahihi za ukombozi katika ukoo wako. Hii inamaanisha kukiri, kutubu, kukataa, na kuomba kusafishwa.

Baadhi ya mambo ni ya kina zaidi. Biblia inasema baba zetu wamekula zabibu chachu, na meno ya watoto yamekaza. Hata familia yangu, ninayoisema ilikuwa inaomba na kumtii Bwana, wakiomba kuanzia saa 12:00 hadi saa 1:00 kila siku—hizo zilikuwa sala za kuwasaidia kuendelea katika maisha yao ya kila siku, lakini hakuna mtu aliyewahi kuchunguza chanzo cha mifumo hasi, mizunguko, vifo, n.k.

Sasa Bwana aliniongelesha kuhusu msingi uliovunjika: haijalishi jinsi unavyotaka kuufunika au kuukataa msingi ulio na dosari, utapasuka; Biblia inasema,

Zaburi 11:3: "Ikiwa misingi imeharibiwa, mwenye haki atafanya nini?"

Kama vile Nehemia, mtu mwenye haki lazima aende akakague yale ya zamani, ajenge upya kuta zilizovunjika, na kuondoa machafuko, akiyaweka sawa. Pia, Bwana alianza kunifundisha **Yeremia 1:10**—kung'oa, kubomoa, kuharibu, kupindua, kisha kupanda na kujenga. Kwa hivyo, Bwana alianza kuniwekea mambo sawa hatua kwa hatua. Kisha nikaanza kufanya kazi kwa umakini na Yeremia 1:10 na nikaanza kuona mambo fulani—sala za vita za kila siku, sala za usiku wa manane, na sala za moto—na nikagundua mambo yalikuwa yanaanza kutoweka. Kwa mfano, vifo vya mapema, vizuizi, ucheleweshaji, kurudi nyuma, wake/waume wa kiroho, na vifungo—vitu hivyo vyote vilianza kuondoka moja kwa moja bila hata kuvipiga vita moja kwa moja.

Nilifanya mahojiano na baadhi ya wanafamilia, na walikuwa wamekombolewa kutoka kwa wake wa kiroho. Kwangu, huo ulikuwa ushindi. Wengine wao hata hawajui kwa nini hawaoni tena mambo hayo, lakini hawajui kwamba kuna mtu anayepigana vita hivyo na kutoa dhabihu kisiri. Ndiyo maana Biblia inasema Alilituma neno lake na kuwaponya wote. Hapo ndipo mtu mmoja akipokombolewa, Mungu anaweza kumtumia mtu huyo kukomboa kila mtu mwingine. Kuna ukombozi wa kweli na uhuru. Kizazi kinatafuta mtu mmoja mwenye haki wa kuchukua jukumu hili kwa umakini na kuwakomboa wale wanaohitaji. Wengine walijiona wako karibu na maji, na hali hiyo yote ikaisha. Wengine walikuwa wakiona majini; hawakuweza tena kuyaona.

Nilianza kutambua kwamba nilikuwa natoka kwenye msingi ulio na hitilafu. Msingi ambao ulikuwa na hitilafu mbele za Bwana. Yaani, haikuwa tu jambo la familia sasa; ilikuwa inakwenda kwa kina zaidi. Bwana alifungua macho yangu na kunionyesha kilichokuwa kikitokea ndani zaidi yangu na kunionyesha kilichokuwa kikitokea ndani zaidi ya kizazi changu. Mambo ambayo hatuelewi yamejificha kwa kina kwenye msingi. Sasa, yanaanza kujitokeza polepole kutoka vilindini, yakitoka kwenye kina, yakila watu kwa mambo hasi na mateso. Na watu watafikiri ni mapenzi ya Mungu kwa sababu wanajua kwamba yakijidhihirisha yote mara moja, uta… yakijidhihirisha yote mara moja, utayagundua na kuyafukuza mbali nawe. Na ndiyo maana nimesema maombi ambayo mababu zetu waliomba, yalikuwa yanawasaidia watu kuishi maisha yao ya kila siku, lakini hayakuweza kung'oa kilichopandwa, jambo lililosababisha mizizi ichimbike zaidi kwenye msingi wetu. Mara tu unapokuwa Mkristo wa kweli aliyezaliwa mara ya pili, unaanza kuona mambo haya na unatambua bado kuna kazi zaidi ya kufanya, na hujui kwamba baadhi wameamua kumwekea Mungu na kusema ni mapenzi ya Mungu. Hapana, siyo! Ni kazi ya Shetani.

Vinginevyo, ukiwa na wale watu wanaopenda aina hizo za maombi baridi, mambo haya yataendelea kubaki yakifanya kile wanachofanya vizuri zaidi, ambacho ni kuiba, kuua, na kuharibu familia. Biblia inasema, 2 Wathesalonike 2:7 "Kwa maana ile siri ya uasi/maovu ishaanza kutenda kazi; ila yeye azuiaye sasa atazuilia mpaka atakapoondolewa." Mungu anatafuta mtu mmoja tu ambaye ataelewa mstari huu na kuuweka kazini. Kwa kuwa neno tayari limeshakamilishwa, kinachobaki ni kitendo. Na nani wa kuweka kwenye kitendo? Ni mimi na wewe sasa hivi. Kila familia ina mtu huyo mmoja. Yupo nani katika familia yako? Je, nyote mtaendelea kuwa wa kidini, waenda kanisani, mkishika ratiba na mipangilio? Hapana, ni wakati wa kuamka na kupigana; inuka. Biblia inasema katika Waefeso 5:14, "Kwa hiyo husema, Amka wewe usinziaye, ufufuke katika wafu, naye Kristo atakuangaza." Kristo yupo tayari kutuangazia, lakini tunahitaji kuamka.

Unapokuwa bado umefungwa na vizuizi vya msingi, huwezi kufanya kazi ipasavyo katika kusudi lako ulilopewa na Mungu. Ikiwa kuna jambo moja linapaswa kukuchochea kufanya huduma ya kufunguliwa, ni kwamba kusudi lako ulilopewa na Mungu linasubiri kufunguliwa kwako kukamilika. Siwezi kujiruhusu kufa bila kugusa kusudi langu nililopewa na Mungu. Nitaweka bidii yote kwa ajili ya kufunguliwa kwangu kukamilika ili nipate kuona inavyokuwa kutembea katika kusudi langu nililopewa na Mungu.

Methali 10:22 Biblia inasema, "Baraka za Bwana hufanya mtu kuwa tajiri, wala haziongezi huzuni nayo." Kwa hiyo, katika hali ya familia yangu, tulipokuwa tunaona mara kwa mara vifo vya mapema vikizika vijana, watu wangeweza kusema kwa ujasiri kuwa ilikuwa mapenzi ya Mungu. Naweza kukuahidi kwamba Mungu hakuwa ndani yake. Iko wapi ile mapenzi ya Mungu? Kitabu cha 3 Yohana 1:2 kinasema, "Mpendwa, naomba ufanikiwe katika mambo yote na kuwa na afya njema, kama vile roho yako ifanikiwavyo." Sasa najiuliza, kwa nini huu ugonjwa, maradhi, magonjwa? Kwa nini maumivu, huzuni, kwa nini msongo wa mawazo? Kwa nini kisukari cha akili? Kifo? Kwa nini wazimu? Je, hayo ni mapenzi ya Mungu? Hapana, kitabu cha Zaburi 118:17, "Sitakufa bali nitaishi, nami nitasimulia matendo ya Bwana." Unahitaji kutamka kwamba hakuna tena kifo; ni matendo mema ya Bwana pekee ndiyo yatakayonenwa katika msingi wangu.

Hivyo ndivyo unavyositisha uovu. Kwa hiyo, unaweza kuona kwamba baada ya hatua hii, msingi wangu ulikuwa kinyume na neno katika Biblia. Ndipo nilipojua, nikasema, "Mungu, kuna zaidi. Tafadhali nionyeshe ni nguvu gani inafanya kazi kwenye msingi wangu na ni nguvu gani inayoamuru msingi wangu. Ni nani huyo mtu mwenye nguvu na ngome? Lazima kuwe na nguvu fulani hapa iliyojificha mahali fulani!" Kuna nguvu ya kiroho ambayo imejificha mahali fulani. Mungu anaifunua, anaifichua. Kwa njia hii, pia nilitambua kwamba watu wangu walikuwa ni waenda kanisani tu, na walikuwa ni watu wa kidini ambao hawakuwahi kuwa wakweli katika mambo ya Mungu. Au walikuwa vipofu na hawakujua kama kulikuwa na zaidi ya walichokiona na kufanya. Kwa maana Biblia inasema, "Nanyi mtaifahamu kweli, nayo hiyo kweli itawaweka huru." Kwa hiyo, hawakujua kweli, kwa hiyo hata hawakujua kuwa walikuwa katika hali za kifungo; ndivyo hali ilivyokuwa mbaya. Adui aliwafunika macho. Lakini nikasema, "Mungu, ikiwa umenipa neema hii, nisaidie ili niweze kuchukua safari hii kwa kiwango kingine; nisaidie kuwaokoa watu wangu."

Kwa hiyo, nilianza kuliita rehema za Mungu; kama vile Gideoni, niliangalia na kuona mambo yaliyokuwa yakiendelea kwa watu wangu, familia yangu, na msingi wangu kwa upande wa dhambi, maovu, na makosa. Nilianza kulia, nikimshukuru na kumsihi Mungu awe na huruma juu ya msingi wangu. Nilianza kuingia katika toba ya kina zaidi, nikiomba Mungu awasamehe mababu zangu, awasamehe wazee wangu, na asamehe, Bwana, dhambi, maovu, makosa. Nililazimika kushuka na kuingia katika agano jipya na Mungu kwa sababu nilitambua kuwa ni rehema za Mungu pekee ndizo zimetuweka hadi wakati huu.

Katika kitabu cha Esta, Biblia inasema;

Esta 4:16: "Nenda, ukawakusanye Wayahudi wote walioko Shushani, mkafunge kwa ajili yangu; wala msile wala kunywa muda wa siku tatu, usiku na mchana; mimi na vijakazi wangu tutafunga

vilevile; kisha nitaingia kwa mfalme, kinyume cha sheria; nami nikifa, na nife. "

Hivyo nikajua kwamba nilichokuwa karibu kuanza hapa hakutakuwa safari rahisi. Esta alisema, *Nikifa, na nife*. Nilisema, lazima nichague kati ya viwili. Je, nichukue hii safari, au niendelee kupanda kwenye safari za uongo na zenye madhara za msingi wangu uliowekwa na adui? Roho wa Mungu aliniambia, *Vaeni silaha zote za Mungu. Nitakuwa pamoja nawe hadi mwisho; hakika hutakuwa muhanga; utashinda*. Mungu atazungumza nawe kwa lugha unayoielewa. Kwa hiyo, nilivaa silaha zote za Mungu, damu ya Yesu, na silaha za vita.

Kisha jambo lingine ni uthabiti. Uthabiti ndiyo silaha kubwa zaidi ya vita. Pia nidhamu, kisha vita vya usiku wa manane kila siku. Kisha nilichukua maombi ya moto kwa umakini mkubwa na pia kufunga. Kwa hiyo, ngoja nizungumze kidogo zaidi kuhusu silaha ishirini na tatu za vita vya kiroho.

Silaha za Vita vya Kiroho

Ya kwanza nitakayozungumzia ni *Makombora ya Mbinguni*, makombora ya Mungu (Waefeso 6:16). Ya pili ni *Silaha ya Upepo Mkali wa Mbinguni*. Matendo 2:2-28 "Ghafula kukaja kutoka mbinguni kama sauti ya upepo wa nguvu unaovuma kwa kasi, ukaijaza nyumba yote waliyokuwa wameketi." Hizi ni silaha za kupiga maeneo ya anga na tabaka za juu za anga: ulimwengu wa nyota, kupiga UFO, na pepo wa baharini. Tabaka la anga na anga za juu linapaswa kupiga pepo wa baharini kwa kuchukua mamlaka kwa jina la Yesu juu ya njia za anga, galaksi, mifumo, nyanja, tabaka za juu za anga, nusu ya dunia, anga, falme, mikoa, na maeneo. Hizo ndizo silaha za Upepo wa Mbinguni.

Silaha nyingine ni Mungu. Na pia kuna *Silaha ya Kinga ya Kiroho* wakati wa msimu wa uvamizi. Sote tunahitaji kutangaza kinga ya kiroho, kwamba tutakuwa salama dhidi ya bakteria na virusi vilivyokusudiwa kuua.

Silaha nyingine ni Zaburi 7:13; silaha inayotajwa ni yenye mauti inayotoa "mishale inayowaka moto," ikimwonyesha

132

Mungu kama shujaa anayekusanya silaha za mauti, hasa mishale iliyowashwa moto, dhidi ya adui zake. Picha hii inaonyesha nguvu ya uharibifu ya hukumu ya Mungu dhidi ya waovu.

Silaha nyingine ni *Mlipuko wa Uharibifu*, *Magari ya Moto*, na *Algoriti ya Mbinguni*. *Ngome ya Faraday* itatumika kuwalinda watoto wa Mungu, kama uzio wa kuwalinda. Hakuna uovu utakaopenya Ngome ya Faraday.

Upanga wa Bwana ni *Upanga wa Roho*, na silaha nyingine ni *Chombo cha Ghadhabu* kuangamiza nchi yote.

Isaya 13:5: "Wanatoka katika nchi ya mbali, kutoka mwisho wa mbingu, Bwana na silaha za ghadhabu yake, ili kuiangamiza nchi yote."

Pia, kutoka kitabu cha Isaya 13, tunazo *silaha tano za ghadhabu*; kisha kuna mkuki na shoka la vita kukabiliana na wale wanaotufuatia. Kulingana na Zaburi 35:3, "Toa pia mkuki, ukauzibe njia ya wale waniondoleao roho; uniambie nafsi yangu, Mimi ni wokovu wako."

Silaha nyingine unapokuwa vitani ni *Mkuki wa Bwana*, *Mlipuko wa Usumbufu*, *Mashine ya Vita*, *Ndege Mla wa Bwana*, *Simba wa Kabila la Yuda*, *Magari ya Moto*, na *Mishale ya Mungu*. Unaona, hizo ni silaha.

Aidha, tunazo silaha za kuzuia mashambulizi, kama vile makombora ya kuzuia. Na kisha *Mlipuko wa Moto*, *Kanuni ya Mashine* 2 Mambo ya Nyakati 26:15, ikirejelea mashine zilizotumika kurusha makombora kutoka miji iliyozingirwa. *Upanga wa Moto wa Wokovu wa Mungu* ni mojawapo ya silaha.

Hizo ndizo silaha nilizotaka kuzungumzia. Silaha unazohitaji kwenye vita, hasa maombi ya usiku wa manane. Adui haogopi chochote isipokuwa vita na maombi ya moto. Nimegundua kuwa adui haelewi lugha nyingine yoyote. Lugha ambayo adui anaelewa ni vita, na lugha nyingine ambayo adui anaelewa ni maombi ya moto ya usiku wa manane.

Kwa nini nasisitiza hili? Nimekupa mfano: Nililelewa na watu ambao nilijua wanaweza kuomba, lakini bado walikuwa wanahangaika; walikuwa bado wanaogelea kati ya vita, hata hawakufika karibu na uwanja wa vita. Ndio maana nina uhakika kwamba ni vita pekee ndivyo adui anaelewa.

Baada ya kufanya hivyo, niliweza kuona haikuchukua muda mrefu. Nilianza kupokea taarifa njema, hata kutoka kwenye msingi wangu. Watu walikuwa wanakuja kwenye wokovu wa Yesu; uamsho ulikuwa unavunja vikwazo. Ilikuwa ni taarifa ya sifa kila mahali, habari njema baada ya habari njema. Ilikuwa kama taarifa muhimu kila mahali; watu walianza kufunga ndoa, watu walianza kuhitimu masomo, biashara zilifanikiwa, utasa wa muda mfupi na wa muda mrefu uliondolewa, na watu walipata ujauzito wa watoto mapacha watatu.

Tumemwona Mungu. Hofu ya Mungu iliingia kwa watu wangu; uliweza kuona kwamba kujitoa kwao katika safari ya wokovu, wakibeba msalaba wa Yesu, kulikuwa kwa dhati. Ilikuwa kama pazia limeondolewa kutoka kwenye msingi, kwenye mti wa familia. Wokovu na uamsho kwa wengi wa wanafamilia wetu.

Jambo moja nililotambua ni kwamba watu wengi walikuwa wanaacha taaluma zao ili kumtumikia Mungu.

Wakati ninaposikia mambo yakitokea huko, naweza tu kumshukuru Bwana kwa sababu hayo ni mambo ambayo sikujua wala kuamini kwamba yangetimia haraka mbele ya macho yangu. Nilidhani napanda mbegu kwa ajili ya kizazi kijacho. Kwa kweli, nilidhani nimechelewa tayari kuona kile nilichokuwa napanda kikidhihirika nikiwa bado hapa. Mungu ni mwaminifu kweli.

Yeremia 33:3: Niite, nami nitakujibu, nami nitakuambia mambo makuu na magumu usiyoyajua.

Nilimwona Bwana akijibu maombi magumu zaidi ya utasa, akifufua wafu katika familia yangu. Hakuna mtu aliyeniambia lolote kuhusu Mungu. Niliona kile kujitolea kwa Mungu kunavyoweza kufanya kwa mambo mengi ambayo tayari tulikuwa tumeacha.

Yeremia 1:5: Kabla sijakuumba tumboni nilikujua; kabla hujazaliwa nilikutakasa; nilikuweka uwe nabii wa mataifa.

Mungu ni Roho; ili aje hapa na kufanya kazi, anahitaji chombo safi. Naomba kwamba utajiandaa kutumiwa na Mungu. Zungumza tu naye na useme, *Bwana, niko hapa; nitumie; najisalimisha kwako kabisa.*

Yeremia 51:20: Wewe ndiwe nyundo yangu na silaha zangu za vita; nawe nitavunja mataifa vipande vipande; nawe nitaharibu falme.

Watu wanatafuta nguvu ndani yako kama ukisema ndiyo kwa kazi ya Mungu na kumtumikia kwa moyo wako wote. Atakupa maeneo na mataifa.

Yeremia 1:10: Angalia, nimekuweka leo juu ya mataifa na juu ya falme, kung'oa na kubomoa, kuangamiza na kuangusha, kujenga na kupanda.

Hapa ndipo palipo na umakini wote wa ukombozi wa msingi wa kina.

Zaburi 11:3: Msingi ukiangamizwa, mwenye haki atafanya nini?

Ndiyo, hiyo inakuonyesha kwamba Mungu kila mara anahitaji mtu atakayefanya jambo, kisha Mungu atamtumia mtu huyo kama chombo. Lakini anahitaji mtu aseme, *Niko hapa Bwana, nitumie.* Jeshi la nyakati za mwisho kushirikiana kwa uangalifu na Mungu. Hii kwa hakika inafanya kazi. Minyororo inavunjika. Pingu zinavunjika. Mabanda yanavunjika. Vikwazo vinavunjika. Yote kwa sababu mwenye haki alijitoa mwenyewe kama dhabihu ya kuwaokoa na kuwaweka huru wafungwa.

Kwa upande wangu binafsi, ninaona maombi yakijibiwa kwa ajili ya urejesho wa msingi. Naona watoto wadogo wakihitimu na alama za juu za 4.0 GPA, jambo ambalo tulikuwa tumelipoteza kwa muda, lakini sasa alama nzuri zinarejea nyumbani. Naona ndoa za Kimungu zikifungwa, uponyaji, na mengineyo. Hii inamaanisha kwamba tumerejesha kile adui alichoiba na kubadilisha. Mambo mengi yamerudishwa, na si urejesho tu bali pia pamoja na fidia.

Zaburi 126:1: Bwana alipoirudisha mateka wa Sayuni, tulikuwa kama wale waotao.

Nami namshukuru Mungu kwa Huduma ya Ukombozi, kwa sababu ni wazi kwamba Mungu anafichua mambo mengi.

Baada ya kufanya huduma kadhaa za ukombozi kwa familia yangu mwenyewe, Bwana aliniambia kwamba nilihitaji kuanza kuwaombea wengine. Ingawa hili halikuwa sehemu ya mpango wangu wa maisha, nilihitaji kupata maarifa kuhusu ukombozi ili niweze kusaidia mti wa ukoo wangu uliokuwa ukiteseka. Hata hivyo, inaonekana Mungu alikuwa na mpango tofauti na mimi. Nilipoanza kuwaombea watu mtandaoni, nguvu za Mungu zilianza kujidhihirisha, na watu walikuwa wanapona na kuokolewa. Kwa kusikia tu sauti yangu, hata kama sipo kimwili, watu bado walipokea kutoka kwa Bwana.

Hapo awali, sikujua kwamba ningeweza kutumika kama chombo cha ukombozi wa mtu mwingine. Nilishangaa sana kuona kwamba watu wakinikaribia, kama walikuwa na roho ndani yao, ingeanza kujidhihirisha au nguvu za Mungu zingewashinda. Yote haya yalitokea bila mimi kusema chochote; watu wangeona moto tu katika uwepo wangu au wakati ninasema, na wangeanza kukimbia. Nilishangazwa kama watu waliokuwa karibu nami.

Kwanza, sikuwa nimejiandaa kwa uonekano wa kimataifa. Pili, mimi ni daktari wa tiba, si mchungaji, kwa hiyo siyo hata katika taaluma yangu. Tatu, yote niliyokuwa nikiangaikia kwa dhabihu hii ni kuondoa machafuko katika mti wa ukoo na msingi wangu, na kuanzisha utaratibu, nikijenga msingi imara katika Kristo Yesu ambao milango ya kuzimu haiwezi kushinda tena milele. Kwa hiyo Mungu hakunipa maandalizi ya kipekee. Bado nipo katika mshangao—Mungu anawezaje kumtumia mtu kama mimi? Nahisi kwamba kuna watu wengi zaidi waliostahili kwa kazi hii kuliko mimi. Watu wengi wako tayari kufanya kazi ya Mungu. Kwangu mimi, huu haukuwa njia niliyoichagua. Nilichotaka ni kujifunza ukombozi ili kuondoa machafuko katika msingi wangu, kisha niendelee na maisha yangu. Lakini Mungu alikuwa na mpango wake.

Watu wengine waliponijia kunisalimia, walianguka chini. Kama walikuwa na roho ndani yao, ilijidhihirisha. Sasa nimeanza kuelewa kwa nini Mungu ananitumia—ni kwa sababu nilikuwa tayari. Nilifanya kazi juu ya hekalu la Yesu Kristo, ambalo ni mwili wangu, kama chupa mpya ya divai, ili divai mpya iweze kumwagwa ndani, tayari kwa kazi ya Mungu iliyo mbele. Kwa hiyo Mungu alinipa nafasi ya kufanya ukombozi wangu mwenyewe kabla ya kunituma kumkomboa mtu mwingine, ili Shetani asinilaumu au kunipinga kwa sababu ya uchafu wa msingi wangu. Mungu anawajali watu wake. Kufanya kazi katika shamba la Bwana kunahitaji kiwango cha juu cha utakatifu.

Nakumbuka tukio lingine: mtu alikuja tu kutembelea, na alichoweza kuona ni moto unaozunguka nyumba yangu. Yule aliyekuwa amepagawa alikataa kuingia ndani ya nyumba na alikimbia, kwa sababu kila mara nilipokaribia mtu huyo, aliona tu moto na alipiga kelele zaidi, akisema moto ni mwingi sana.

Katika hospitali za wagonjwa wa akili, magonjwa mengi ya akili ni roho na mapepo yanayonyonya kodi za wananchi. Kwa sababu mtu huyu alikuwa akipiga kelele sana, majirani walipiga simu polisi, na polisi hawakuweza kuelewa lakini walitaka kumpeleka mtu huyo hospitali ya wagonjwa wa akili. Kwa hiyo, kwa wahudumu wa afya, tafadhali waombeeni wagonjwa kabla ya kuwapatia dawa; si ugonjwa wa kimwili, bali ni roho inayosubiri kufukuzwa kutoka katika mwili. Kwa msaada na mamlaka katika jina la Yesu, roho hiyo ilifukuzwa.

Sura ya 11:
Kuelewa Utendaji wa Ufalme wa Majini

Ulimwengu umeundwa kwa nyanja tatu: ya kwanza ni Mbingu, kisha Dunia, na kisha Maji. Hivyo basi, roho za majini ni roho za majini ya majini ambazo huathiri watu. Roho hizi zinatokana na maji. Zinajumuisha roho nyingi katika sura tofauti, zikiwa kwenye mashambulizi au misheni. Inaweza kutoka kwa wanyama kama mbwa, ambao wanaweza kuwa na roho za majini na maji. Baadhi ya wanyama wanaoweza kuonekana katika ndoto zao na kusababisha mashambulizi ni mamba, samaki, nyoka, majini (mermaids), na mizimu ya majini (water nymphs). Kuna dalili ambazo mtu anatakiwa kuzifahamu iwapo ufalme huu umeambatana naye. Mara nyingi, watu hawa huota wamejikuta wakiwa karibu na maji, kama vile mito, maji ya bahari, mabwawa, na hata bahari kuu. Aina zote za maji.

Kama nilivyotaja nilipoanza ukombozi wa msingi wa kina nikiwa muumini aliyezaliwa mara ya pili, niligundua kuwa kuzaliwa mara ya pili kunamfanya mtu kuwa shujaa mkuu katika roho. Zaidi ya hapo, kabla sijazaliwa mara ya pili, niligundua mambo mengi katika msingi wangu. Hivi ndivyo ninavyoliona. Ni kama vile unaanza kujifunza sura mpya. Kuzaliwa mara ya pili ni kama kupata sura mpya, lakini kuna makundi mawili: wa kimwili na wa kiroho. Wale wa kimwili bado hawajagundua sura hiyo mpya, lakini wale wa kiroho ambao wameonja neema ya ajabu—watu hawa wanataka ukombozi uwafikie kila mtoto wa Mungu kwa sababu pazia limeondolewa, na macho yao yanaweza kuona yale ambayo wengine hawawezi kuyaona. Kwa nini wale wa kiroho wako makini? Kwa sababu Biblia inasema, *Nitakuonyesha siri zilizofichwa ambazo hujui kitu kuzihusu.*

Kwa mfano, ulikuwa unashambuliwa na uchawi, lakini ulipoanza kupigana, Mungu akafunua falme nyingine zote mbali na uchawi ambazo zilikuwa zimejificha na kusubiri kimya kukushambulia wakati wa mafanikio yako. Hizi ni nguvu za nyumba ya baba ambazo zinafanya kazi juu ya madhabahu ya

Baali ambazo hazijabomolewa wala kukataliwa. Hivyo, Mungu kwa rehema zake anakufunulia, na unaanza kuzikataa zote pamoja, kisha unaendelea na mambo muhimu kuhusu hatima yako uliyopewa na Mungu baada ya kuokolewa kutoka kwao.

Kama hujashughulika na ukombozi wako, naweza kukuhakikishia kuwa tumekaa katikati ya falme hizo tano. Misingi yetu ni dhaifu kwa sababu mababu zetu hawakujua vyema. Kwa hiyo, kama hauota ndoto zozote kama hizo, ni kwa sababu tu hujagusa maombi halisi ambayo yataingia kwenye kambi ya kishetani na kuanza kudai kilicho chako. Wakati unapaanza kudai na kufanya maombi sahihi, ndipo utatambua kuwa muda wote huu, maombi yako yalikuwa yakimpulizia upepo Shetani. Wakati unapokuwa unafuatilia kwa bidii, ukipita na kurudisha, kama Daudi, ndipo unaanza kuona mambo haya yote. Baadhi ya mambo haya hujayasoma popote; ni uzoefu wa kibinafsi. Unahitaji kuwa karibu na Roho Mtakatifu ili akufundishe na kukuongoza unapokwenda.

Nchi fulani zinaabudu miungu ya majini na roho, na wanatembelea maeneo ya maji. Kuna aina tofauti za miungu ya majini: wafalme wa bahari na malkia wa mito. Tunapozungumzia roho za majini, tunazungumzia madhabahu ya majini yaliyoanzishwa katika ulimwengu wa majini, ambapo dhabihu hutolewa. Hapa tunazungumzia kuabudu miungu ya majini na kujiunga katika huduma yao. Watu wengi waliunganishwa kwenye miungu ya majini bila kujua. Mababu zetu hawakujua vyema. Ndio maana kitabu cha Zaburi kinasema kuwa baadhi ya dhambi nilizitungwa ndani ya tumbo la mama kabla hujaja duniani, kwa hiyo dhambi hiyo inakufuatilia hadi ujikate kutoka kwake. Pia, katika kitabu cha Kumbukumbu la Torati, Mungu hufuata dhambi hadi vizazi vinne, akionyesha umuhimu wa kukiri, kukataa, kutubu, na kutafuta utakaso wa ukoo wako.

Baadhi ya baba zetu waliwapeleka watoto kuoshwa na kuanzishwa majini; hapo ndipo roho za majini zilipowashika bila wao kujua. Sasa, wanateseka. Waliwapeleka kwa ajili ya ulinzi, na mungu wa majini aliwapa ulinzi lakini akatoa kila fadhila nyingine na kila kitu kizuri kutoka kwao, na maisha yao yakawa ya taabu hadi walipokimbilia ukombozi. Mara unapojipeleka kwenye eneo la kishetani, umempa Shetani futi moja, lakini atachukua maili milioni kutoka kwako bila wewe kujua. Kile Shetani alichohitaji ni njia ya kuingia, mlango ulio wazi. Sasa haji tu kwako unayemtafuta; amejiingiza kwenye mti mzima wa ukoo, damu, na msingi mzima isipokuwa mtu fulani asimame na kuweka kikomo kwa kufuata hatua sahihi za ukombozi. Hasa kabisa, hicho ndicho baba zetu walitufanyia, na tunateseka kwa sababu ya ujinga wao. Lakini kuna neema ya ajabu; asante Yesu kwa sababu pazia la upofu na ujinga limeondolewa, na Shetani anapoteza nafasi moja kwa moja.

Kama mtoto wa Mungu, wewe ni mwanga unaowaka na kung'aa. Mungu amekupamba vizuri sana na kukujaza kwa mambo yote mazuri ambayo Shetani hana. Ukifika kwenye jumba la mizimu kuomba msaada kwa kitu kimoja unachohitaji, watakupa kitu kimoja unachotaka na kutoa kila kitu kingine ambacho Mungu amekupa, "Vitu ambavyo bado hujaviona, vile vilivyokusudiwa kupamba siku zako za baadaye, vinaweza kutolewa na Shetani. Ndio namna ambavyo hatima yako inakuwa hatarini: inabaki wazi, imefanywa uchi, kwa kuonekana mara moja tu mbele ya madhabahu ya kishetani au sentensi moja ya kishawishi." Hii pia ni sawa katika makanisa ya kishetani yenye manabii wa uongo ambao ni wachawi, waganga na wachawi wa kiume; hufanya vivyo hivyo kwa sababu wamefungua jicho la tatu; wanaweza kuona maisha yako na kuiba kila kitu na kutoa hatima yako. Kuwa mwangalifu na maisha yako kama mtoto wa Mungu ni jambo muhimu sana. Naomba upate nguvu ya kuomba na kumtafuta Bwana kwa ajili yako mwenyewe, badala ya kukimbia kutoka sehemu moja hadi nyingine. Ni huzuni kusema kwamba makanisa mengi yamejichanganya na Shetani; upako wa Mungu umeondoka. Kwa maana Mungu si Mungu wa machafuko, na alisema Kuwa mtakatifu kama Mimi nilivyo mtakatifu.

"Shetani atachukua hatima yako, mali yako, utukufu wako, na baraka zako. Kupitia mabadilishano ya kishetani, atawaka juu yako uchawi, kushindwa, kurudi nyuma, ugonjwa, mipaka, kifo cha mapema, talaka, uasi, kutotii, na uraibu." Huo ndio kifurushi cha kishetani. Makanisa mengi haya kwa hakika ni mawakala wa shetani, wakivuna roho. Ukishatekwa katika ufalme wao, maisha ya kutangatanga na kutokuwa na uthabiti huanza kuonekana. Unakuwa kama nyota inayotangatanga, bila mwelekeo au kusudi, kwa sababu huna tena udhibiti wa maisha yako, hatima yako yote imewekwa mikononi mwao, na yote uliyobaki nayo ni ndio mama, ndio bwana, wengine ukiwa magotini.

Wale waliowekwa wakfu katika makanisa kama haya mara nyingi wanakuwa wakaidi, hata kwa Roho Mtakatifu. Huwezi kuwarekebisha au kuwapa ushauri wa kimungu, kwa sababu roho zao ziko kifungoni, ni mateka. Itahitajika mtu asimame katika maombi na vita vya kiroho ili kuvunja minyororo yao na kuwatoa utumwani.

Ndiyo maana ni muhimu kwa kila mmoja wetu kuchunguza kwa makini wale tunaoshirikiana nao na pia kila mtoto wa Mungu kupitia ukombozi wa msingi kwa sababu hakuna anayeweza kuepuka hili. Hakuna familia hata moja ambayo nimeona isiyo na fumbo la uovu. Biblia inasema

2 Wathesalonike 2:7: Maana siri ya uasi tayari inafanya kazi; lakini yule azuiaye sasa atazuia hata atakapoondolewa.

Hakuna anayeweza kusema mimi ni mzuri; sina uhusiano wowote na ukombozi. Kila mtoto wa Mungu anahitaji kupitia ukombozi. Tumeona watu wakipuuza ukombozi; wanapanda juu, na mambo waliyoyafanya kwa miaka mingi kuyapata yanaporomoka kwa jicho la kufumba na kufumbua. Shetani hapaswi kupuuzwa! Hapo ndipo watu wenye hekima huanza kufikiria kama watu wenye hekima; Shetani hapaswi kupuuzwa. Hatujui mababu zetu walifanya nini, lakini ndoto zetu zinaweza kufunua kwamba kuna jambo linatokea kwenye mti wa familia, katika damu, ambalo halijagunduliwa au kushughulikiwa. Naomba Mungu amwinue mtu katika familia yako ili apate sababu ya fumbo la uovu. Unaonekana kana kwamba unajaribu kuishi maisha matakatifu ukifuata kanuni za Mungu, lakini bado unakutana na mambo hasi, mizunguko, magonjwa na mateso, mambo yote ya aina hii, unaishi maisha yasiyotimia ambayo ni kinyume na neno la Mungu. Hiyo inamaanisha msingi ni dhaifu.

Je, roho za baharini hufanya nini?

Hiyo roho ya baharini ni ya kiroho. Kuna kuhani, kisha kuna miungu wa kike wa baharini. Kwa hiyo, miungu wa kike unaweza pia kuipata hii (katika manukato mengi) mara nyingi itakuwa ya kike, na miungu wa kike watakuwa na taji. Tunapofanya ukombozi, Roho wa Mungu atafunua. Mtu ana taji, na mara tu wanapokuwa na taji hilo, inamaanisha wako chini ya dhuluma ya Ufalme wa Baharini, na hao ndio watu ambao hawaolewi na hawana mwenzi; wamewekwa wakfu kwa miungu wa maji. Kwa sababu hiyo ndio taji inayowatangaza, wao ni nani. Haijalishi ni nguvu gani au mtawala gani amechukua maisha yako kwa hiari au bila hiari; yupo Mungu, Yeye ndiye wa mwisho kusema. Kaa katika maombi; nguvu hizi zote zitakimbia. Ukombozi kupitia maombi ya maombezi ni mzuri kwa sababu unaondoa kila kitu, unagusa chanzo cha tatizo. Usikimbilie ukombozi wa dakika moja; si wa kweli kwa sababu kanisa limeharibika siku hizi. Hutaki kujiweka wazi kwa roho na mapepo zaidi.

Tulipataje haya?

Sehemu kubwa ya habari katika huduma ya ukombozi tunapokea kutoka kwa waabudu shetani wa zamani ambao tunawaokoa, mara wanapokombolewa na kupokea wokovu, wanafichua habari nyingi. Wengine huwa na jukumu la kupeleka na kuachilia saratani ya tezi dume 150, saratani ya matiti, ajali, na vifo kwa ajili ya kafara, kwa usiku mmoja katika maeneo, vitongoji vya maeneo yao ya utekelezaji. Adui hapumziki. Sisi pia, kama watoto wa Mungu, tunaamka. Ndiyo maana Biblia inasema, wakati watu wamelala, adui akaja na kupanda magugu katikati ya ngano.

Tuna mengi kuhusu kile ambacho Shetani anawafanyia watoto wa Mungu. Sitaki kutaja baadhi ya nchi, lakini wanatoa kafara nywele zao ndefu kwa miungu na miungu wa kike. Watakata

142

nywele zao, na tunaona kila mahali. Wanasherehekea, wakitoa kafara kwa miungu wa kike baada ya kutoa kafara, na sasa wanachukua nywele zao na kuziweka dukani. Hivyo ndivyo tunavyonunua. Tunaita nywele za binadamu. Wakati mwingine, wanapokuwa wagonjwa au wanapitia matatizo, wanakata nywele zao na kuzichukua kwa miungu wa kike baada ya kutoa kafara kwa miungu yao, na zinaishia dukani; hiyo ndiyo tunayonunua. Inamaanisha umenunua miungu wa kike; mateso, kubadilishana, magonjwa, pia unafuatiliwa. Pia, unanunua kile ambacho mtu huyo anateseka nacho na anajaribu kukiondoa; hiyo ndiyo unanunua kwa pesa zako. Unanunua saratani, ugonjwa wa kinga mwilini, bahati mbaya, na nyoka kwa pesa zako. Biblia inasema watu wangu wanaangamia kwa kukosa maarifa. Naomba usiwe mmoja wao.

Kwa hivyo, yeyote anayetumia nywele za binadamu, hata kutumia hizi nywele za bandia, tunahitaji kuomba sana kwa ajili ya roho ya utambuzi kwa sababu nyingi kati ya hizi zinatolewa kafara kwa miungu wa kike wa baharini. Roho za baharini hutumia wanyama kama vile mamba, nyoka, na mijusi kufanya kazi kwenye madhabahu ya baharini na kutesa watu. Kwa hivyo, utakuta watu; wana viumbe fulani vikisogea kwenye miili yao. Baadhi yao wanapata viumbe hai wakizunguka katika mazingira yao. Ndiyo, kabla hujaita kuwa ni kipenzi, piga maombi ya moto, ita damu ya Yesu kisha urudishe kwa aliyetuma. Kwa hivyo usichukulie mambo haya kwa urahisi. Ufalme wa kishetani kwa kweli umeenea na unafanya kazi saa zote na hata ziada ili kuwazidi akili watoto wa Mungu na kuwabwaga. Naomba siku zote uwe macho na utambuzi wa kiroho kwa jina la Yesu.

Kwa hivyo, Ufalme wa Baharini pia unaweza kuwakandamiza na kuharibu ndoa na familia. Wanapanga kuzaa roho zao za baharini kupitia asili ya kibinadamu, kupitia wanadamu. Kwa hivyo, wanakuja hapa duniani na kupanda mbegu zao. Ni kama wako kwenye misheni ya kuangamiza wanadamu. Ndiyo, wako kwenye misheni ya kuangamiza wanadamu kwa sababu unapo waokoa watu wengi kutoka kwenye hawa wa baharini, na hasa hicho ndicho wanachokuambia. Ukiuliza, Kazi yako ilikuwa nini?

Kazi yangu ilikuwa kulala na wanaume, kuwashawishi wanaume. Wanalala na wanaume, kisha wanachukua mbegu zao za kiume. Wanazipeleka kwenye ufalme wa kishetani, na kisha wanasema nini? Ni kama walivyemharibu mwanaume huyo; ndiyo maana unakuta wanaume wengi hawawezi kupata watoto. Imechezewa kishetani. Ukiangalia kisayansi, bila shaka tutapata majibu mengi yatakayosema wana mbegu zenye maji maji au hazitoshi. Lakini kulingana na hawa miungu wa kike wa kishetani wa baharini, wanasema nini? Mara wanapolala nao, hawawezi kupata watoto tena kwa sababu wanajua kwamba ikiwa kuna ndoa halali, ndoa ya kimungu, wanaweza kuendelea kuzaa watoto wao, ambao watakuwa kwa ajili ya Ufalme wa mbinguni. Na jukumu lao ni kuangamiza kabisa wanadamu. Wakipata mbegu za kiume za wanaume, wanazipeleka kwenye maabara ya baharini, na wanazalisha watoto wa kishetani.

Ndiyo maana ukiwa na neema ya Mungu juu yako, si watu wote wanaofanya kazi hapa duniani ni wanadamu. Baadhi yao ni mapepo. Lakini unahitaji roho ya Mungu ili kugundua hilo; kuwa makini tu, kwa maana wana jukumu maalum pia. Hawa wako hapa kwa mzaha; wana jukumu maalum. Kwa hivyo, wanaharibu ndoa, wanaharibu familia, na wanarusha mishale ya ugonjwa, udhaifu, na maradhi kutoka kwenye ufalme huo kwenda kwa watoto wa Mungu, ambayo inamaanisha kuna kubadilishana afya iliyomo kwa watoto wa Mungu. Ndiyo maana tuna vifo vingi vya mapema.

Siku hizi, ni mbaya zaidi. Mtu anaamka, na ikiwa una maumivu kidogo, wanapokwenda kwa daktari, utambuzi utakuwa saratani ya uterasi ya hatua ya 4. Unakufa. Wamebadilisha maisha marefu yao; walichukua maisha yako ili kurefusha yao. Mtu wanayemwekea saratani ili afe kishetani na mapema. Naomba isiwe sehemu yako kama mtoto wa Mungu. Kwa hivyo, njia pekee ya kuweza kuepuka wakati daktari anakupa utambuzi, lazima useme papo hapo pale, Huo si mimi. Narudisha kwa aliyetuma. Usiendelee kusema, Ndiyo, nakubali. Unajua, huo ni ubadilishanaji kutoka Ufalme wa Kishetani. Mara nyingine unaporudi kuangalia, hiyo saratani ya matiti ya hatua ya 4 itakuwa imeondoka. Kwa hivyo, tunahitaji kuinua askari wanaoelewa kwamba mambo mengi si ya kweli, ni bandia, yamepangwa kishetani; hata madaktari walishangaa ulikuwa mgonjwa wao. Walifanya uchunguzi wa kawaida kila wakati, na ghafla, saratani ya matiti ya hatua ya 4. Hivyo ndivyo ilivyo: majukumu ya ufalme wa baharini. Kwa neema ya Mungu, pia tunakuja mwisho mkali; hatuvumilii tena upuuzi huu kwa jina la Yesu. Ukiwaona watu wenye matatizo ya mfuko wa uzazi kila mara, wanapata mimba kuharibika, kutoa mimba, kutokwa damu kwenye mfuko wa uzazi kila wakati, kukosa hedhi, utasa, na mambo haya yote ni kwa sababu mfuko wa uzazi wao umewasilishwa kwa ufalme wa baharini na umetumika na ufalme wa kishetani. Ndiyo, wanajua kama utapata watoto, watoto hao watamtumikia Bwana, na kwa hivyo jukumu lao ni kusitisha mara moja uzaaji wa kizazi safi na kuanzisha ajenda yao mbaya. Pia, wanaposababisha mimba kuharibika, inaweza kuwa wanatumia mfuko huo wa uzazi kwa ajili ya kafara zao, ambayo ni kafara safi kwa sababu ujauzito hauna dhambi.

Kwa hivyo, unapoomba kwa ufahamu, unapokea ukombozi. Tumbo lako litafunguka, na utapokea watoto kwa jina la Yesu. Tumbo lako litalindwa dhidi ya udanganyifu wa kishetani. Tumekuwa na watu wengi kama hao; ufalme wa baharini ndio unaosababisha hilo.

Ajenda ya mawakala wa Ufalme wa Baharini ni kutambua nyota zinazong'aa, nyota zinazochipuka, utukufu, na baraka, na kuhakikisha wanapata njia ya kumkaribia mtu huyo na kuondoa kila kitu kinachowezekana. Wanapofaulu, lazima wachukue nafasi ya kile walichobadilisha kwa kitu kingine. Badiliko lao kila mara ni kinyume; ni kibaya. Hubadilisha viti vya enzi, vifuniko vya uovu, machafuko ya kifamilia, na anguko la huduma. Kwa hiyo, kuwa mwangalifu ni nani yupo karibu nawe. Kumbuka, Shetani siku zote atakuwepo, na huenda usimtambue kwa sababu amejifunika kwa mavazi ya kondoo. Jambo moja ninachoweza kukuambia ni kwamba Biblia inasema "shirika baya huharibu tabia njema," kwa hiyo tafadhali, ukiwa karibu na marafiki wa kishetani, kila mara wanatafuta kitu cha kukuibia au kubadilisha kutoka kwako. Biblia inasema, "msiwe wajinga kwa hila za ufundi." Biblia inasema maombi pekee ndiyo yatakayosukuma mbali Ufalme wa giza. Naomba kwamba utahifadhi madhabahu yako inayowaka moto ikiwaka kwa jina la Yesu Kristo.

Ngono ni silaha nyingine ambayo Ufalme wa Baharini hutumia kama silaha, iwe ngono ya kimwili au ngono ya kiroho, kwa wale ambao hawajakombolewa kutoka kwa wake wa kiroho, pepo anayefanya ngono kwenye ndoto. Yote hayo ni kuhakikisha wanapata vimiminika kutoka kwako na kuvipeleka kwenye madhabahu yao ya baharini, na familia yako haiwezi kamwe kuona utukufu kamili wa Mungu mara tu wanapopata mali zako, kama vile mbegu za kiume, vimiminika vya mwili, kucha, nywele, nguo, vyeti, n.k. Isipokuwa uwapige vita kwa bidii kupitia maombi, ukiwafanya wasijisikie vizuri ndani ya mwili wako na makao yako. Pia, nitatuma malaika wa Mungu kwenda kutafuta mali zako popote zilipo katika ufalme wa kishetani na kuzirudisha kwako. Kupitia ngono na wakala wa kishetani wa kimwili, wanaweza kupata ufikiaji wa familia; kwa mfano, wakimpata mwanaume aliyeoa au mwanamke aliyeolewa, hupata ufikiaji wa watoto moja kwa moja. Wanaanza kutoa nafasi ya watoto wadogo. Hivyo ndivyo wanavyoanza kuwachezea watoto wadogo. Usipokuwa na ufahamu wa ulimwengu wa kiroho, utaanza kupigana na watoto, bila kujua ni roho inayofanya kazi. Baadhi ya hawa wake wa kiroho wamekuwa sehemu ya ukoo mzima wa familia; ndiyo maana mara nyingi unawakuta tayari wakiwasiliana na watoto wadogo katika ndoto. Nimekuwa na wazazi wengi wakileta kesi kama hizo; kama daktari wa tiba, watafikiri ni ugonjwa kwa mtoto kulala lakini kufanya ngono kwa sauti kwenye ndoto kama ngono halisi. Mpaka Mungu atakapofungua ufahamu wao wa kiroho, wazazi hawa wataanza kupigana wakiwa magotini, si katika ofisi za madaktari au hospitali.

Waefeso 6:12: "Kwa maana kushindana kwetu sisi si juu ya damu na nyama, bali ni juu ya falme na mamlaka, juu ya wakuu wa giza hili, juu ya

majeshi ya pepo wabaya katika ulimwengu wa roho."

Nguvu nyingi hizi za kiroho, utu na mapepo, zimepata ufikiaji wa maisha yetu kwa sababu wengi wetu tulichukulia maombi kwa urahisi. Namna yangu ya kusema hili ni kwamba, ukimpa Shetani maili moja katika maisha yako, atavuka na kwenda maili mia moja. Hiyo ndiyo kweli. Mwanamke mmoja alikiri kwamba mara wakimpata mwanaume kimwili kwa ngono, huo ndio mwanzo wa anguko la familia nzima, na maisha yao hayawezi kamwe kurejeshwa tena isipokuwa kwa rehema za Mungu. "Kumbuka, Shetani tayari yuko kanisani. Yule mwanaume anayevutia anaweza kuwa wakala wa kishetani, na yule mwanamke anayevutia pia anaweza kuwa wakala wa kishetani. Wanajua kanisa ni mahali pa kukusanyika watu wasio na hatia lakini tafadhali, msijifanye hamjui, dunia tayari ni giza."

Silaha nyingine ambayo Ufalme wa Baharini hutumia ni pesa; mara wanapopata pesa zako, pesa ulizotoa kwa nia njema, wanaziweka kwenye madhabahu zao na kuchukua pesa zako halisi, wakikuacha ukihangaika kifedha. Hizo ni baadhi tu ya mifano tuliyopokea kutoka kwa watu wa maisha halisi waliokuwa kwenye misheni ambazo tumepata nafasi ya kuwaombea na kuwatoa kutoka kwenye ufalme wa giza; sifa kwa Yesu aliye hai.

Wakala wa kishetani alikiri kwamba silaha nyingine wanayotumia ni ngono. Wanaweka roho ya kufuatilia ndani ya mwili wako. Wanaweka pete ya kiroho kabla ya ngono. Wanapoingia katika utu wa kike, wanaondoka pale, na jukumu lao ni kufuatilia mienendo yako yote kwa masaa ishirini na manne kupitia setilaiti yao ya kishetani. Shetani habahatishi; wanaongoza hatua zako mara tu ukiwa chini ya setilaiti yao. Lakini, Biblia inasema Bwana huongoza hatua za mtu mwenye haki. Naomba Bwana asije akapata uovu wowote ndani yako, na Bwana akufunulie mambo ambayo unahitaji kukubaliana nayo na kutubu ili mshtaki wa ndugu asipate nafasi yoyote ya kukushitaki. Kumbuka, Shetani hawezi kuingilia maisha yako bila haki halali. Shetani ndiye wakili bora; anajua sheria zote kimwili na kiroho.

Kwa hiyo, usikane; weka kando vyeo vyako, elimu, utajiri, na umaarufu na umkimbilie Mungu kwa utakaso na usafi. Unamhitaji Mungu, na Mungu anakuhitaji wewe, lakini lazima uwe safi ili umkimbie Shetani na upate pumziko mikononi mwa Bwana Mungu Mwenyezi, kwa maana anasema, "Iweni watakatifu kwa kuwa mimi ni mtakatifu." Katika Zekaria 3:3-5, Yoshua, kuhani mkuu, anasimama mbele ya Baba, na Shetani anasimama kumshtaki kwa sababu Yoshua, kuhani mkuu, alikuwa amevaa mavazi machafu.

Ufalme wa Baharini unaweza kukufikia kupitia manukato. Manukato mengi yanachukuliwa kuwa ya kishetani, hasa yale kutoka kwa chapa fulani. Ukisoma yaliyomo, utaona mambo kama *Medusa*, pepo mwenye nyoka wengi kichwani, au miungu ya kike, mungu wa maji. Hivyo ndivyo unajipaka, na hivyo ndivyo unavyovutia: malaika wa kishetani. Mavazi ya baharini yenye ngozi ya nyoka: Unavaa ngozi ya nyoka mchana kutwa na kuhifadhi nyoka nyumbani kwako. Hao nyoka wa kiroho wanakukaba maisha yako, wanakunyonya, na kupanga siku yako. Huwezi kukombolewa kutoka katika ufalme wa nyoka ikiwa bado una vifaa vya nyoka kwenye kabati lako. Una nyoka kwenye manukato na viatu vyako. Angalia zawadi unazopewa, kama mishumaa. Mishumaa mingi yenye harufu nzuri imewekwa roho. Ukiwa na uhai wa kiroho na macho ya kiroho siku watakapoleta mishumaa hii nyumbani kwako, utakumbana na mapambano makali kwenye ndoto, ukijikuta kwenye mikutano ya ajabu na watu au ukizurura misituni, n.k. Tafadhali omba kwa makini juu ya kila kitu.

Tena, nywele za binadamu pia ni bidhaa ya baharini iliyojaa roho, na baadhi ya nywele hizi wanazipata kutoka kwa watu wanapokufa, ili kifo kikufuatilie; kwa maneno mengine, umekubali sadaka zao; ni suala la muda tu, iwe kwa ugonjwa au ajali. Tafadhali kaa ukiwa katika hali ya maombi; watu wangu wanaangamia kwa kukosa maarifa. Kucha bandia, bidhaa nyingi bandia, vyote vinatoka katika ufalme wa baharini; vitamfanya mtu abadilishe kutoka alivyoumbwa na Mungu. Naomba macho yako yafunguke, na uanze kujijali kwa umakini. Hawa watu ni vigumu sana kuwarekebisha. Naomba wachungaji wawe na subira kwa sababu wanajua si wao wanaoasi, bali ni roho waliyoivaa ndiyo inayoongoza mwili huo.

Zaidi ya hayo, unaweza kupata roho za baharini kwa kushirikiana vitu, kama vile mavazi. Pia, kupitia chakula kilichotolewa sadaka, wao hupeleka chakula chao kwanza kwa mungu wao, kisha kuwaita watu wale au kuwapa chakula bure. Kuwa mwangalifu na watu maarufu ambao hawajamkabidhi maisha yao Yesu. Zawadi zao nyingi zina roho zilizoambatanishwa nazo. Kesheni na kuomba. Msiwe wajinga kwa hila za ufundi. Ikiwa bado huchukulii Mungu wako kwa umakini, Shetani tayari anachukua mambo kwa umakini. Kumbuka, kuna vita katika roho, na kanuni ni rahisi: nguvu iliyo ya juu zaidi itashinda kila mara. Swali langu ni hili: Je, Mungu wako bado ana nguvu, au ni jina tu? Je, umeokoka na kumpenda Yesu? Hiyo ndiyo yote? Je, chombo kinachombeba Mungu bado ni safi au la? Je, neno la Mungu linafanya kazi katika maisha yako? Vipi kuhusu maisha yako ya maombi? Hapo ndipo utakapoishinda kila mungu mwingine. Biblia inasema, Waebrania 4:12 *Kwa maana neno la Mungu li hai, tena lina nguvu, tena lina ukali kuliko upanga wowote ukatao kuwili, la choma hata kuigawa nafsi na roho, na viungo na mafuta yaliyomo ndani yake, tena li jua mawazo na makusudi ya moyo.*

Na hapo ndipo nguvu iliyo ndogo itapiga magoti. Katika migahawa mingi, wao hutoa chakula sadaka kwa mungu wao. Hakikisha unachukua mamlaka na kuchukua udhibiti kila mahali unapoenda, ikiwemo maeneo, miji, viwanja vya ndege, migahawa, na maeneo ya mikutano. Chukua udhibiti na mamlaka. Shetani anapenda mikusanyiko, kwa hivyo katika kila mkusanyiko, jua tu kwamba wapo pia mawakala wa kishetani wenye jukumu la kuiba, kuua, na kuharibu. Kwa hivyo, uwe na akili ya kuchukua mamlaka kama askari wa Mungu kwa kudai katika jina la Yesu. Kwa kufanya hivyo, unaokoa watoto wengi wa Mungu ambao bado hawana ufahamu wa ulimwengu wa kiroho. Maisha ni ya kiroho sana. Muombe Mungu apunguze mzunguko wako wa karibu, na uwe mwangalifu ni nani unayemruhusu kuwa karibu na wewe. Ikiwa ni huduma, bado unahitaji watu; chochote katika dunia hii, bado unahitaji watu, lakini mwache Mungu aongoze na kuwatuma; yeye ni mwaminifu sana, na atafanya hivyo.

Silaha nyingine wanayotumia ni kuingia kwenye maisha yako kwa njia ya *astral projection*. Kumbuka kuomba kila siku kukata kamba ya fedha ya *astral projection* kutoka kwa ufalme wowote wa kishetani; hiyo ni sehemu ya maombi yetu ya kila siku. Kata kila kamba ya fedha ya *astral projection* kutoka kwa ufalme wowote kwa jina la Yesu. Chochote kinachoelekezwa dhidi yako, watoto wako, mwenzi wako, kazi yako, biashara yako, hatima yako, afya yako, viti vya enzi vyako, huduma yako, ndoa yako, au familia yako kitashindwa kiotomatiki na kitarudishwa kwa mtumaji. Kumbuka kufunga kila mara mbingu ya kwanza na ya pili kwa jina kuu la Yesu na kuvuruga mfumo wao wa mawasiliano. Tia vurugu kwenye setilaiti zao na vioo vyao, na amuru mfumo wao wa usafiri utawanyike vipande vidogo visivyoweza kurekebishwa tena kwa mamlaka katika jina la Yesu. Lazima kila wakati uingilie na kuvuruga kazi zao. Usikae tu na kuomba maombi ya upole. Shetani anaelewa ugomvi na vurugu; ndiyo maana Biblia inasema katika Mathayo 11:12 *Tangu siku za Yohana Mbatizaji hata sasa, ufalme wa mbinguni unatekwa kwa nguvu, nao watumiao nguvu huuteka.*

Asilimia tisini na tisa nukta tisa (99.9%) ya Wakristo waliookoka ambao nimekutana nao bado wanaomba kwa jina la Yesu, lakini wanaomba maombi ya upole. Naomba Mungu akufungulie macho uone ni nini kimezunguka familia yako, jamii yako, na eneo lako. Mpaka pazia litakapoinuliwa na uanze kuona katika roho, dakika inayofuata utaungana na kundi la mashujaa na kuomba kama nabii aliye na wazimu.

Agano la mababu linaweza kusababisha Ufalme wa Baharini kuwa na haki halali juu yako

Wazee wetu waliabudu mungu wa mito, wa majini, na unachohitaji kufanya ni kukiri, kukataa, kutubu na kuomba utakaso; hivyo ndivyo tunavyoondoa haki hizo halali.

150

Jinsi unavyoweza kuingia kwenye mtego wa Ufalme wa Baharini

Inaweza kuwa kupitia mama yako au baba yako. Wakati wazazi wako wa kibaolojia wanajisalimisha kwa mungu huyu, au wanawake wajawazito kufunua ujauzito wao, na watoto wachanga ambao bado hawawezi kujilinda wanakuwa hatarini. Tafadhali akina mama, ficheni ujauzito na watoto wenu kimwili na kiroho, waombeeni.

Mtu anaweza pia kuingia kwenye mashambulizi ya baharini kupitia muziki wa kishetani, ambao unavutia na kutoa uchawi. Vifaa vyao, midundo na taratibu zao, kama vile ishara zao za vidole za kishetani wanapocheza, ni za kukusanya roho. Wengine wanaweza kwenda mbali zaidi na kutumia mawakala wa kishetani wenye ushawishi mkubwa ambapo wanakusanya watu wengi kwa wakati mmoja na kusababisha msongamano wa watu hadi kuwe na dhabihu za kibinadamu na dhabihu za damu ili kuwapendeza miungu yao bila swali. Watu vipofu kiroho watafikiri ni ajali; la, nyuma yake kuna roho. Mungu atusaidie tuwe wazi kujifunza, kwa maana dunia inasonga kwa kasi ambayo wengi wetu bado hatuja jiandaa nayo.

Njia nyingine ambayo mtu anaweza kuingia kwenye mtego wa roho wa baharini ni kwa kushauriana na nguvu za kichawi, kupitia manabii wa uongo na makanisa ya uongo, na kutembelea madhabahu na mazabahu ya kishetani. Wewe ni mtoto wa Mungu, na unampenda Yesu, lakini unajisalimisha kwa wakala wa ufalme wa kishetani ambaye ndiye mchungaji wako. Tafadhali shikilia Biblia yako karibu na usome Biblia yako ili ujue wakati udanganyifu unapoanza; unaweza kukimbia kwa ajili ya nafsi yako. Jinsi ya kutambua makanisa ya uongo na kukimbia kwa ajili ya nafsi yako kabla haijachelewa? Kwanza, wao ni wenye kiburi; wanajitukuza na kufurahia kupokea utukufu. Wanafuata zaidi sifa, ustawi, dhambi, hakuna toba, hakuna ushawishi wa dhamiri, hakuna kukemewa kwa dhambi na uovu, zinaa, kupotosha maandiko ili kupendelea na kufunika uovu wao, kulala na kuwapachika mimba wanawake wengi, na kuamuru utoaji mimba ili waweze kutoa dhabihu kwa miungu yao, pia kutoa dhabihu za watu kila mwaka, hasa wale waliokaribu nao. Kwa ajali au kwa ugonjwa, mtu lazima afe kwa sababu agano lao ovu linataka sehemu yake ya maagano yao. Kazi kuu waliyo nayo ni kuvuna roho kwa ajili ya jehanamu. Ikiwa mchungaji wako anafanya mojawapo ya mambo haya, tafadhali usijali kuhusu ni miujiza mingapi wanaweza kufanya au ni mali ngapi walizo nazo kutoka kwa roho wa majini, kwa sababu Mungu Yahweh hayumo humo, chagua Mungu na ukimbie kwa ajili ya nafsi yako kabla haijachelewa.

Usidanganyike, kwa maana Biblia inasema, 1 Petro 1:16, kwamba kama Mungu alivyo mtakatifu, waamini wanapaswa kujitahidi kuishi maisha matakatifu, kuiga tabia yake na usafi wake; kimsingi, ni wito wa kuishi kimaadili na kiadilifu kama Mungu anavyoishi. Tafadhali, neno la Mungu ndilo la mwisho; sitaki maelezo. Ikiwa halilingani na neno la Mungu, ondoka haraka iwezekanavyo; kimbia kwa ajili ya nafsi yako na uelimisheni wengine kwa kumuokoa nafsi moja zaidi. Mwelekeo uwe kwa Yesu pekee, kwa damu ya Yesu pekee, si kwa mtu wa Mungu, si kwa mafuta ya upako, si kwa leso, si kwa maji ya upako. Acha kukimbia kutoka sehemu moja hadi nyingine ukitafuta suluhisho; utaingia kwenye mtego bila hata kujua. Tafuteni Mungu; Yeye ni mwaminifu; Atazungumza nawe kupitia neno lake. Mungu amekuwa akizungumza nawe, lakini umeshughulishwa na mambo mengi kiasi kwamba huwezi hata kusikia sauti ya kunong'ona ya Mungu. Naomba roho ya Nguvu ishuke juu yako na uanze kumtafuta Bwana kwa nguvu zako zote.

Uwe mwangalifu na tatoo; nyingi kati yake zinaficha roho wa baharini. Sio fasheni, kumbuka Shetani ana ujanja, kwa hiyo usiwe mjinga. Wengine wanaficha nguvu za kishetani katika hizo tatoo ili kuelekeza unabii na nguvu zao, ili ionekane kama ni halisi.

Pia, uwe mwangalifu na zile leso nyingi wanazotumia. Wanapogusa paji lako la uso kwa hizo leso, wanaweza kuwa wanabadili hatima yako na nyota yako, na kufungua jicho lako la tatu—kukunganisha moja kwa moja na miungu yao.

2 Wakorintho 2:11: Ili Shetani asitushinde. Kwa maana tunaijua hila zake ovu. Hili ndilo neno la Mungu.

Ni dalili zipi zinaonyesha uko chini ya roho wa baharini?

Ya kwanza ni kuvaa mavazi ya uchokozi wa kingono, jambo ambalo nawasikitikia wanaume, na hili sio kwa wanawake wasioolewa pekee bali pia kwa wale walioolewa. Nawasikitikia wanaume, na ninaomba Mungu afiche macho yao ili mazingira yasije yaka wajaribu, bali waelekeze macho yao kwa Yesu. Dalili ya pili kwamba uko chini ya roho wa baharini ni kufunua sehemu za mwili wako, matiti na mapaja, na hawa hawajali. Kwa nini? Kwa sababu sio watu; kuna roho nyuma inayodhibiti. Dalili ya tatu kwamba uko chini ya udhibiti wa baharini ni kuwa na hamu isiyoweza kudhibitiwa ya ngono. Baada ya mchungaji huyu kunigusa, baadhi ya watu wamesema ndipo matatizo yao yalianza. Hayo ni baadhi ya mifano ya wachungaji ambao ni mawakala wa ufalme wa baharini. Wanakugusa; wanakupandikizia pepo wa ngono wa baharini, na daima unahitaji ngono.

Dalili nyingine kwamba uko chini ya roho wa baharini ni kufungua madhabahu ya kishetani nyumbani kwako kwa ajili ya ngono, mfano, punyeto, ponografia, au vifaa vya ngono. Unapofanya hivyo, roho wote wanajua wanaweza kuja nyumbani kwako wakati wowote na hata kuwaita roho wengine zaidi. Kwa ufupi, unaleta vita ambavyo huwezi kupigana navyo. Kwanza, ni vigumu kuondoa vitu hivi hata unapomalizana navyo kwa sababu umewafanyia nyumba, lango, na madhabahu. Mpaka ufunge hilo lango, ufungue lango la kimungu, na uwe makini na Mungu, ndipo wanaweza kukuacha tena.

Dalili nyingine kwamba uko chini ya roho wa baharini ni kushindwa karibu kufikia mafanikio, kufanya ngono mara kwa mara katika ndoto, roho za tamaa kuona mbwa katika ndoto, kuogelea majini na kutembea kwenye maji katika ndoto, kuona wanyama wa majini, nyoka, mamba, na magwananda, pamoja na matatizo sugu bila kujali jinsi unavyohangaika; kupoteza ghafla fedha na mali; uko chini ya dhuluma na ufuatiliaji wa baharini. Dalili nyingine ni mahusiano kushindwa, umaskini mkubwa, na matatizo ya kifedha. Dalili nyingine kwamba uko chini ya udhibiti wa baharini ni kupewa zawadi katika ndoto, kama vile vito, minyororo, na pete.

Jinsi ya kushinda na kuharibu roho wa baharini

Kiri, kataa, tubu na omba utakaso. Anza kuishi maisha yanayomheshimu Bwana; kumcha Bwana ndiyo mwanzo wa hekima. Dumisha usafi, utakatifu, na haki. Halafu ondoa umiliki wa kishetani na uwakilishi wa kishetani nyumbani kwako. Nimewaambia watu wasafishe makabati yao kwa sababu huwezi kumfukuza roho wa baharini ndani yako huku ukiwa na vitu vingi nyumbani vinavyowakilisha ufalme wa majini. Amsha maombi ya vita na maombi ya moto, soma neno la Mungu, jitoa kikamilifu kwa Bwana, na mtumikie Bwana. Anza kujifanyia huduma ya kujikomboa taratibu. Huduma ya kujikomboa hufanya kazi kamili; kujikomboa kweli ni Yeremia 1:10, kwa kuwa hufanywa kwa uangalifu. Unapojikomboa, una uhakika kwamba hakuna mzizi utakaobaki bila kuguswa.

Sura ya 12:
Haki Yako ya Kuzaliwa ni Nini na Haki
ya Kuzaliwa ya Uongo ni Nini

Haki ya Kuzaliwa ya Kizazi

Na hivi ndivyo Roho wa Mungu alivyonifunulia: wengi wetu tunaishi haki ya kuzaliwa ya kizazi ya uongo, na wengi hata hawajui. Nilikuwa naomba wakati wa Vita vya Usiku wa Manane wakati Roho wa Mungu alinifungulia macho. Nikaona maandishi haya: *"Mtu anaishi haki ya kuzaliwa ya kizazi ya uongo."* Nikayasema kwa sauti. Kisha, Roho wa Mungu akanihudumia: kulingana na Zaburi 51, dhambi, uovu, na makosa tunayorithi kutoka tumboni mwa mama zetu bado yanatufuata, yakiwa na haki halali ya kubaki yameambatanishwa nasi. Biblia inasema, *"Tazama, mimi naliumbwa katika hali ya uovu; Mama yangu alinichukua mimba katika dhambi"* (Zaburi 51:5).

Uovu huu umekuwa ukipitishwa kutoka kizazi hadi kizazi: kile mama yangu alikikuta tumboni mwake, mama yake alikiona tumboni mwake, na kadhalika. Ni fumbo la vizazi vingi la uovu; mnyororo ni mrefu, na unaendelea mradi hakuna mtu anayeuvunja. Ni sawa na unapoenda kwa daktari kwa uchunguzi. Watakuuliza kuhusu magonjwa yoyote yanayoendelea katika familia yako. Haya ni mateso ya kizazi, na yanapaswa kuchukuliwa kwa uzito. Mtu anapaswa kuanza kuyakataa, kuyanyima ruhusa kupitia ungamo, kukana, kutubu, na kutafuta utakaso wa kizazi.

Yeremia 1:10: "Tazama nimekuweka leo juu ya mataifa na juu ya falme, ili kung'oa na kubomoa, na kuangamiza na kubomoa, na kujenga na kupanda."

Ndiyo maana ni muhimu sana mtu asimame na kukomesha upuuzi huu. Ni maombi yangu kwamba kitabu hiki kitaamsha wengi. Tunahitaji mtu asimame na kusema "Hapana" kwa laana hizi za vizazi. Haki yako ya kuzaliwa ya kizazi kutoka kwa Mungu imeunganishwa na imani ya baba zetu wa imani Ibrahimu, Isaka, na Yakobo. Sisi ni uzao wa Ibrahimu, shina la Yese, na wana na binti wa Mariamu. Kinachorejelewa hapa ni baraka inayopitishwa kutoka kizazi kimoja hadi kingine. Lakini kizazi cha leo kinaishi kinyume. Tumekuwa rahisi kushikwa na mifumo na mizunguko mibaya inayopitishwa kizazi hadi kizazi. Wachache wako tayari kuchunguza na kuelewa kilichotokea na nini kinaweza kufanywa kuvunja mzunguko huu. Badala yake, wengi wanarahisisha kwa kusema ni mapenzi ya Mungu. Hapana, uovu ni wa Shetani.

Haki Yako ya Kuzaliwa ya Kizazi Imebadilishwa — Nani Aliyebadilisha?

Bwana alinionyesha kwamba wengi wanaishi haki ya kuzaliwa ya kizazi ya uongo, lakini mtu anaweza kuikomesha iwapo utaamua kufanya hivyo kupitia ungamo, toba, kukana, na kuomba utakaso kutoka kwa Bwana kwa rehema Yake. Haki tuliyo nayo siyo haki ya kuzaliwa ya kizazi kulingana na Baba Ibrahimu, bali kulingana na Shetani. Kwa nini? Kwa sababu vizazi vyetu vya zamani vilijisalimisha kwa Shetani, na hawakujisalimisha tu wao wenyewe bali waliuza mti mzima wa familia, damu, na hata vizazi vijavyo. Huu ni uovu wa kiwango cha juu. Ndiyo maana unaweza kufuatilia ulevi, uraibu, kifo cha mapema, na tabia nyingine za uharibifu kutoka kizazi hadi kizazi, lakini bado unawalaumu watoto. Hapana! *Kama misingi ikiharibiwa, mwenye haki atafanya nini?* (Zaburi 11:3) Waliuza hata kizazi ambacho hakijazaliwa. Waliuza afya njema, utajiri, viti vya enzi, nyota angavu na akili. Waliuza binti zao kwa roho. Sasa, kizazi hiki kinaishi katika mkanganyiko na fumbo lisiloweza kutatuliwa!

Wathesalonike wa Pili 2:7: "Maana ile siri ya kuasi sasa inatenda kazi; ila yule azuiaye sasa atazuilia, hata atakapoondolewa."

Nani ni mtu mbaya katika mti wako wa familia au katika ukoo wako? Nani ni wakala wa kishetani katika ukoo wako? Ninaomba kwamba utaongeza kiwango cha maombi zaidi ya watu wengine wa familia yako mpaka huyo wakala wa kishetani aliyejificha afunuliwe.

Katika uwanja wa ukombozi, roho hujidhihirisha ndani ya watu. Nilipokutana na binti mmoja aliyekuwa akitembea kama mzee. Nilipomuuliza kwa nini, alijibu, *"Mimi ni bibi yake, roho yangu inaishi ndani ya huyu binti. Nilizuia maendeleo yake kwa sababu hatima yake iliuziwa, na sasa hakuna hatima iliyobaki kwake."* Binti mwingine alijidhihirisha kama mwanaume. Nilipouliza kwa nini, alijibu, *"Ninaishi hapa kuhakikisha hatakuwa mnyenyekevu kwa mume wake, au ndoa yake haitadumu. Kwa nini? Kwa sababu tumepotosha hatima za wanawake wote katika familia hii, na kuwafanya wasiwe na maana."* *"Tumetoa uterasi zao; tunazitumia kwa kafara za damu za kila mwezi. Tumekatisha hedhi zao (hapa, Madaktari watakuambia ni kukoma hedhi mapema) ili kuunga mkono hoja yao ya kisayansi. Pia watasema tumefunga tumbo zao, na watakuwa tasa. (Madaktari watasema ni utasa)."*

Mungu yuko kinyume na kile ambacho Shetani anafanya kwa watoto wa Mungu. Mungu anajibu jina Lake, na Yuko kinyume na uongo wote wa kishetani.

Mambo haya yanatoka kwenye msingi, lakini Mungu, kwa rehema Zake, hutufunulia mambo haya kwa maarifa na ufahamu wa kiroho. Ni juu yetu kuzingatia na kuanza kurejesha uharibifu ambao Shetani amesababisha kwenye msingi wetu. Biblia inasema kwamba Yesu alikuja kuharibu kazi za adui (1 Yohana 3:8), na wakati ni sasa. Kwa hiyo, unapokiona mapambano katika familia ya Kikristo—maumivu juu ya maumivu, maswali yasiyojibiwa yanayosababisha shaka na hukumu—huenda unaishi haki ya kuzaliwa ya bandia. Kuna kupotoshwa kwa msingi, udanganyifu na kubadilishwa kwa hatima yako. Haina uhusiano wowote na wewe.

Ninaomba kwa ajili yako kwa jina la Yesu. Kwa mamlaka iliyo katika jina la Yesu, yeyote anayeketi kwenye haki ya kuzaliwa ya kizazi ya uongo, naiigeuza kwa jina la Yesu. Yeyote aliyefanya hivi, Bwana na amtafute na kumkemea kwa jina la Yesu.

Ninayafunga haya vizazi kwa roho wa Mungu aliye hai na kutangaza kwamba kuanzia leo, haki ya kuzaliwa ya Baba Ibrahimu pekee ndiyo itakayokuwa na ufanisi katika vizazi hivi kwa jina la Yesu. Nachukua mamlaka katika jina la Yesu na kufunga kila lango la kishetani lililofunguliwa kwa haki ya kuzaliwa ya kizazi ya uongo. Nafungua lango la kimungu kwa kizazi hiki na kurejesha haki ya asili sasa kwa jina la Yesu.

Wakati Shetani Ameomba Kukutesa Maisha Yako

Roho Mtakatifu aliniongoza kujadili aina mbili za waumini "waliokoka": wale waliokoka tu na wale wanaoelewa haki za muumini kama mtoto wa Mungu.

1. **Waliokoka Tu:** Hawa ni watu wanaompenda Bwana na wanatafuta usalama, uhakikisho, na bima ndani ya Kristo. Wanataka kujificha chini ya jina la Bwana ili wakifa, waingie mbinguni. Hata hivyo, hapa duniani, hawajitahidi sana. Wapo kwenye eneo lao la faraja. Watu hawa huwa wanakata tamaa kukabiliana na Shetani na badala yake wanakubali chochote kinachowapata, hata kukihusisha na mapenzi ya Mungu. Kwa mfano, kama mtoto mchanga anakufa au mwanamke mjamzito anakufa na mtoto wake, wanaweza kusema, "Ni mapenzi ya Mungu." Waumini hawa hawawezi kufurahia maisha hapa duniani kwa sababu hawatafuti toba, kukana, na utakaso wa kurejesha haki yao ya asili. Matokeo yake, haki zao kama waumini zinapunguzwa kutokana na maagano halali yanayowapinga. Aina hii ya kizazi kiko kifungoni na kitapotea kifungoni milele hata wakiwa ndani ya Kristo Yesu.

2. **Waliokoka Wanaoelewa Haki Zao:** Waumini hawa ni kama simba na simba wa kike katika roho. Wamesoma ukweli wa kiroho na wanajua kwamba maisha ni ya kiroho, na lazima wapigane ili kupokea kile ambacho Mungu ameshawaahidi. Ni wabunifu na wameazimia kufuatilia, kushinda, na kurejesha yote. Roho Mtakatifu anawaongoza kuona mwanga na kuelewa kwamba hawajaokoka tu kwa

158

ajili ya mbingu bali kuleta uamsho kwa wale waliowazunguka, kuvunja vifungo, kugeuza kurasa za vizazi, na kuandika upya historia ya familia.

Swali ni, kwa nini Roho Mtakatifu amekuchagua wewe kuwa Mkristo makini? Jibu ni rahisi: wewe ndiye uliyeona mwanga, na Biblia inasema, *"Nuru yang'aa gizani, wala giza halikuishinda"* (Yohana 1:5). Kusudi lako ni kuangaza gizani na kuleta mwanga kwa wale waliokuzunguka, hasa wale "waliokoka tu" wanaosema kila jambo baya linalotokea ni mapenzi ya Mungu. *"Hawana ujasiri wala nguvu za kuchukua mamlaka, kumtoa adui, na kumtoa pamoja na mizigo yake mibaya njiani. Wewe, kwa upande mwingine, unabeba fimbo ya kweli na ya vita ili kupigana bila kuafikiana."*

Isaya 47:1, *"Shuka, ukae mavumbini, Ee binti Bikira wa Babeli; ukae chini pasipo kiti cha enzi, mji wa kifahari wa Wakaldayo. Hutaitwa tena laini na laini."* Ni wakati mtu asimame na kuwatoa binti bikira wa Babeli, kwa maana hakuna kiti cha enzi tena kwao.

Matokeo ya Kusimama Kama Muumini

Unaposimama kama muumini anayeielewa haki yake, unakuwa tishio kwa adui, hasa msingi wako. Adui, akijua kwamba wewe ni tishio, atatafuta kukushambulia ama kiroho au kimwili kwa sababu unavuruga mipango ya kishetani katika familia na jamii yako.

Kuna matokeo mengi yanayokuja na kuwa muumini makini. Adui anaweza kutafuta kuharibu msingi wako, lakini unaposonga mbele, lazima ukumbuke kwamba hauko peke yako katika vita hivi. Biblia inasema katika Yakobo 4:7, *"Basi, mtiini Mungu. Mpingeni Shetani, naye atawakimbia."*

Unaposhiriki vita vya kiroho, hasa usiku wa manane, lazima uwasilishe damu ya Yesu na nguvu ya msalaba na kumkabili adui. Hapo ndipo palipo na nguvu, na lazima uchukue mamlaka juu ya kila kazi ya uovu dhidi ya familia yako na msingi wako. Mungu anatazama, na atakutia nguvu kushinda; mwishowe, ushindi umehakikishwa.

Sura ya 13:
Ushuhuda wa Vita vya Usiku wa Manane

Kila mtu aliyefaulu kushiriki katika vita vya usiku wa manane ana ushuhuda wa kusimulia. Watakuambia, *"Nilikombolewa baada ya kuwa na nidhamu na kuwa thabiti saa za usiku wa manane."* Ninaposema maombi ya usiku wa manane sasa, namaanisha unaungana na kundi la mashujaa wanaopigana pamoja. Biblia inasema, *"Chuma hunoa chuma."* Ikiwa huna nguvu za kusali peke yako usiku wa manane, jiunge na kundi la watakatifu wanaofanya hivyo. Ninaamini wengi huomba usiku wa manane, kwa hiyo tafuta mmoja wao.

Usiku wa manane, tunakuja kama askari, kama jeshi, kufukuza elfu moja. Kumbukumbu la Torati 32:30 linasema, *"Mtu mmoja anaweza kufukuza elfu moja, na wawili wanaweza kufukuza kumi elfu."* Kwa hiyo unakuja ukiwa na nguvu na matarajio, ukijua kwamba umeungwa mkono na Mungu kwa jina la Yesu Kristo wa Nazareti. Wakati wa maombi ya usiku wa manane, unakuja ukiwa na ufahamu, ukijua kwamba kila mara unapokuwepo, angalau jambo moja au mawili yanaung'olewa kutoka kwenye msingi wako. Sijali yamepandwa hapo kwa miaka mingapi. Ukibaki thabiti na kupatikana kwa vita hivi vya usiku wa manane, uovu wa msingi unang'olewa kila siku.

Jambo lingine unalohitaji kuomba ni neema ya Mungu ya kukusaidia kubaki thabiti katika vita hivi. Kumbuka, *"Ombeni bila kukoma"* (1 Wathesalonike 5:17). Adui anaweza kuathiri ratiba yako ya kila siku ikiwa utamruhusu, na kabla hujajua, unaweza kujikuta huna muda wa Mungu. Nilipokuwa "muumini tu," mara nyingi nilitoa visingizio vya kutosali: *"Nina shughuli nyingi," "Ninashughulika na kazi," "Nina watoto," "Nina mume," "Ratiba yangu imejaa,"* au *"Sina muda tu."*

Lakini Mungu ana wivu juu yetu. Siku moja, nilisikia sauti ya kunong'ona ikisema: *"Si mimi ndiye niliyekupa hivi vyote? Je, nilikosea kukubariki? Nakuhitaji. Geukia mimi, nami nitakuonyesha jinsi ya kusimamia hivi vyote na bado upate muda wa kuwa nami. Kumbuka, mimi ndiye kipaumbele chako cha kwanza."*

Ufunuo 4:1 *"Baada ya hayo nikaona, na tazama, mlango ulikuwa umefunguliwa mbinguni. Na sauti ya kwanza niliyoisikia ikinena nami kama tarumbeta ikisema, Panda huku juu, nami nitakuonyesha mambo ambayo hayana budi kutukia baada ya hayo."* Ukimruhusu Mungu aongoze, hutakata tamaa.

Kisha nikamsikia mhubiri akisema, *"Kisingizio chochote unachotoa ili kuepuka maombi ni kwa hasara yako mwenyewe."* Hapo nilijua kuwa nilikuwa upande wa hasara kwa sababu maisha yangu yalikuwa na shughuli nyingi. Niligundua kwamba kila kitu unachofanya katika Ufalme wa Mungu ni kwa faida yako. Hakuna kitu kinachopitwa na macho ya Mungu, na Yeye huwazawadia wale wanaomtafuta kwa bidii. Kwa hiyo, nikaacha kutoa visingizio. Niligundua kwamba adui alitumia ratiba yangu yenye shughuli nyingi kunizuia kuomba, ili mizizi yake mibaya iendelee kuimarika. Lakini pia nilijua kwamba kalenda ya Mungu daima itatenga muda kwa ajili yangu wa kuomba na kuninyima amani hadi nitakapotii.

Ninawajua pia baadhi ya waumini wanaosema tu, *"Nisalie,"* au kutuma ombi la maombi. Wakati hili ni jambo jema, ili sala iwe na nguvu kweli, inahitaji makubaliano. Unaweza kuwa mgonjwa au unapitia changamoto za maisha, lakini nakutia moyo upate nguvu na uwepo kwenye madhabahu ya maombi, iwe kupitia Zoom au ana kwa ana. Kuwa hapo, na ukubaliane na watakatifu wengine.

Biblia inasema, *"Mtu mmoja anaweza kufukuza elfu moja, lakini wawili wanaweza kufukuza kumi elfu."* Usiwe mtu anayetoa ombi la maombi kisha anaenda kulala. Ukiwa hapo na katika makubaliano, inatoa ruhusa ya kiroho halali kwa mtu anayekuombea kuingia katika eneo la familia yako na kuanza kung'oa mashamba au hila zozote za kishetani zinazokuathiri wewe na nyumba yako. Kwa maneno mengine, unahitaji kufahamu kile kinachofanywa kwa niaba yako. Pia, Mungu anahitaji umakini wako wa moja kwa moja na si kupitia mtu mwingine. Huo ni ushuhuda wa kujitoa kwa Baba yako.

Hii ndiyo sababu maombi lazima yawe hali yetu mpya ya kawaida. Omba ukiwa uwanjani wa ndege, ofisini, jikoni, popote pale. Hivi ndivyo maana ya kuomba kila wakati. Zoea kuomba kwa lugha, lakini usichanganye *"kuomba kila wakati"* na *"Vita vya Usiku wa Manane."* Adui hakati tamaa kirahisi. Kumbuka, wewe ni kamanda wa kizazi cha kwanza. Unachokifanya, hakuna mtu yeyote katika ukoo wako ambaye amewahi kukifanya kabla. Adui amekuwa akipanda juu ya baraka zako, utukufu wako, na mali ya familia yako bila kukabiliwa, bila kupingwa, na bila kuzuiwa. Lakini sasa, wewe ndiye wa kwanza kusema, *"Nachukua tena kile ambacho adui ameiba!"*

Biblia inasema, *"Nanyi mtaifahamu kweli, nayo hiyo kweli itawaweka huru"* (Yohana 8:32). Kwa kuwa sasa unaujua ukweli, umejizatiti kukabiliana na adui. Biblia pia inasema kwamba mwizi akikamatwa, lazima arudishe mara saba ya kile alichoiba (Methali 6:31). Kwa hiyo, unakuja kwa jina la Yesu, ukidai kile kilicho chako.

Adui atajaribu kuongeza nguvu za mashambulizi yake dhidi yako, akitumia silaha nzito kukutisha. Hata hivyo, kumbuka kwamba vita hivi si vyako. Biblia inasema, *"Yeye aketiye mbinguni atacheka"* (Zaburi 2:4). Mungu tayari ameshinda vita, na ushindi ni wako kwa sababu vita ni vya Yesu.

Adui anaweza kuongeza mashambulizi yake, lakini jukumu lako ni kumpinga. *"Mtiini Mungu, mpingeni shetani, naye atawakimbia"* (Yakobo 4:7). Lazima umpinge mara kwa mara, usikome. Kadri unavyompinga zaidi, ndivyo anavyodhoofika. Silaha zetu za vita hazishi kamwe kwa sababu chanzo cha nguvu zetu ni Mungu Mwenyewe, na Yeye hatakosa nguvu kamwe.

Wakati wa maombi ya usiku wa manane, lazima uvae silaha zote za Mungu. Maonyesho ya kiroho ya adui yatalenga sehemu zako dhaifu, lakini unapokuwa makini na kuomba, unavunja mipango yao. Watatumia vifaa vya teknolojia ya hali ya juu kukufuatilia na kukutesa, lakini maombi yako yanaweza kuharibu shughuli zao. Mashambulizi haya yanaweza kujitokeza kama magonjwa ya mwilini lakini ni usumbufu tu kutoka kwenye ajenda ya kweli ya adui.

Lazima ukumbuke kwamba unaposhiriki katika vita vya kiroho, adui kila mara anatafuta nafasi ya kushambulia. Adui atatumia maonyesho ya kiroho kukuletea magonjwa, umasikini, kukataliwa, kuchanganyikiwa, na aina nyingine za utumwa. Lakini Mungu anaona, na hatamruhusu adui kushinda. Adui anaweza kujaribu kuleta mfarakano katika mahusiano yako, lakini lazima ubaki imara katika maombi yako. Unapompinga, unabadilisha kila kitu anachojaribu kufanya.

Ushindi ni wako, lakini unahitaji nidhamu ya mara kwa mara na maombi ya kudumu. Usimruhusu adui kukutisha. Adui anapojaribu kukutesa, iwe kupitia maumivu ya mwili, kuchanganyikiwa, au vishawishi, usikubali tu. Kigeuze mara saba kwa nguvu zaidi kwa jina la Yesu. Na kumbuka: ufunguo wa vita vyenye ufanisi ni toba. Bila toba, kuna ukuta kati yako na Mungu. Lakini unapokiri na kusamehe, unaondoa haki za kisheria ambazo adui alikuwa nazo juu yako.

Kwa hiyo, wakati wa maombi ya usiku wa manane, kuwa makini. Uthabiti ndiyo ufunguo. Weka madhabahu yako ikiwa imara na hai, ikiwaka moto. Adui anaogopa maombi ya kudumu kwa sababu yanaharibu kazi zake. Kaa vitani. Endelea kupigana. Kumbuka kwamba kila sala ya usiku wa manane unayoshiriki inabomoa ngome, kung'oa uovu, na kuandaa ardhi kwa ushindi wa Mungu maishani mwako.

Sura ya 14:
Pesa Yako, Uzao Wako, Nyota Yako, na Hatima Yako ya Kiroho

Kulinda Nyota Yako na Ulinzi wa Kiroho

Katika Kitabu cha Mathayo, Sura ya 2:11-12, kinasema:

"Nao walipoiona ile nyota, walifurahi furaha kuu mno. Wakaingia nyumbani, wakamwona mtoto pamoja na Mariamu mama yake, wakaanguka chini, wakamsujudia; kisha wakafungua hazina zao, wakamtolea zawadi: dhahabu, uvumba, na manemane. Kisha, kwa kuonywa na Mungu katika ndoto wasimrudie Herode, walirudi kwao kwa njia nyingine."

Nyota yako inang'aa na inaweza kuonekana na aina mbili za mawakala: wenye hekima wa kishetani au wenye hekima wa mbinguni. Kwa hiyo, ni lazima kila mara uombe kwamba nyota yako iwe mikononi mwa watu wema. Roho wa Mungu ameniongoza kusema na kuwaonya wazazi, baba na mama, kuhusu jambo hili muhimu.

Katika dunia ya leo, watu wengi wamezama kwenye mitandao ya kijamii. Mwanamke anapopata ujauzito, mara nyingi hushiriki habari hizo kwenye mitandao ya kijamii. Lakini tafadhali fahamu hili: Mawakala wa kishetani wako kila mahali, na daima wanatafuta mama na mtoto wake. Usifichue watoto wako wadogo kwenye mitandao ya kijamii hadi watakapokuwa wakubwa vya kutosha kuelewa hatari na kujilinda. Ninaelewa furaha na shangwe ya kushirikiana, lakini kuna mbwa mwitu huko nje. Kama mzazi, ni jukumu lako kuwalinda watoto wako, kiroho na kimwili.

Unabeba ujauzito ili kumlinda mtoto aliye tumboni mwako, si kumfichua mtoto kwa kila aina ya ushawishi mbaya wa ulimwengu huu. Unaweza kufikiria unashiriki tu furaha yako, lakini bila kujua unaweza kufungua milango ya hatari za kiroho. Unamdhuru mtoto kwa kumfichua mapema kwenye ubaya wa ulimwengu.

Je, unamlindaje mtoto wakati wa ujauzito? Kupitia maombi, matangazo, amri, na kukataa kwa niaba ya mtoto ambaye hajazaliwa. Kumbuka, tunafanya hivi kwa msingi wa Yeremia 1:10: kung'oa na kuvunja maagano ya kisheria. Agano la kisheria bado linaweza kuwa na nguvu juu ya maisha yako mradi lipo. Hiyo inamaanisha kuwa bado kuna ufikivu wa nguvu hizi zinazopingana zikikufanyia kazi. Hii ndiyo sababu unaona mambo mabaya yakipitishwa kutoka kizazi kimoja hadi kingine. Mawakala wa kishetani wanaweza kuchukua kila kitu kabla mtoto hajazaliwa kwa sababu umemfichua mtoto kwa ulimwengu. Wanaanza kuuza baraka za mtoto wako kabla hajaingia duniani.

Kama hujashughulika na misingi ya maisha yako na mifumo ya kifamilia iliyopo, ujauzito wako unaweza kushambuliwa. Kama hujavunja mifumo hii, Shetani anaweza kukuibia kwa urahisi—kwa kutumia *remote control* kwa sababu milango bado iko wazi. Ni rahisi kwake kupata kile anachotaka kutoka kwako. Ikiwa hujashughulikia masuala yako ya msingi kupitia Yeremia 1:10, uko wazi kwa mishale ya kishetani, na wanauza nafsi yako kwenye soko la kishetani.

Ni muhimu kuchukua udhibiti wa ulimwengu wako wa kiroho kwa sababu yeyote anayekontrol ulimwengu wa kiroho ndiye anayekontrol ulimwengu wa kimwili. Mamlaka yako ya kiroho huamua jinsi siku yako itakavyokuwa, nini kitakachotokea, na nini utakiruhusu au utakikataa. Unaweza kujiuliza kwa nini kila kitu kinaonekana kuvunjika licha ya kufanya kazi kwa bidii, kwa nini unahangaika kupenya na unaendelea kupoteza. Hiyo ni kwa sababu maagano katika damu yako bado yanatumika. Zaburi 51:5 inatuambia kwamba tulitungwa katika dhambi, na laana hizi za kifamilia zinatufuatilia.

Ndiyo maana nakusihi uchunguze msingi wa kiroho unaoujenga kabla hujapata ujauzito. Tambua maagano yoyote yaliyopo, tangaza, ungama, kataa, na uombe utakaso kwa ajili ya mtoto wako. Amuru kuvunjwa kwa mifumo yoyote mibaya ambayo inaweza kuwa imekufuata. Omba kwamba mtoto wako asiangukie mitego iliyowakamata vizazi vilivyopita. Chukua mamlaka kwa jina la Yesu na tangaza kwamba hakuna uovu utakaomgusa mtoto wako, tunda la tumbo lako. Nena uzima juu ya mtoto huyo, ukiamuru kwamba hataathiriwa na mizunguko ile ile ya magonjwa, *autism*, maradhi, au ucheleweshaji wa maendeleo. Wewe ndiye mlinzi wa lango kwa watoto wako.

Wakati wa ujauzito, kuomba kila mara, hasa katika saa za usiku wa manane, ni muhimu ili kuvunja ngome zozote mbaya za msingi. Lazima uwe makini katika maombi ya vita kabla, wakati, na baada ya kujifungua. Hata baada ya mtoto kuzaliwa, endelea kuomba na kumlinda, kwa maana adui kila wakati anatafuta nafasi ya kushambulia. Ombea maisha yao ya baadaye, ikiwemo wenzi wao wa ndoa, na tangaza kwamba hakuna uovu utakaokaribia. Unaomba ili kuhakikisha mustakabali wao na kuzuia wasiangukie mitego ya kifamilia. Lazima ufanye hivi kama wazazi kwa sababu Mungu amekuamini na mbegu Yake.

Mithali 22: "Mlee mtoto katika njia impasayo; naye hataiacha hata atakapokuwa mzee."

Kama wazazi wote wangeelewa hili na kulichukulia jukumu lao kwa umakini, matatizo mengi ya baadaye yanayowasumbua watoto wetu yangeepukika.

Kinachoendelea maishani mwako ni matokeo ya nyota yako kutolindwa ipasavyo. Nyota yako inaweza kuwa imepata mateso, kuibiwa, au kutekwa. Inaweza kuwa imegawanywa na kutawanywa, na kukubakisha na nyota tupu. Adui anapotekwa nyota yako, vivyo hivyo nafsi yako. Ndiyo maana watu wengi hawaelewi mapambano wanayopitia—kwa kuwa nafsi na nyota zao ziko kifungoni.

Ndiyo sababu lazima uombe ili nafsi yako ikombolewe kutoka mtego wa mwindaji na nyota yako iachiliwe. Amuru nyota yako itoke kifungoni na ikupate. Omba urejeshwe kila kitu kilichoondolewa. Adui anapodhibiti nyota yako, anadhibiti maisha yako.

Siku ya kujifungua, maombi ni muhimu. Omba kwamba mtu wa kwanza kumpokea mtoto wako awe mtu mwenye hekima wa kiungu, si mkunga au daktari wa kishetani anayelenga kuiba nyota ya mtoto. Baadhi ya wahudumu wa afya ni mawakala wa giza. Hata kama huwezi kudhibiti nani atakayekuwepo, endelea kuomba kwamba hakuna nguvu ya giza itakayopata nafasi ya kumgusa mtoto wako.

Ulinzi wa Fedha: Nguvu ya Kutenda Fungu la Kumi

Eneo jingine muhimu la kushughulikia ni pesa. Kama watoto wa Mungu, tumeumbwa kuendesha maisha kwa kutumia sarafu ya mbinguni. Kwa kuwa tayari umeanza kushughulikia msingi wako kupitia ukombozi wa kina, endelea kuomba na kusimama imara katika kweli ya neno la Mungu.

Wafilipi 4:19 inasema: *"Na Mungu wangu atawajazeni kila mnahitaji kwa kadiri ya utajiri wake katika utukufu katika Kristo Yesu."* Hata hivyo, watoto wengi wa Mungu hawaoni ule wingi uliyoahidiwa katika andiko hili. Kwa nini? Kwa sababu kuna mharibu aliyewekwa. Agano la kutotii linazungumza kinyume na ustawi.

Chanzo kimoja kikubwa cha ukosefu wa kifedha ni kutotii katika kutoa fungu la kumi. Katika Malaki 3:10, Biblia inatuamuru kuleta fungu la kumi lote ghalani. Mungu anasema: *"Nijaribuni kwa hili, muone kama sitawafungulia madirisha ya mbinguni na kuwamwagia baraka hata hamtakuwa na nafasi ya kutosha kuipokea."*

Mharibu hufanikiwa katika mazingira ya kutotii. Ikiwa hutoi fungu la kumi, unampa adui nafasi ya kufanya kazi kwenye fedha zako. Kama mtoto wa Mungu, nakutia moyo utoe fungu la kumi kwa uaminifu na utaona jinsi Mungu atakavyokubariki kwa njia usizotarajia. Kumbuka, kila kitu unachoweka mikononi mwa Mungu, Yeye hukizidisha. Hatakurudishia kilekile ulichompa; Atakiongeza. Huu ndio ulinzi wa kifedha. Yesu alikuwa na mikate mitano na samaki wawili tu kuwalisha maelfu. Aliiinua, akamshukuru Mungu, na akawapa mkutano wote. Wanaume elfu tano walikula, hatujui ni wanawake na watoto wangapi walikuwapo, lakini tunajua Mungu alizidisha alichowasilisha Yesu.

Unapotoa fungu la kumi, hata kama ni kidogo, liwasilishe kwa Mungu ukiwa na moyo wa utiifu. Omba litasema kwa niaba yako, likistawisha kazi za mikono yako. Mara tu mharibu anapoondolewa, utaona utukufu wa Mungu ukidhihirika maishani mwako. Utaona ustawi, ongezeko lisilotarajiwa, na utimilifu wa ahadi za Mungu, kwa maana mkono wa Bwana utakuwa juu ya fedha zako.

Utiifu katika kutoa fungu la kumi huleta ulinzi wa kifedha kwa sababu unapanda mbegu kwa ajili ya baadaye. Kutotii, hata hivyo, humruhusu adui kuiba, kuua, na kuharibu. Roho ya uharibifu na kuchanganyikiwa itashika fedha zako ikiwa utakosa kutii amri za Mungu.

Hapo awali nilipata shida kutoa fungu la kumi. Nilidhani asilimia 10 ya kipato changu ilikuwa nyingi mno kutoa, lakini Roho wa Mungu alinionyesha kuwa si juu ya kiasi, bali ni juu ya utiifu. Mungu ananiamini kusimamia alichonipa, na ninapomuonyesha kwamba naweza kuwa mwaminifu kwa kidogo, atanipa cha zaidi.

Kwa hiyo, unapokaa katika utiifu, fahamu kwamba Mungu atakufungulia madirisha ya mbinguni. Ustawi wako utatiririka, na hakuna uovu utakaokaribia fedha zako. Hutafanya kazi kwa ajili ya pesa, bali pesa zitakufanyia kazi. Naomba urejeshe utajiri wa kifamilia, na kwamba Mungu atainua kizazi kinachomcha na kutii neno lake, kikihakikisha urithi wao katika ufalme wake.

Ili kuishi katika dunia hii yenye giza kama muumini, unapaswa kubaki na Kitabu cha Sheria nawe kila mara. Acha neno la Mungu likaongoze na likuelekeze. Ameahidi kukutimizia na kukubariki kwa wingi, lakini utiifu wako ndio unaofungua mlango wa baraka zake. Naomba upate hekima, ufahamu, na ujasiri wa kumtii

Mungu katika kila eneo la maisha yako, ikiwemo utoaji wa fungu la kumi.

UTII

Dunia tunayoishi ni mahali penye giza. Nakushauri uweke Biblia yako karibu kila mara na ufuate tu yale ambayo Mungu amekuagiza uyafanye.

> **Malaki 3:10: "Leteni zaka kamili ghalani ili kiwemo chakula nyumbani mwangu. Nirudishieni jaribio kwa jambo hili, asema Bwana Mwenye Nguvu Zote, mjionee wenyewe kama sitawafungulia madirisha ya mbinguni na kuwamwagia baraka tele hata hamtakuwa na nafasi ya kutosha ya kuipokea."**

Kutotii ndilo adui mkubwa zaidi wa Mungu na adui wa hatima yako. Ikiwa unataka hatima yako iendane na mpango wa Mungu, omba upate roho ya utiifu. Utiifu kwa Bwana huleta hofu ya Bwana, ambayo hupelekea hekima. Kupitia hekima, utamkaribia Mungu, utaona utukufu Wake, utavutia malaika, utapokea baraka, na utakuwa na nidhamu katika mambo ya Mungu. Pia utakusaidia kubaki thabiti katika imani na matendo yako. Utiifu utamfukuza Shetani mbali na maisha yako na kuleta mpangilio, urejesho, uponyaji, ukombozi, ustawi, na vyanzo vya mapato vinavyoendelea kupitia sarafu ya mbinguni. Katika maisha haya, kila kitu unachokitafuta kimefunikwa ndani ya utiifu.

UZAZI

Biblia inasema katika Isaya 34:16: *"Tazameni katika kitabu cha Bwana na kusoma: hakuna hata moja ya hivi vitakavyokosa, hakuna hata mmoja atakayekosa mwenzi wake. Kwa maana kinywa chake kimeamuru, na roho yake itawakusanya pamoja."*

Andiko hili linatuhakikishia kuwa Mungu yupo katika kazi ya familia. Anakubali familia takatifu na anatamani familia ziendelee kustawi.

Mwanzo 1:28: *"Mungu akawabariki, akawaambia, Zaeni, mkaongezeke, mkaijaze nchi na kuitiisha; mkawe na mamlaka juu ya samaki wa baharini, na ndege wa angani, na kila kiumbe chenye uhai kiendacho juu ya nchi."*

Mungu tayari ametupa mwelekeo. Maisha yetu ni kama tamthilia iliyoandikwa tayari, na tunachopaswa kufanya ni kuifuata. Kwa kila mtoto wa Mungu, maisha yetu yanapaswa kuendana na Neno la Mungu. Ikiwa kuna kitu katika maisha yako kisichokubaliana na mapenzi ya Mungu, una haki ya kukiuliza. Wengi wetu tuna maswali leo, ndiyo maana tunajikuta kwenye huduma za ukombozi, tukitafuta majibu kuhusu makosa yetu ya zamani na kujifunza jinsi ya kuishi maisha yasiyo na udhibiti na mivutano ya kishetani. Pia tunatafuta mwongozo wa kuboresha maisha ya vizazi vijavyo.

Leo hii, uzazi umekuwa tatizo kubwa, na adui yupo nyuma ya udanganyifu mwingi. Ajenda ya Shetani ni kuharibu mbegu safi ya Mungu na kuharibu mwili wa mwanadamu. Utasa, katika visa vingi, unatokana na udanganyifu wa kishetani. Kwa wanandoa, wengi wanakumbana na:

1. **Matatizo ya ovulesheni** – Shida katika kutolewa kwa yai kutoka kwenye ovari.

2. **Endometriosis** – Hali ambapo tishu kama utando wa mfuko wa uzazi hukua nje ya mfuko wa uzazi.

3. **Kasoro za mfuko wa uzazi** – Kama uvimbe, vijinyama (polyps), au umbo lisilo la kawaida.

4. **Uharibifu wa mirija ya uzazi** – Kuziba au kuharibika kwa mirija ya fallopian.

5. **Shida za mbegu za kiume** – Idadi ndogo ya mbegu, ubora duni wa mbegu, au matatizo ya uhamaji wa mbegu.

6. **Kutokuwa na usawa wa homoni** – Shida kwenye tezi, estrojeni, au projesteroni.

7. **Mambo ya mtindo wa maisha** – Uvutaji sigara, unywaji wa pombe kupita kiasi, unene uliopitiliza, au uzito mdogo kupita kiasi.

8. **Umri** – Uwezo wa kupata ujauzito hupungua kadri umri unavyoongezeka, hasa kwa wanawake walio na umri zaidi ya miaka 35.

9. **Sababu za kinasaba** – Katika baadhi ya visa, utasa unaweza kusababishwa na mabadiliko ya kijenetiki.

10. **Utasa usioelezeka** – Karibu 25% ya visa havina sababu inayoonekana.

Vyote hivi ni mambo yanayoathiri mfumo wa uzazi na kumzuia mtu kubeba na kumlea mtoto kutoka mwezi wa kwanza hadi wa tisa.

Utasa usioelezeka ni jambo linalotia wasiwasi zaidi. Ufahamu wako unapofunguka na ukamgeukia Mungu, masuala haya yanaweza kushughulikiwa bila kutumia pesa. Wanandoa bado wanaweza kupokea baraka zao, lakini lazima wamgeukie Mungu kwa msaada.

Kwa nini Shetani anajitahidi sana kuzuia mbegu yako? Ni kwa sababu mbegu yako ni takatifu, ikibeba nasaba yenye uwezo wa kuvunja laana za kifamilia na kubadilisha mwelekeo wa historia. Shetani anajua kwamba mtoto huyu akizaliwa, ataharibu ufalme wake duniani. Kwa hiyo, atafanya kila awezalo kuzuia tumbo lako lisiwe na uzao. Atakutuma kwa madaktari watakaokupa sababu kwa nini unapaswa kupata shida katika kupata mtoto au kutoweza kabisa. Hapo ndipo unapopaswa kutambua kwamba adui yupo kazini na kuanza kumpinga kupitia maombi, kufunga, kukataa, kutubu, na kutafuta utakaso ili kufunga milango yote ya kisheria ambayo adui anaweza kuwa amefungua kupitia msingi wako, eneo lako, au mtindo wako wa maisha.

Zaburi 11:3: "Ikiwa misingi imebomolewa, mwenye haki atafanya nini?"

VITA YA MBEGU YA TUMBO LA UZAZI

Kama misingi haijashughulikiwa, tumbo la uzazi lililofungwa linaweza kufunguliwa kupitia maombi, lakini bila kushughulikia hatua za kisheria, matokeo yanaweza kuwa mimba kuharibika, mtoto kufa tumboni, mtoto kuzaliwa na ulemavu, au hata kifo. Iwapo mtoto atapona changamoto hizi, vita vinaendelea katika kipindi cha mtoto mchanga, wakati mwingine vikisababisha *sudden infant death syndrome* (SIDS) au hata mama kumfunika mtoto kwa bahati mbaya wakati wa kulala.

Kama mtoto atapona vita hivi, anaweza kukabiliana na mapambano katika ujana, kama vile uraibu wa pombe, dawa za kulevya, kufanywa kuwa mwabudu shetani, au kuchanganyikiwa kijinsia. Mzunguko huu utaendelea isipokuwa misingi ya ndani imeshughulikiwa. Kama msingi umebomolewa, mwenye haki atafanya nini? Vita vya tumbo la uzazi si vya kimwili tu; ni vya kiroho. Wenye haki lazima wasimame na kujenga upya msingi uliovunjika.

Shetani hashambulii bila agano la kisheria lililopo. Kuna sababu kwa nini vita fulani vinaendelea katika familia. Mradi tu mlango upo wazi, Shetani ataendelea kuharibu mambo. Ndiyo maana maombi ni muhimu sana. Ombeni bila kukoma. Wanadamu wanapaswa kuomba kila mara, kwa maana ni kupitia maombi tunaweza kumsogeza Shetani pembeni.

Ni rahisi kujisalimisha kwa Mungu, upyaishe agano lako Naye, na umwombe aanze upya na wewe, ukitubu dhambi, makosa, na maovu ya vizazi vilivyopita. Unapofanya agano thabiti na Mungu, Ataleta baraka na urejesho pale ambapo hapakuwa na chochote, Ataondoa magonjwa yanayofuata msingi ulio na kasoro. Biblia inasema, *"Huenda usione mvua, lakini bonde lako litajaa maji."*

Shetani tayari amejitahidi kuchukua vizazi ambavyo havijazaliwa kwa sababu ya ujinga na uzembe wetu, lakini sasa tunapaswa kukabiliana na vita hivi katika maombi na kutafuta ukombozi. Kila "kwa nini" unalouliza linaongeza ukubwa wa vita, kwa maana adui anaghadhabika. Lakini lazima usimame imara katika imani na maombi, ukijua kwamba wewe uko juu yao,

172

umeketi pamoja na Kristo Yesu katika ulimwengu wa mbinguni mkono wa kuume wa Baba yetu, mbali juu ya nguvu za giza, falme na watawala wa kishetani wa dunia hii.

JINSI SHETANI ANAVYOFUNGA UZAZI

Kutoka mtazamo wa kitabibu, wanaume wakati mwingine hukabiliana na changamoto ambapo uanaume wao unashambuliwa, na kufanya iwe vigumu kupata watoto. Hii inaweza kuwa kupitia hali kama *erectile dysfunction* (ED) au *azoospermia* (ukosefu wa mbegu za kiume). Wanaume wengi watapata shida licha ya ushauri na matibabu ya kitabibu. Lakini Biblia inasema, *"Jisalimishe kikamilifu kwa Mungu; mpingeni Shetani, naye atawakimbia."*

Nimeona Mungu akirejesha kile kilichoonekana hakiwezekani, akiwatia nguvu tena na kuwapa baraka ya watoto. Shetani pia huwashambulia wanaume kupitia tamaa na wake wa kiroho (roho za ngono), na kuleta migawanyiko katika ndoa na kuwafanya wajisikie kutengwa na wake zao. Mashambulizi haya yanaweza kupelekea kutengana au talaka iwapo hutakuwa makini.

Viungo vya uzazi vya wanawake pia hushambuliwa mara nyingi. Baadhi ya wanawake hupata kukoma hedhi mapema au kutokuwa na usawa wa homoni unaosababisha hedhi kusimama. Lakini nimeona nguvu ya Mungu ikitenda kwa njia za kimiujiza, ikirudisha hedhi na uwezo wa kuzaa ambapo madaktari hawana maelezo. Shetani hunufaika na ujinga, lakini wale wanaoelewa ulimwengu wa kiroho wanaweza kukabiliana na masuala haya kwa jina la Yesu Kristo.

Biblia inasema, *"Ametupa nguvu za kukanyaga nyoka na nge na kila aina ya nguvu za giza; wala hakuna chochote kitakachotudhuru kwa njia yoyote."* Tunapomkabili Shetani, hatufanyi hivyo kwa nguvu zetu, bali kwa jina kuu la Yesu Kristo. Tunaenda tukiwa na damu ya Yesu, nguvu ya Mungu, na uelewa wa sisi ni nani katika Kristo Yesu.

Udanganyifu wa kishetani ni halisi, lakini tunapoukabili kwa nguvu za Mungu, tunavunja minyororo na kurejesha kile ambacho adui ameiba. Iwe kupitia vita vya kiroho au msaada wa kitabibu, tunapaswa kubaki waangalifu na kumwamini Mungu kwa uwezo Wake wa mwisho wa kuturejesha katika afya na uzazi.

MFUKO WA UZAZI NA VITA VYA KIROHO

Mashambulizi ya kiroho kwenye mfuko wa uzazi hufanyika kupitia kutumwa kwa wake wa kiroho, wanaojulikana pia kama mapepo ya ngono, kwenye ndoto. Roho hawa huhakikisha wanafanya tendo la ndoa na watu, mara nyingi wakijidhihirisha katika ndoto. Wao ndio husababisha matatizo kama uvimbe wa mfuko wa uzazi (*fibroids*). Kuna aina mbalimbali za *fibroids*, na nimeona visa vingi, hasa kwa wanawake.

Nakumbuka upasuaji mmoja ambapo *fibroid* ilikuwa kubwa kama ujauzito wa miezi tisa. Baada ya kufungua mfuko wa uzazi, haikuwa moja tu bali nyingi, zikikua pamoja kama viazi kwenye tawi la mti. Hii ndiyo aina ya *fibroid* ninayomaanisha, ambapo mfuko wa uzazi, uliokusudiwa kulea mtoto, umejazwa uvimbe. Hizi ni hila za adui.

Baadhi ya *fibroids*, hasa zile zilizo ndani kabisa ya ukuta wa mfuko wa uzazi (*intramural*), zimejikita kwa kina kiasi kwamba hata baada ya upasuaji, husababisha madhara makubwa. *Fibroids* hizi zinahitaji kuondolewa kwa kina, wakati mwingine kutoka kwenye tabaka la ndani kabisa la mfuko wa uzazi. Hii inaweza kusababisha matatizo yanayozuia mfuko wa uzazi kubeba mtoto hata baada ya kupona. Hizi ni njama za kishetani dhidi ya mfumo wa uzazi wa mwanamke, zenye kusudi la kuzuia wanawake kuleta uhai duniani. Lakini Mungu wetu ni mwaminifu. Hali kama hizi zinahitaji ukombozi wa kina na wa kina sana.

Kuna pia visa ambapo makovu ya ndani hutokea, na kufanya tabaka za mfuko wa uzazi kushikamana na kuchukua nafasi iliyokusudiwa kwa mtoto. Katika visa hivi, madaktari wanaweza kuwaambia wanawake kwamba hawawezi kamwe kupata watoto. Lakini natangaza kwamba Mungu anaweza kuwapa watoto wanawake wasio na mfuko wa uzazi au walio katika kukoma hedhi. Mungu wetu hashukuliwi kirahisi.

Mashambulizi mengine makubwa kutoka kwa adui yanaweza kuwa saratani ya ovari, saratani ya mfuko wa uzazi, na saratani ya shingo ya kizazi. Haya ni sehemu ya vita vya tumbo la uzazi. Wanawake, simameni na kuomba kabla adui hajapiga hatua. Adui anatafuta kuwazuia kutimiza kusudi la Mungu alilowapa, na madaktari wanaweza kufikia hatua ya kupendekeza kuondoa viungo fulani kama mfuko wa uzazi. Yote haya ni kuhakikisha kwamba tumbo lenu halizai mbegu.

Nimewaombea wanawake wengi, na kwa rehema za Mungu, nimeona mabadiliko ya kimiujiza. Mungu alinipa maandalizi sio tu kama daktari wa tiba, bali pia kukabiliana na adui na kutangaza, *"Huu ni uongo."* Mashambulizi haya ni ya kweli. Nimeyaona kwa macho yangu mwenyewe. Nimefanyia upasuaji wanawake ambao mirija yao ya uzazi *(fallopian tubes)* ilikatwa makusudi ili kuwazuia kushika mimba. Baadhi ya wanawake hawa wamebaki na mrija mmoja wa uzazi au ovari moja pekee. Hata hivyo, nimeuona muujiza wa Mungu, iwe wana moja au hawana hata moja. Nimeona wanawake ambao walihesabiwa hawawezi kupata watoto, hata wale wasio na tumbo la uzazi *(womb)*, wakibeba watoto kuanzia sifuri hadi miezi tisa. Huyu ndiye Mungu mkuu tunayemtumikia. Miujiza ya aina hii huwastaajabisha wanasayansi na dunia. Hakuna jambo Mungu asiloweza kufanya. Bado hujauona ukubwa wa kile Mungu anakusudia kufanya kwa ajili ya watoto Wake. Yuko bado kwenye kiti cha enzi, anatawala na anatenda miujiza.

Biblia inasema, *"Mimi ni Mungu wa wote wenye mwili; je, kuna jambo lolote gumu liwezalo kunishinda?"* (Yeremia 32:27). Huyu ndiye Mungu ninaozungumzia. Nimeona miujiza Yake kwa macho yangu. Kwa hiyo, usiogope, mtoto wa Mungu. Jisalimishe kikamilifu na umpinge Shetani; naye atakukimbia (Yakobo 4:7).

Katika Yohana 8:32, Biblia inasema, *"Nanyi mtaifahamu kweli, nayo hiyo kweli itawaweka huru."* Ni kweli tu ndiyo itakayokusaidia kudai hatima yako halisi, kama ilivyoelezwa katika Yeremia 1:10. Mpaka ukweli upenye moyoni mwako, haiwezekani kushughulikia vita vya kiroho. Ukikwepa kushughulikia vita hivi, hutaona hatima yenye matunda ambayo Mungu amekuandalia. Umeitwa kuzaa kizazi kipya, kuandika upya historia ya familia yako, na kuweka mstari wa damu ulio safi.

Adui atajaribu kukuzuia kutimiza kusudi lako, lakini Mungu anasema vinginevyo. Kama daktari, nimegundua kwamba vita vya kiroho ni vigumu zaidi kuliko changamoto zozote za kitabibu. Nilikuwa nikipuuzia ulimwengu wa kiroho, nikibeza nguvu zake. Lakini kadiri nilivyopinga kazi ya Mungu, ndivyo nilivyozidi kuchanganyikiwa, ingawa nilikuwa mtoto wa Mungu. Nilipitia vita halisi—ugumu wa kushika mimba, mimba kuharibika mara nyingi, na vitisho kwa afya ya ujauzito wangu. Haikuwa hadi Mungu aliponifungulia macho ndipo nilipoanza kuona asili halisi ya ulimwengu wa kiroho.

Ndipo nilipoelewa kwamba nilikuwa nikipuuza vita muhimu zaidi—vita vya kiroho. Nilianza kuchukulia maisha yangu ya kiroho kwa umakini na kutambua umuhimu wa kulingana na mapenzi ya Mungu na kuchukua mamlaka dhidi ya adui. Tunapaswa kupigana kwa maarifa, na kuomba kimkakati ili kulinda hatima yetu ya kiroho.

Hatima ya Kiroho na Vita

Kama watoto wa Mungu, hatima zetu zimejaa baraka, utukufu, na afya. Shetani, akijua hili, hufanya kazi bila kuchoka kuzuia baraka hizi kabla hata hatujazitambua. Adui anaweza kuona uwezo wa hatima zetu za kiroho muda mrefu kabla sisi wenyewe hatujaona. Ndiyo maana anafanya kazi usiku na mchana kuiba baraka hizi hata kabla hatujazaliwa. Baraka hizi ni thamani kubwa kwa adui kwa sababu zinaweza kuuzwa au kutumika kwa maslahi yake katika ulimwengu wa kishetani.

Mateso mengi—autismu, *cerebral palsy*, *Down Syndrome*, kuchanganyikiwa kijinsia, na matatizo mengine ya ukuaji—yanazidi kuongezeka kwa sababu yamepandikizwa kiroho. Utambuzi wa kitabibu mara nyingi hufunika mizizi ya kiroho ya matatizo haya, lakini nyuma yake kuna nguvu za kiroho zikifanya kazi kuvuruga mpango wa Mungu kwa maisha ya watu. Baadhi

176

ya madaktari wameanza kutambua kwamba matatizo haya ni ya asili ya kiroho na wanamgeukia Mungu kwa msaada.

Tunapaswa kuomba na kusimama imara katika imani ili kurejesha hatima zetu za kiroho. Maombi ya mara kwa mara, hasa wakati wa usiku wa manane, yanaweza kutusaidia kuvunja nguvu za adui. Maombi ya usiku wa manane ni yenye nguvu kwa sababu yanavuruga kazi za adui, na tunaweza kurejesha kila kitu alichoiba. Adui anawachukia wale wanaoomba kwa bidii, hasa wakati huu, kwa sababu unaharibu shughuli na mipango yake.

Lazima pia tuwaombee familia zetu na mistari yetu ya damu. Hili si suala la sisi pekee, bali pia la vizazi vijavyo. Tunapaswa kulinda hatima zetu za kiroho, familia zetu, na watoto wetu kwa ulinzi wa Mungu, na tufanye hivyo kwa uthabiti. Shetani anataka tuishi kwa uzembe, lakini tunapaswa kuamka na kutambua uhalisia wa vita vya kiroho.

Hatima ya kiroho ya mtu inaweza kubaki wazi kwa sababu ya ujinga au uzembe. Hii inajulikana kama "hatima iliyo uchi," hasa kwa watoto ambao wanaweza kuibwa kirahisi. Hata hivyo, tunaweza kufunika hatima yetu na za wale waliokaribu nasi kupitia maombi na uangalizi wa kiroho.

Biblia inasema katika Yohana 10:10, *"Mwizi haji ila kuiba, na kuchinja, na kuangamiza; mimi nalikuja ili wapate uzima, kisha wawe nao tele."* Tunapaswa kulinda hatima zetu za kiroho, tukitambua kwamba vita ni vya kiroho na kwamba adui anaweza kuiba kile tu ambacho hatukilindi.

Kwa maarifa na ufahamu, tunaweza kushiriki kwenye vita na kurejesha kile ambacho adui ameiba. Tunapaswa kujivika silaha zote za Mungu (Waefeso 6:10-18) na kulitumia Neno la Mungu kwa mamlaka, tukijua kwamba vita ni vya Bwana. Tunapofanya hivi, tunakuwa vyombo ambavyo Mungu hutumia, kukwaza nguvu za adui na kuharibu kazi zake.

Katika suala la uzazi, ikiwa chanzo cha tatizo ni msingi wenye kasoro, wanawake wanaweza kupitia mimba kuharibika mara kwa mara au ugumba. Masuala haya yanaweza kuwa matokeo ya mapepo yanayonyonya damu au madhabahu za kishetani katika mstari wa damu wa familia. Mapepo haya hulisha nguvu zao kwa damu ya wanadamu wa familia, yakihitaji dhabihu ili kuendelea kutawala. Mashambulizi kama haya yanahitaji vita kali vya kiroho, na familia zinapaswa kukabiliana na kuvunja madhabahu haya kupitia maombi na ukombozi.

Sura ya 15:
Kuinua Kiwango cha Maombi

Kuinua Kiwango cha Maombi Kinachomfanya Shetani Kukimbia

Tunapolenga kuinua kiwango cha maombi, tunapaswa kuzingatia aina zote za maombi, si aina moja tu. Roho wa Mungu atakuongoza kujua ni aina gani ya maombi ya kushiriki kulingana na hali. Ndiyo maana kuwa na Neno la Mungu ndani yako ni muhimu, kwani Mungu hunena kupitia Neno Lake. Ombi linaloongozwa na Roho Mtakatifu ndilo ombi linaloleta ushindi na majibu.

Kwanza, lazima upokee wokovu. Biblia inasema katika 2 Wakorintho 5:17, *"Hata imekuwa, mtu akiwa ndani ya Kristo amekuwa kiumbe kipya."* Wokovu ni muhimu kwa sababu unatupatia ufahamu wa kina wa mambo ya Bwana wetu Yesu Kristo.

Pili, toba ni ya lazima. Toba hututenganisha na dhambi na uovu, si tu kwa kiwango cha binafsi bali pia kwa kiwango cha vizazi. Kama Gideoni alivyofanya, tunapaswa kufuatilia ukoo wetu, kutubu dhambi za baba zetu, na kuomba rehema. Zaburi 51 inatoa mfano wa nguvu wa toba, ambapo Daudi alililia dhambi na maovu ya baba zake. Ombi hili ni kilio cha rehema kwa ajili ya kizazi chetu, mstari wa damu, na mti wa familia.

Zaidi ya hayo, msamaha ni ufunguo. Adui anaweza kutumia kuto samehe ili kuzuia ushindi wako. Ndiyo maana ni muhimu kusamehe, kutochukia, na kuhakikisha moyo wako uko huru. Bila msamaha, inakuwa vigumu zaidi kuingia kwenye ombi la rehema, kama tunavyoona kwa Gideoni, aliyemtafuta Mungu kwa rehema baada ya kugundua sanamu ambazo baba zake walikuwa wameziabudu.

Baba zetu wa kale wanaweza kuwa walifanya mambo yaliyosababisha vita vya kiroho, mateso, na changamoto katika maisha yetu. Masuala haya ya vizazi yanahitaji kulia kwa rehema. Biblia inasema, *"Rehema za Bwana ni mpya kila asubuhi."* Mungu hutufanya upya kila siku, bila kujali msingi wetu, lakini lazima tuinue hoja ya maombi, tukikiri dhambi na maovu yaliyoko kwenye ukoo wetu.

Baadhi ya maagano ya msingi ni ya kina, na unahitaji msaada wa Mungu kuyashughulikia. Niliwahi kumtoa mtu pepo, na roho ikasema, *"Tumekuwa hapa muda mrefu sana. Wewe ni nani kuja kutuangusha?"* Nilipo uliza wamekuwa hapo kwa muda gani, walijibu, *"Kabla ya Kristo."* Wakati mwingine mapepo husema uongo, lakini wakati mwingine husema kweli. Ikiwa pepo limekuwa kwenye familia kwa zaidi ya miaka 2000, inamaanisha hakuna mtu aliyewahi kulikabili. Ni wakati wa kusema, *"Imetosha,"* na kumtafuta Bwana kwa hekima na ukombozi.

Huu ni wakati wako. Hakuna mtu mwingine atakayefanya ikiwa hutaamka kukabiliana na mateso haya. Mababu zako huenda waliuliza swali lilelile: *"Kuna mtu yeyote atakaye simama?"* Mungu yupo kukusaidia, na tunaweza kuomba ombi la rehema. Ombi la rehema halishindwi.

Kisha, tunaingia kwenye ombi la vita. Biblia inasema, *"Ombeni bila kukoma"* na *"Ombeni kwa lugha."* Ikiwa hujapokea kipawa cha Roho, na upate ubatizo wa Roho Mtakatifu kwa jina la Yesu. Omba kwa lugha nyumbani, kazini, garini—kila mahali. Kabla hujajua, utakuwa unaomba kwa saa nyingi.

Maombi ya usiku wa manane ni silaha yenye nguvu. Omba kati ya saa sita usiku na saa kumi asubuhi. Huu ndio *"vita vya usiku wa manane,"* wakati adui ana nguvu zaidi. Kwa kuomba usiku wa manane, unamkabili adui kabla hajakushambulia. Adui anaogopa kukabiliwa, na mradi tu unabaki mpole, ataendelea kustawi kwenye eneo lako. Lakini ukimkabili, atalazimika kukimbia.

Unapoomba usiku wa manane, unachukua mamlaka, ukitangaza kwamba adui hatashinda dhidi yako. Unavunja mipango yao na kufuta mashambulizi yao kwa damu ya Yesu. Upo kambini mwao, ukitangaza kwamba hawatafanya maamuzi yoyote dhidi yako usiku huu. Unashiriki kwenye vita vya kiroho, ukirudisha nyuma mishale yote ya kishetani iliyoelekezwa kwako na familia yako. Unazuia adui kuendelea mbele.

Unapofanya hivi, unatumia Waebrania 12:29, inayosema, *"Kwa maana Mungu wetu ni moto uulao."* Kwa mamlaka ya Yesu, achilia moto wa Mungu dhidi ya mipango ya adui na madhabahu waliyoweka dhidi yako na familia yako. Kila kitu walichopanga kukuletea madhara kimebatilishwa na kutoweshwa kwa damu ya Yesu.

Utakaso pia ni muhimu. Ni lazima uishi maisha ya kufunga, ukitafuta kukutana kwa undani zaidi na Bwana. Wakati wa kufunga, kumbuka kwamba *"aina hii haitoki ila kwa kuomba na kufunga"* (Marko 9:29). Ni wakati wa kufunga ndipo Mungu anapong'oa na kubomoa ngome, kama ilivyoelezwa katika Yeremia 1:10. Ni lazima ubaki kwenye nafasi ya maombi, utakaso, na kufunga ili kuvunja vita vikubwa vya kiroho.

Yeremia 33:3: "Niite, nami nitakujibu, nami nitakuonyesha mambo makuu na magumu usiyoyajua."

Wakati mwingine, mambo ya kina ya msingi wetu yanahitaji tuende zaidi katika maombi na kufunga. Baada ya kufunga na kumtafuta Mungu kupitia Neno Lake, utapokea ufunuo na maarifa ya mambo ya kina ambayo lazima yashughulikiwe.

Mungu atafunua masuala haya ya kifamilia kupitia kufunga kwa kina. Kupitia mchakato huu, Mungu anakutegemea kama kamanda wa kizazi kuvunja minyororo hii. Neno la Mungu ndilo chakula chako cha kiroho, na unapolila kila siku, roho yako inahuishwa, na unatembea katika ulimwengu wa rohoni.

Ili kutembea katika ulimwengu wa rohoni, lazima uwe na nidhamu na uthabiti. Tuna uthabiti katika mambo ya kidunia, lakini mara nyingi tunakosa nidhamu tunapokuja kwenye mambo ya kiroho—mambo ya Mungu. Uthabiti na nidhamu ni muhimu katika kazi ya Mungu. Unapokuwa thabiti, unapata ufahamu wa siri za Mungu, ambazo huleta mafanikio makubwa.

Katika kuinua kiwango cha maombi, kumbuka kwamba Danieli aliomba kwenye chumba cha juu, akielekea Yerusalemu. Kitendo hiki kinaashiria kupata mambo ya kina ya Mungu, mahali pa mamlaka ya juu ya kiroho. Ili kufikia mambo ya kina ya Mungu, lazima uende juu zaidi. Katika maombi, kufunga, na kutoa, lazima uende kwa kina zaidi. Kadri unavyozama zaidi, ndivyo ushindi wako utakavyokuwa mkuu.

Matendo 1-2 yanaonyesha kuwa wanafunzi waliagizwa wabaki Yerusalemu hadi wapokee nguvu ya Roho Mtakatifu. Walikaa wakiwa na umoja, na walipokuwa kwa nia moja, walipokea ubatizo wa Roho Mtakatifu. Hii ndiyo nguvu unayohitaji ili kuinua kiwango cha maombi kinachomfanya adui kukimbia.

Maombi yanaweza kufanywa peke yako, lakini kuna nguvu kubwa unapoombea pamoja na wengine. Biblia inasema, *"Mmoja anaweza kuwafukuza elfu moja, na wawili wanaweza kuwafukuza elfu kumi"* (Kumbukumbu la Torati 32:30). Nguvu ya Mungu huachiliwa katika umoja. Kama inavyosema Yeremia 9:17-21, wanawake walikusanyika kuomboleza na kuomba urejesho wa mji wao. Maombi katika umoja yana nguvu; mnapoomba pamoja, Mungu huachilia moto Wake, nguvu, na malaika Wake.

Tafuta mtu wa kuomba naye. Iwe ni familia yako, kikundi cha maombi, au rafiki, kuomba pamoja kwa umoja ni jambo muhimu. Kama inavyoonekana katika Matendo 2:1-4, wanafunzi walipoomba kwa nia moja, walipokea Roho Mtakatifu na kutiwa nguvu kutimiza utume wao. Kuna neema na upako maalum unaoachiliwa tunapokusanyika pamoja kuomba. Usipitie ukombozi ukiwa peke yako; tafuta kikundi, ungana kwa umoja, na uunganishwe kikamilifu ili upokee nguvu kamili ya Mungu.

KUOMBA USIKU WA MANANE: OFISI YA USIKU WA MANANE

Hii ndiyo ofisi ya Usiku wa Manane. Kuanzia saa sita usiku hadi saa kumi asubuhi, Maombi ya Usiku wa Manane yanaweza kufungua mafanikio makubwa ya kiroho kuliko muda wowote mwingine wa maombi. Hapa kuna sababu tano kwanini unapaswa kuanza kuomba usiku wa manane:

1. Maombi ya usiku wa manane ni muda wa kukutana na Mungu, ambapo minyororo inavunjwa na milango inafunguliwa.

2. Maombi ya usiku wa manane ni uwanja wa vita wa kiroho; mashambulizi mengi ya kiroho na kubadilishana hatima hutokea usiku wa manane.

3. Maombi ya usiku wa manane ni saa ya ukombozi, muda wa hukumu ya kimungu kutekelezwa dhidi ya adui.

4. Maombi ya usiku wa manane ni muda wa kibali cha Mungu na mbingu zilizo wazi, ambapo Mungu huachilia kibali na baraka.

5. Maombi ya usiku wa manane yanajibu swali kwanini Yesu aliomba usiku wa manane. Katika Luka 6:12, Yesu alipanda mlimani na kuomba usiku kucha.

Kama bado unalala na unatarajia hatima kuu, napiga tarumbeta kwako, Mtoto wa Mungu. Amka kutoka usingizini, amka kutoka uvivu—tuombe! Hii inakukumbusha kwamba hutawahi kupata ushindi kutoka kwa adui mpaka uongeze nguvu kwenye maombi yako na ushiriki kwenye vita vya usiku wa manane.

Kusudi la kuamka saa hii ni kumkabili adui. Ni kutangaza kwamba hatupo tena katika hofu, na tunajua kile adui alichowafanyia mababu zetu kwa sababu walilala na kusinzia usiku wa manane. Kizazi hiki kimepata ukweli. Tuna ujasiri, na tunasimama kwa vita vya usiku wa manane tukiwa na ufahamu. Tuko thabiti katika harakati zetu za kufikia na kurejesha yote kwa jina la Yesu. Biblia inasema *"Wakati watu walipolala, adui akaja na kupanda magugu katikati ya ngano."*

Hiki ni kizazi kilichochoka na kinachotafuta ukweli ili kiwekwe huru, kizazi cha *"Imetosha!"* Hiki ndicho kizazi cha Yohana Mbatizaji. Biblia inasema, *"Tangu siku za Yohana Mbatizaji hadi sasa, Ufalme wa Mungu unapata nguvu, na wenye nguvu wanauteka kwa nguvu."* Kizazi cha Yohana Mbatizaji kipo tayari hapa. Pia tunashikilia fimbo ya kifalme, Upanga wa Yehu, wa kubomoa wafalme wa Babeli na kuhakikisha kwamba nyumba yote ya Ahabu imebomolewa. Hakuna Athalia atakayebaki kwenye familia zetu, misingi yetu, au maeneo ya utume wetu. Tunajua sisi ni nani katika Kristo, kwa hivyo tunachukua mamlaka kwa jina la Yesu na kurejesha viti vya enzi na taji ambazo mababu zetu walikabidhi kwa adui kwa ujinga.

Ni wakati wa kuwaamuru binti za bikira wa Babeli kushuka kutoka kwenye kiti cha enzi na kuketi mavumbini. Hakuna kiti cha enzi kilichosalia kwao. Usiku wa manane, tunarejesha viti vyetu vya enzi vya msingi, haki zetu za kuzaliwa, urithi halali kutoka kwa baba zetu, na baraka kutoka kwa Abrahamu, Isaka, na Yakobo—viti vya enzi vya afya njema (3 Yohana 2) na ustawi na mwelekeo wa mapenzi ya Mungu.

3 Yohana 2: Mpenzi, naomba ufanikiwe katika mambo yote na uwe na afya njema, kama vile roho yako ifanikiwavyo.

Adui aliteka viti vyetu vyote vya enzi, na tunaishi maisha yasiyoendana na Neno na ahadi za Mungu. Mhubiri 10:7 unasema, *"Nimeona watumwa wakiwa juu ya farasi, na wakuu wakitembea kwa miguu kama watumwa."* Mambo haya yote yalitokea wakati watu walipokuwa wamelala. Biblia inasema, *"Wakati walipolala, adui akaja na kupanda magugu."* Tumeamka; hatutalala tena wala kusinzia. Sisi ni kizazi kinachop recover kikiwa vitani.

Kwa maneno mengine, tunamwambia adui kwamba hii haitakuja kwa urahisi. Tuko tayari kupigana, lakini tumehakikishiwa kwamba kamwe hatutakuwa waathirika mwishoni mwa vita hivi. Tumehakikishiwa ushindi kwa sababu Biblia inatuahidi kwamba vita si vyetu; vita ni vya Yesu. Tunachukua udhibiti, utawala, na mamlaka katika vita vya usiku wa manane. Usiku wa manane si kwa kila mtu; ni kwa wale ambao tayari wameelewa kusudi lao katika maombi, wale ambao wamefunzwa katika nyakati nyingine za maombi. Ukishamudu vita vya usiku wa manane, umemaliza masomo ya nyakati nyingine za maombi, na kiroho, cheo chako kinaongezeka. Unajua kwamba kuna kitu kimebadilika katika ulimwengu wa roho.

Usiku wa manane ni kwa askari, kama Yehu, Esta, Debora, na wengine, walio tayari kutekeleza kazi za Mungu hapa duniani. Usiku wa manane ni kwa wale wanaobeba fimbo ya kifalme ya kizazi na wako tayari kufungua gombo na kulisoma. Tunakuja katika ujazo wa kile kilichoandikwa juu yetu na familia zetu. Vita vya usiku wa manane ni kwa wale wanaosema, *"Nitaikamilisha kazi hii kuanzia mwanzo hadi mwisho. Tunapopona kutoka kwenye vita hivi, nataka kuona matokeo, matunda, na mabadiliko chanya ya kifamilia."*

Unaposhiriki katika maombi ya usiku wa manane, unatamka kwamba hutakuwa mmoja wa wale waliolala huku adui akiiba. Unamwambia adui, *"Hapana, hutafanikiwa tena."* Vita hivi vinaishia na wewe. Havitapitishwa kwa kizazi kijacho. Vita vya usiku wa manane vinahusu uso kwa uso. Unawaambia falme na mamlaka, *"Kuna mkuu mpya kutoka Ufalme wa Mbinguni. Ondokeni."*

Katika kitabu cha Kutoka, Mungu aliposhusha mapigo juu ya Misri, alitofautisha kati ya Wamisri na Waisraeli. Aliposhusha makundi ya nzi, yaliwadhuru Wamisri pekee, si Waisraeli. Hivyo basi, usiku wa manane, unasimama na kutangaza, *"Eneo lisilo na nzi."* Unaweza kuruka popote lakini si katika eneo langu.

Unapoombea usiku wa manane, una silaha za kiroho— makombora kutoka mbinguni, mishale ya moto, magari ya vita ya moto, na kadhalika. Zaburi 144:1 inasema, *"Na ahimidiwe Bwana, mwamba wangu, anayeifundisha mikono yangu vita, na vidole vyangu mapigano."* Unapopiga makofi katika maombi, unalitia hofu ufalme wa giza, ukikatiza kazi zao. Unabatilisha mipango yao kwa nguvu za Yahweh.

Unakuja na radi, moto, na umeme katika vita vya usiku wa manane. Ufunuo 16:18 unasema, *"Pakawa na umeme na sauti na ngurumo, na tetemeko kubwa la ardhi ambalo halijawahi kutokea tangu mwanadamu awe duniani."* Unaita matetemeko ya ardhi, matetemeko ya bahari, na misukosuko ya kiroho ili kuvuruga mipango ya adui. Pia unawaita malaika wakusaidie, kwa kuwa hili ni vita.

Unapoombea usiku wa manane, unapanda katika roho, na nafasi yako ya kiroho inabadilika. Unafunga mbingu ya kwanza na ya pili, unavuruga mifumo ya mawasiliano ya adui, na kubomoa madhabahu na maskani zao. Unaamuru dhabihu zao zikauke kwa moto wa kuharibu. Unawakamata na kuwazuia mawakala wao, ukikata kamba za fedha za kusafiri kiroho, na kuamuru malaika wa upofu kuwafumba macho roho zote za kufuatilia.

Kama adui atathubutu kukugusa, atakufa kwa marekebisho. Ushindi katika vita vya usiku wa manane unakuja kupitia nidhamu na uthabiti. Ukifanya hivi kila siku, hakuna adui atakayeweza kusimama mbele yako.

Unaweza kubadilisha kazi zao ovu kwa kuzirudisha mara saba kwa nguvu zaidi. Adui pia ana njia za kugeuza maombi yako, lakini lazima upambane na roho ya kisasi, kulipiza kisasi, na madhara ya kulipizwa na adui. Funga kila hoja ya maombi kwa damu ya Yesu na vaa silaha zote za Mungu ili usipenywe na silaha za kishetani.

Isaya 54:17 *"Hakuna silaha iliyoundwa juu yako itakayofanikiwa, na kila ulimi utakaojiinua juu yako katika hukumu utauhukumisha."*

Adui hatasalimu amri kirahisi. Ataendelea kurusha mishale na kukulaani, lakini unatamka kwamba laana zao hazitafanikiwa. Unajenga ukuta wa moto kuzunguka maisha yako na kazi zako.

Unaposhiriki katika maombi ya usiku wa manane, adui ataacha kukusumbua. Falme ambazo zimekushikilia mateka—Ufalme wa Majini, Ufalme wa Pepo wa Maji, Ufalme wa Nyoka, Ufalme wa Uchawi, Ufalme wa Wanyama, na wenzi wa kiroho—zitapoteza nguvu zao juu yako. Ndoto mbaya, kama zile zinazohusisha ndugu waliokufa au uchawi, zitaisha. Ndoto zako zitabadilishwa kuwa ndoto za kimungu, na ushindi utakuwa wako.

Hongera kwa ushindi ulioko mbele. Endelea kupigana vita vizuri!

186

Sura ya 16:
Sala ya Toba na Msamaha wa Dhambi za Kizazi Chako

Tuchunguze Zaburi 51, na pia tuangalie mfano wa Gideoni. Katika Waamuzi sura ya 6, Gideoni alipochaguliwa, jambo la kwanza alilofanya lilikuwa kumweleza Mungu hali yake. Akasema, *"Tazama, kabila langu ni dhaifu zaidi, na mimi ni mdogo kuliko wote katika nyumba ya baba yangu."* Kwa maneno mengine, kati ya makabila yote, kati ya watu wote, ni kana kwamba Gideoni alimwuliza Mungu, *"Je, Bwana, hukupata mwingine wa kumtumia zaidi yangu?"* Hapo ndipo Mungu akamwambia Gideoni kwamba yeye ni **shujaa wa vita**. Hii inatufundisha kuwa Mungu huangalia moyo zaidi ya hali ya nje.

Hii inatufikisha katika jambo muhimu: Mungu anatafuta mtu mmoja tu katika kila familia, ukoo, msingi, kizazi, au damu. Anafahamu kwamba huenda asiwapate wote, lakini anatafuta angalau mmoja atakayejitoa. Mtu huyo atatumika kuleta mabadiliko makubwa, kutoka gizani kuingia nuruni. Ni mtu ambaye Mungu ataweka ndani yake mwanga wa kubadilisha giza lililo katika familia yake.

Mara nyingi, Mungu humtenga mtu huyo maalum na kumfundisha mambo makubwa—siri za Ufalme—mpaka atakapokuwa tayari kwa kazi aliyokabidhiwa. Katika huduma ya ukombozi, aliye tayari ndiye huchaguliwa. Ukisikia mzigo wa rohoni wa kuingia kwenye maombi ya ukombozi, ujue kwamba wakati wa ukombozi wa familia na kizazi chako umefika. Mawazo hayo si yako; ni mawazo ya Mungu ndani yako, yakikusukuma kusimama, kuvaa silaha zote za Mungu, na kuanza kazi ya kuwaokoa watu ambao Mungu amepanga uwafikie kupitia wewe.

Katika Waamuzi 6:15–18, Gideoni alijibu: *"Bwana wangu, nitawaokokaje Israeli? Tazama, kabila langu ni dhaifu zaidi katika Manase, na mimi ni mdogo kuliko wote katika nyumba ya baba yangu."* Hii inaonyesha kwamba Gideoni hakuwa tayari—na hata sisi mara nyingi hatuko tayari—mpaka tutakapohisi nguvu ya kipekee inayokabiliana na kila kitu kinachotunyima amani na usingizi. Wakati huo, unatambua kuwa **kuna jambo lazima lifanyike**, na unapoangalia pande zote, unaona hakuna atakayelifanya isipokuwa wewe.

Ikiwa unasoma maandiko haya au unasikiliza ujumbe huu, ujue **wewe ndiye huyo**. Sio kwa bahati mbaya. Mungu anakuzungumzia, akikuthibitishia kuwa wakati umefika. Amekupata, amekuona unastahili, na amekuchagua ili ulete mwanga maishani mwako—na kupitia kwako, katika maisha ya wengine.

Msingi

Suala la toba na msamaha kwa ajili ya dhambi, uovu, na makosa ya baba zetu wa zamani ni jambo zito sana. Ukichunguza historia ya waliotutangulia, utakuta baadhi ya mambo wanayoyafanya yalikuwa machungu machoni pa Mungu.

Mfano mmoja ni simulizi kwamba mfalme alipofariki, alizikwa pamoja na wasichana wachanga kumi na wawili wakiwa hai. Mfano mwingine ni kiongozi wa ukoo ambaye alishindwa kulipa deni na kwa mamlaka yake kuu kuu kuu, akauza vizazi vyote vijavyo kwa roho fulani—ikimaanisha kwamba hawatawahi kustahili ndoa za kawaida. Wengine waliwahi kuwauza wana wote wa ukoo kwa roho za nyota za kutangatanga au roho za uvagabondi.

Matendo kama haya hayapiti bila hukumu, hata kama mtu atasema, *"Nimepokea Yesu, na mambo yote ni sawa."* Ukweli ni kwamba, hata baada ya kufa, nafsi zao bado zilikuwa zinalia mbele za Bwana. Biblia inasema damu ya Abeli iliendelea kumlilia Bwana. Hivyo, kuna damu inayoendelea kulia, na damu hiyo inahitaji kufarijiwa.

Yesu alisema katika Mathayo 5:25: "Patana na adui yako upesi, maadamu uko njiani pamoja naye; asije adui akakutia mikononi mwa hakimu,

188

na hakimu akakutia mikononi mwa askari, na
ukawekwa gerezani."

Kumbuka, maneno haya yako katika Agano Jipya—baada ya
Yesu. Hii inathibitisha kwamba Mungu ni na atabaki kuwa
hakimu wa haki. Shetani anajua sheria na haki za kisheria. Ndiyo
maana, kupitia uzembe wetu na kutozingatia maagizo ya Neno la
Mungu, shetani hutushitaki kila mara.

Kristo, kupitia damu yake na kifo chake, anatupa njia ya
kutoka kupitia **kukiri, kutubu, kukataa, na kuomba msamaha**.
Huwezi kufumba macho na kusema, *"Nimepokea Yesu, kila kitu
kipo sawa."* Hapana—hakipo sawa—mpaka wewe, ambaye
umeona nuru, usimame na kufuata taratibu na mpangilio wa
Ufalme wa Mungu ili kudai mabadiliko ya msingi wako kutoka
ufalme wa giza hadi Ufalme wa nuru.

Hapo ndipo utakapoona nafuu katika familia zetu, jamii, na
taifa.

Hapa ndipo tunapomwona Gideoni. Alipokwenda kubomoa
madhabahu, alikuta miungu yote ambayo mababu zake walikuwa
wameijenga. Nini kilimpata Gideoni? Alianza kuhisi kuzidiwa na
mara moja akaona sanamu chafu na zenye uvundo katika eneo la
baba zake. Akasema, "Kile ambacho mababu zangu wamefanya,
sijui hata namna ya kumpendeza Mungu. Nitawezaje kumpendeza
Mungu?" Wakati huo, Gideoni alitafuta amani kutoka kwa
Mungu. Akasema, "Kama nitaweza tu kupata amani na Mungu,
nitakuwa sawa." Lakini baada ya kuona hali ya dhambi za mababu
zake, aligundua kuwa ilikuwa chafu na ya dhambi. Hapo ndipo
macho ya Gideoni yakafunguka, na akatambua kuwa alitoka
kwenye msingi mbovu. Kabla ya wakati huo, Gideoni hakujua.
Wengi wetu hatujui misingi tunayokutoka, kwa hiyo ni salama
kuepuka kujiona wenye haki. Usijione tajiri kwa sababu hujui kile
ambacho mababu zako walifanya.

Mara moja baada ya hapo, Gideoni akajenga madhabahu na
kuipatia jina "madhabahu ya amani na Mungu." Gideoni alielewa
kuwa kwanza alihitaji kuhakikisha yeye na Mungu

wamekubaliana. Kisha Mungu akamwambia Gideoni, "Nenda, amani iwe nawe."

Hivyo basi, nasi pia tunahitaji kupata mahali. Ikiwa umechaguliwa, utahitaji kupata mahali pa kukaa, kuzungumza na Mungu, na kumlilia. Namna nilivyofanya mimi ilikuwa kupitia Zaburi ya 51. Sura hii inatosheleza kwa toba. Inaaza kwa kusema, "Ee Mungu, unirehemu kwa kadiri ya fadhili zako, kwa wingi wa rehema zako; uifute dhambi zangu, uniondoe kabisa katika uovu wangu, na unitakase na dhambi zangu." Na unaona, mstari huu unasema, "Maana mimi najua makosa yangu, na dhambi yangu iko mbele yangu daima." Ziko mbele yangu daima hadi nitakapozikana na kuja kwenye amani na Mungu. Isipokuwa dhambi, uovu, na makosa yawe hayapo tena, daima yatakuwa mbele yangu.

Tuchunguze mstari wa 4: "Nimekosa juu Yako, Naam, juu Yako peke Yako, na nimefanya maovu machoni Pako." Nawe utaonekana mwenye haki katika maneno Yako, na safi katika hukumu Yako. Sasa, nataka uangalie mstari wa 5, ambapo anasema, "Tazama, mimi nalizaliwa katika hali ya uovu." Kwa maneno mengine, sikuhusika na kile nilichokuwa napitia, bali nililetwa ndani yake. "Na katika dhambi mama yangu alinichukua mimba." Hata tumbo la mama yangu lilijaa dhambi. Dhambi hiyo iliingiaje katika tumbo la mama yangu? Inamaanisha kuwa mama yangu naye aliketi katika dhambi katika tumbo la mama yake. Na bibi yangu, kutoka kwa mama yake, na kuendelea hivyo. Kwa hiyo, unapofuatilia dhambi hii, unaweza kuona kuwa ni agano endelevu.

Mpaka Mungu azungumze nawe, huenda usitambue kwamba itaendelea kumfuata kila mtu, wakiwemo watoto wako na wajukuu wako, ikiwa hutainuka kwa ujasiri kuivunja minyororo hiyo. Itakuwepo hadi utakapokuja kwenye ufahamu huu na kuivunja. Katika mstari wa 9, Daudi anasema, "Usiangalie dhambi zangu, uyafute maovu yangu yote." Katika mstari wa 11, anasema, "Usinitupe mbali na uso Wako, wala usiniondole Roho Wako Mtakatifu."

Hii inatuonyesha kwamba Mungu anaweza kugeuka kutoka kwetu kwa sababu ya dhambi zetu. Biblia inasema Mungu hunena mara moja, hunena mara ya pili, na kama hutambui, atageuka. Ukisikia Mungu akisema, "Ewe, anza ukombozi wako," na wewe unakaa kimya, inamaanisha anageuka. Ndiyo maana Daudi anasema, "Usigeuke kutoka kwangu kwa sababu ya dhambi zangu." Kulingana na mstari huu, naweza kukuambia kwamba Mungu amegeuka kutoka kwa wengi wetu baada ya kupokea wokovu, kwa sababu tulidhani kuwa wokovu ulikuwa umemaliza kazi. Lakini wokovu ni kuleta mwanga katika giza la msingi wako, kuwaokoa watu wako.

Unashangaa kwamba wengi wameokoka, wanampenda Bwana, wanahudhuria kanisani, lakini bado wanakumbana na matatizo yasiyoelezeka? Wokovu maana yake ni kumvaa Kristo Yesu na kwenda kuwaokoa watu wa Mungu, kuleta uponyaji na urejesho kwa wale ambao bado wako kwenye kifungo cha shetani. Giza haliwezi kuokoa giza. Unawezaje kupokea wokovu na kubaki umetulia katika hali yako huku ukiwaona watoto wakiharibika tangu tumboni, katika ujana wao, umri wa balehe, na hata katika ujana wa utu uzima? Adui huenda mbali zaidi kusababisha vifo vya ghafla na vya mapema, na wewe unatazama tu.

Ninaelewa kuwa hukujua cha kufanya hapo awali. Lakini sasa, inuka, vaa silaha zote za Mungu, na twende pamoja saa sita usiku ili tujifunze jinsi Roho wa Mungu anavyotufundisha kupitia maombi. Tumalize baadhi ya mambo haya maovu mara moja na milele. Bado tunaweza kuufanya ulimwengu huu kuwa mahali bora zaidi.

Mungu anatusubiri tutende na kuvunja yale maagano maovu. Hata hivyo, wengi wetu hatutaki kuchimba zaidi na kuweka bidii. Kila mtu anataka kupanda na kujenga, lakini unajenga wapi? Je, unajenga juu ya msingi mbovu? Wakati msingi wako wa chini unaweza kuonekana mzuri, mzizi bado ni dhaifu. Ndiyo maana unapokuwa makini na Yesu, ndipo vita huanza. Unavuruga msingi mbovu. Ikiwa hujakiri, hujajikana, au kutubu, kwa mujibu wa adui, bado wewe ni wao, hata kama umempokea Yesu. Ndiyo maana bado wanaweza kufikia na kukusumbua jinsi wanavyotaka.

Biblia inasema, "Ikiwa misingi imebomolewa, mwenye haki atafanya nini?" Mwenye haki hatasema tu, "Yesu alimaliza yote." Watachukua hatua zinazohitajika kujenga upya msingi ulioharibika na wenye kasoro kwa jina la Yesu.

Biblia inatuambia kuhusu watu wajinga waliyojenga nyumba zao juu ya mchanga, na upepo ulipovuma, nyumba zao zikaharibiwa. Hivi ndivyo tulivyo tunapotaka ujenzi rahisi. Hakuna mtu anayetaka kung'oa mzizi kwanza. Lakini haijalishi unavyoupuzia mzizi, utaendelea kukua na kuenea zaidi.

Hatutaki kuchunguza msingi kabla ya kuujengea juu yake, na msingi huo unapaswa kuwa mwamba. Msingi uliojengwa juu ya mwamba hautatikisika, na milango ya kuzimu haiwezi kushinda. Ukiona milango ya kuzimu ikishinda katika maisha yako, kuna kitu katika msingi ambacho hakijashughulikiwa. Kuna kitu ambacho msingi unalia juu yake, ukisubiri mtu aje kutatua jambo hilo. Lakini wewe unaendelea kufumba macho, kuabudu, na kurudi kanisani huku shida na majaribu vikiongezeka. Upo busy ukihama kutoka kwa nabii wa uongo mmoja hadi mwingine ukitafuta ukombozi. Unaweza kubadilisha makanisa, lakini hakuna mtu mwingine atakayeshughulikia msingi wako kama hutashughulikia jambo hili sasa.

Ukisikia ujumbe huu na umewahi kufikiria kuhusu ukombozi lakini umekaa kimya, unangoja. Huenda una neema zaidi ya kuchunguza kwa undani msingi mzima wa ukombozi wa ukoo wako wa damu. Usikae ukikwepa. Utaendelea kuwepo hadi mtu asimame mbele na kushughulikia.

Ni lini utaamua kwenda ndani zaidi na kushughulikia msingi? Hebu tuangalie Kumbukumbu la Torati 5:9: "Usiwasujudie wala kuwatumikia, kwa kuwa mimi Bwana Mungu wako ni Mungu mwenye wivu, nawapatiliza watoto uovu wa baba zao hata kizazi cha tatu na cha nne cha wanichukiao."

Kwa hiyo, unasimama juu ya msingi wa watu wanaomchukia Mungu. Wacha nirudie: unaendesha maisha yako kutoka kwenye msingi wa watu wanaomchukia Mungu. Unaweza kufuatilia dhambi za zamani hadi vizazi vinne vilivyopita, lakini hata katika kizazi chako sasa, wengine bado wanaendeleza dhambi za mababu zako, bado wanatembelea madhabahu za kishetani. Ikiwa wameunganishwa nawe kwa damu, hata kama umeokoka, lazima ufanye kazi kwa bidii sana.

Mradi tu bado umeunganishwa na watu ambao hawajaokoka na wanaendelea na matendo hayo ya dhambi, wanaweza bado kuharibu safari yako ya wokovu. Wanapokwenda kwenye madhabahu yao, wanaweza kujaribu kukuangusha kwa sababu wewe ni mtoto wa Mungu. Ukikaa katika uwepo wa Mungu, Mungu atakuambia, na utachukua hatua kuwaangusha. Na kwa sababu nguvu zako ni kubwa zaidi, utashinda.

Kwa hiyo, siyo tu dhambi za vizazi vinne vilivyopita bali pia wale ambao bado wameunganishwa nawe wanaweza kumghadhibisha Mungu. Ukiwa na watu wa aina hii, safari yako ya ukombozi itakuwa ngumu zaidi kwa sababu watakufuatilia kwa karibu na kuchunguza kila hatua unayopiga. Utahisi kama unapiga hatua moja mbele lakini kurudi nyuma hatua kumi kwa sababu kuna nguvu zinazoenda kinyume nawe.

Sasa, lazima uinuke, uwe jasiri, na ubaki thabiti katika maombi, hasa maombi ya usiku wa manane. Zungumza na Mungu, naye ataendelea kukupa siri. Lazima ukae karibu na Mungu na usikwepe usiku wa manane. Wengi hawajui hili, wanaanza ukombozi lakini wanauchukulia kwa mzaha. Lazima uwe makini; usilale baada ya kuanzisha vita. Vinginevyo, adui atashambulia tena na kukuangusha.

Wale wanaoelewa hili hawafanyi mzaha. Hakuna mzaha. Hakuna visingizio. Mbele tunaenda, juu tunaenda; hakuna kurudi nyuma.

Sasa, tukija kwenye hoja ya kuunganishwa na watu, hii ndiyo sababu unahitaji kuwa na hasira katika roho na kujiweka sawa na

Mungu. Hapo ndipo Mungu atakusaidia, na kupitia Yeye, unaweza kufuta nguvu za watu hao. Unapojitakasa, kujisafisha, kukiri, kujikana, na kutubu, Mungu anaweza kukusaidia kusawazisha msingi wako na wa familia yako. Ukiishi kulingana na njia za Bwana, ukimpendeza, Mungu anaona moyo wako. Kwa kuwa umeunganishwa na familia hii, kizazi hiki, ukoo huu, wewe ni kama mtu anayeliona nuru na atalileta nuru hilo kwa kila mtu aliye karibu nawe. Wakiwa gizani, nuru yako itang'aa na kuzidi yao. Hatimaye, hawatakuwa na budi ila kuacha miungu yao ya uongo na kumrudia Mungu wa kweli.

Kwa wale walio wakaidi, wanaoendelea kutumia nguvu za miungu yao kujaribu kukuangusha, wataangushwa, kama ilivyokuwa katika Danieli Sura ya 6. Hapo, wale waliompangia mabaya Danieli na kumtupa kwenye tundu la simba, hatimaye walishindwa. Danieli alitoka akiwa hai. Mungu wetu ni shujaa wa vita, Simba wa Yuda. Siyo Mungu wa kubezwa. Neno la Mungu linatuahidi kwamba kamwe hatutakuwa waathirika. Hatuwezi kuwa waathirika, na pia hatupaswi kuwa wazembe. Mwisho wake kuna ushindi, lakini lazima kwanza tujisalimishe kwa Bwana.

Yakobo 4:7 inatuambia, "Basi mtiini Mungu. Mpingeni Shetani, naye atawakimbia." Ukombozi unahitaji kujisalimisha kwa vitendo kwa Bwana. Huwezi kumpinga Shetani kwa nguvu zako mwenyewe. Bila kujisalimisha kwa Bwana, ushindi hauwezekani. Jisalimishe Kwake, uishi kwa sheria Zake, na umpendeze Mungu katika yote ufanyayo. Uishi maisha ya maombi, usome Neno la Mungu, uwe umejazwa na Roho, na ujifunze kusikia sauti ya Mungu. Hivyo ndivyo unavyokuwa rafiki wa Mungu. Wengi husema wako kwa Mungu lakini si marafiki wa kweli wa Mungu.

Hatua ya kwanza katika ukombozi ni kuanzisha urafiki na Mungu kupitia utiifu, kujisalimisha, na kumcha. Biblia inatuambia kwamba "kumcha Bwana ndio mwanzo wa hekima." Unapojisalimisha kwa Mungu kikamilifu, unamruhusu achukue usukani na udhibiti wa maisha yako. Anapokuwa ndiye anayeshika hatamu, kazi ya ukombozi si ngumu. Inakuwa ngumu pale tu tunapojaribu kuifanya wenyewe bila kujisalimisha kwa Bwana.

Ukishajisalimisha, toba itafuata. Lia kwa Mungu, ukisema, "Mungu, naona dhambi za mababu zangu. Natubu na kuomba rehema." Kutoka 34:7 inasema kwamba Mungu huwapatiliza watoto uovu wa baba zao hata kizazi cha tatu na cha nne. Unaweza kujiuliza jinsi ya kutambua dhambi katika msingi wako. Angalia ndoto zako. Maisha yako ya ndoto yanafunua mengi kuhusu hali yako ya kiroho, lakini ikiwa adui amefunga nchi yako ya ndoto na anakuzuia usione anachofanya, hautajua. Asilimia 90% ya unachoona katika ndoto kina uhusiano na msingi wako. Ukiota mara kwa mara kuhusu falme, kama falme za uchawi, falme za baharini, au roho za nyoka, au ukiota kuhusu wake au waume wa kiroho, mashetani ya baharini, roho za makaburini, au mawasiliano na wafu, haya yote yanaonyesha kwamba kuna dhambi katika msingi wako ambayo bado haijashughulikiwa.

Nguvu ngumu zaidi kung'oa ni zile za kimsingi. Hii ndiyo sababu hupaswi kuuchukulia msingi wako kwa wepesi. Asilimia 10% nyingine ya mapambano yako mara nyingi hutokana na ushawishi wa kidunia—mishale kutoka kwenye mahusiano na mawakala wa kishetani au mashambulizi ya kiroho kutoka nje. Hizi ni rahisi kushughulika nazo, lakini masuala ya msingi yanahitaji nidhamu na safari ndefu ya ukombozi. Hata hivyo, unapopiga hatua katika ukombozi wa msingi, utaanza kuona mabadiliko katika maisha yako na ya familia yako yote. Minyororo itavunjwa, na roho hizo zitakuacha.

Agano yapo katika msingi, hivyo ni muhimu kubaki karibu na Mungu, kukuza uhusiano Naye, na kuishi kwa sheria Zake. Ni hapo tu ndipo utakapopokea hekima ya kiungu ya kushughulikia safari hii. Hata baada ya kumpokea Yesu, ni muhimu kukagua maisha yako na kuangalia kama kuna mifumo mibaya yoyote. Hii lazima ishughulikiwe ikiwa unataka kupata ule uhuru unaokuja kupitia nguvu ya Kristo.

Yesu aliwaambia wanafunzi wake wasiondoke Yerusalemu hadi wapokee Roho Mtakatifu (Matendo 1:4-5). Huwezi kukabiliana na hizi nguvu imara na sugu bila moto wa Mungu. Zimekuwepo kwa muda mrefu, zikisaidiwa na maagano halali, hivyo nguvu za kiungu ndizo zinazohitajika kuzipiga.

Kwa bahati mbaya, safari ya ukombozi si rahisi. Haijalishi una cheo au sifa gani; ukombozi unahitaji mtu kukaa chini na kuchunguza tena msingi wake, hatua kwa hatua. Ukombozi hauna heshima kwa vyeo, umaarufu, au umri. Lakini inakuwa rahisi zaidi unapaanza kufanya jambo sahihi. Toba ni muhimu. Wakati kuna dhambi, inaunda kizuizi kati yako na Roho wa Mungu. Unapoombea, maombi yako yanaweza yasifike mbinguni kwa sababu mbingu zimefungwa na kurudisha nyuma. Toba hubomoa ukuta huo kama kuta za Yeriko na kufungua anga. Nguvu ya dhambi inapovunjwa, unapata nafasi ya kumfikia Mungu.

Msamaha ni kipengele kingine cha muhimu katika ukombozi. Lazima usamehe kila mtu, iwe unahisi yuko sahihi au amekosea. Msamaha ni kwa faida yako, si yao. Huhitaji kurudi kwa yule aliyekukosea. Msamaha ni kuwaachilia mioyoni mwako bila hasira, chuki, au kinyongo. Hii inahakikisha kwamba hakuna agano lolote la kisheria linalozuia ukombozi wako.

Mara unapokuwa umetubu na kusamehe, unabadilishwa kutoka gizani hadi nuruni. Mungu anakuwa rafiki yako, na unapotembea sambamba Naye kupitia amri Zake, dhambi iliyokuwa ikikushikilia inaanza kuvunjika. Yote haya ni kuhusu falme za kiroho—falme za kishetani zitaanguka moja baada ya nyingine kwa kuwa hazina tena haki ya kisheria ya kukushikilia mateka. Mungu ni Hakimu wa haki, na hukumu Yake itawaangukia ikiwa watapinga baada ya wewe kutubu, kusamehe, kukataa, na kuzikana.

Wakibaki wakaidi baada ya hatua zote hizi, chaguo jingine ni kuwapeleka kwenye Mahakama za Mbinguni na kuomba hukumu. Yote haya yanahusu dhambi na toba.

Uzuri wake ni kwamba unapochukua hatua hizi, ukombozi si wako tu, bali kwa msingi mzima wa familia yako, ukoo wako, kizazi chako chote, pamoja na Kanisa na Taifa. Wote walio na uhusiano na wewe wataona uhuru. Kwa mfano, kama kulikuwa na wake au waume wa kiroho katika familia yako, roho hao waliathiri kila mtu—mama, bibi, nk. Lakini mara mtu mmoja anaposimama kuwashinda, kila mtu huachiliwa. Una mamlaka ya kuvunja minyororo hiyo, na unapoifanya, wengine wataanza kuona nafuu, falme moja baada ya nyingine zikishindwa, yote kwa sababu ya utiifu wako.

Kwa hiyo, lazima tuendelee kuhakikisha mbingu zetu ziko wazi. Lazima tuwe katika mawasiliano ya mara kwa mara na Mungu, tukisikia sauti Yake kupitia Neno Lake. Hiyo ndiyo silaha yetu kuu—sauti ya Mungu. Huwezi kukombolewa ikiwa husikii sauti Yake. Sauti Yake imo ndani ya Neno Lake. Kaa umejazwa Roho na uwe thabiti katika maombi na Neno la Mungu. Kwa maadui wote wakaidi ambao umekutana nao tangu mwanzo wa kitabu hiki hadi sasa—maadui waliokuapia kwamba haijalishi utafanya nini, hawataachia msingi wako, watu wako—sasa ni wakati wa kuwavuta wote kwenye Mahakama za Mbinguni.

Kuwa mahususi: ni ombi gani unaloliwasilisha? Lazima uwe umefanya kila kitu tulichojadili tangu mwanzo wa kitabu hiki. Hii inajumuisha hasa kuondoa haki za kisheria kwa kukiri, kutubu, kukataa, kujisafisha, kusamehe, kujitenga na mambo maovu, na kuhakikisha umeomba na kufunga ipasavyo. Kabla ya kumvuta adui kwenye Mahakama za Mbinguni, lazima uhakikishe jambo lako ni safi, ili mshtaki wa ndugu asipate msingi wa kukushitaki.

Biblia pia inasema, "Mtiini Bwana, mpingeni Shetani, naye atawakimbia." Unaishi maisha ya kumcha Bwana, kujisalimisha Kwake, na kumpinga Shetani. Lakini ikiwa Shetani anaonekana kutokuondoka, ni wakati wa kupeleka kesi hiyo kwenye Mahakama za Mbinguni. Kwa maneno mengine, adui hatakupata na hatia yoyote. Unachotafuta kwenye Mahakama za Mbinguni ni hukumu. Ikiwa watakupata na hatia yoyote, utashindwa. Ni sawa na mahakama ya kawaida hapa duniani.

Kuelewa Mahakama za Mbinguni: Itifaki na Ulinganifu wa Kimaandiko

Katika masuala yanayohusu Mahakama za Mbinguni, ni muhimu kutambua ni mahakama ipi unaifikia ili kuhakikisha unazingatia itifaki na mamlaka sahihi. Kushirikiana na mahakama inayofaa ni muhimu kwa uhalali wa kesi yako. Zaidi ya hayo, maombi na mwenendo wote lazima yawe yamejikita katika Maandiko; kuomba bila msingi wa kimaandiko hakuletei matokeo na hakuleti tunda.

Ndani ya Mahakama za Mbinguni, jukumu letu si tu kuomba bali kutunga sheria. Tunawasilisha kesi, tunatoa maombi rasmi, tunatafuta hukumu, na tunaomba nyaraka kwa taratibu zote. Mchakato huu unahitaji ufahamu wa kina wa haki ya kimungu na mifumo ya kisheria iliyowekwa na Neno la Mungu.

Kufika kwenye Mahakama za Mbinguni kunahitaji mtazamo wa unyenyekevu, toba, na imani thabiti katika kazi iliyokamilika ya Kristo. Ni kupitia dhabihu Yake pekee tunapata nafasi mbele za Hakimu wa haki. Hivyo basi, ni muhimu kuhakikisha kuwa hatua zote ndani ya mahakama za mbinguni zinaendana kikamilifu na kanuni za Biblia na uongozi wa Roho Mtakatifu.

Kuna mahakama tano za mbinguni, na jinsi ya kuzitumia bila kuharibu:

Ni zipi mahakama tano za mbinguni?

1. Mahakama ya Maombi (Court of Partition)

2. Mahakama ya Hukumu (Court of Judgement)

3. Mahakama ya Mashtaka (Court of Accusation)

4. Mahakama ya Ukombozi (Court of Redemption)

5. Mahakama ya Yahweh (Court of Yahweh)

1. Mahakama ya Maombi (Courts of Petition);

• Mamlaka ya mahakama ya maombi; Waumini huleta mahitaji yao, mahitaji, na tamaa zao mbele za Mungu.

- Kuomba mwongozo na mwelekeo, Maombezi kwa wengine, Maombi ya riziki, maombi ya ulinzi, maombi ya baraka.

Tuchaombe:

Baba Mungu, Hakimu wangu wa haki, ninaomba mahakama ya maombi ifunguliwe kwangu, nikitafuta mwongozo, mwelekeo, riziki, ulinzi, na baraka.

Omba: Baba Mungu, leo kwa jina la Yesu, ninaingia kwenye mahakama ya maombi, nikiomba uingilie kati kwa mwongozo, riziki, ulinzi, na baraka.

Tunawezaje kufikia mahakama ya maombi?

a) Fika kwenye mahakama ukiwa na shukrani

b) Wasilisha ombi kwa uwazi na usahihi

c) Omba kwa imani na matarajio

d) Linga ombi na mapenzi ya Mungu

e) Endelea katika maombi hadi upate mafanikio

a) Kuikaribia Mahakama kwa Shukrani

Zaburi 100:4 inatuita kuingia malangoni mwa Mungu kwa shukrani na katika nyua Zake kwa sifa.

Omba: Fungua kinywa chako na uanze kumshukuru Bwana. Mshukuru Bwana kwa kila kitu, maombi yaliyopokelewa, hata yale ambayo bado hayajajibiwa, kwa maana shukrani ni namba ya siri ya kupata mbingu iliyo wazi zaidi.

b) Kuwasilisha Ombi kwa Usahihi

Wafilipi 4:6 inawahimiza waamini kutojishughulisha kwa wasiwasi na jambo lolote, bali kulishughulikia kila hali kwa maombi, dua, na shukrani.

Omba: Baba, ninaomba kwa jina la Yesu na ninapokea neema ya kuomba na kushughulikia kila jambo kwa maombi, dua, na shukrani.

c) Kuomba kwa Imani na Matarajio

Marko 11:24 inasema: "Kwa sababu hiyo nawaambia, chochote mtakachoomba katika sala, aminini ya kwamba mmepokea, nanyi mtakuwa navyo."

Omba: Baba yangu na Mungu wangu, kila ombi lisilojibiwa lililonipokonya Imani, ninairudisha imani yangu kwa jina la Yesu.

Omba: Leo ninaamini tena, kila kitu nilichowahi kumwomba Mungu, ninaamini, napokea, ni changu kwa jina la Yesu.

d) Kulinganisha Ombi na Mapenzi ya Mungu

1 Yohana 5:14-15 inasema tunayo ujasiri mbele za Mungu kwa sababu tukimuomba chochote sawasawa na mapenzi Yake, anatusikia. Tukijua kwamba anatupatia, tunajua tumepata tulichoomba.

Omba: Roho wa Mungu aliye hai, kamata Nafsi yangu, Roho yangu; na mwili wangu, ndani ya mapenzi ya Mungu, kwa jina la Yesu.

e) Kudumu Katika Maombi Mpaka Ushindi

Luka 18:1-8 inataja mfano wa mjane msumbufu unaoonyesha jinsi maombi yetu kwa Mungu yanavyodumisha uhusiano wetu Naye.

Mifano ya Kimaandiko ya Mahakama ya Maombi

1. Ombi la Hana la kupata mwana, Nabii Samweli *(1 Samweli 1:10-18)*

Mafunzo Muhimu:

1. Maombi ya dhati: Aliomba kutoka kwenye huzuni ya moyo wake.

2. Uvumilivu: Hakukata tamaa licha ya miaka ya utasa na dhihaka.

3. Imani yenye nadhiri: Alitoa nadhiri ya kweli na akaitekeleza.

4. Kuamini wakati wa Mungu: Aliweka mzigo wake kwa Mungu na hakuwa tena na huzuni.

2. Ombi la Sulemani kwa Mungu, akiomba hekima *(1 Wafalme 3:3-15)*

Mafunzo Muhimu:

1. Unyenyekevu: Sulemani alikubali mapungufu yake.

2. Kipaumbele: Alithamini hekima na haki kuliko faida binafsi.

3. Ulinganifu na kusudi la Mungu: Ombi lake lililenga kuwahudumia wengine.

4. Ukarimu wa Mungu: Mungu anaheshimu maombi yasiyo na ubinafsi yenye kusudi.

3. Ombi la Nehemia kwa ajili ya Yerusalemu *(Nehemia 1– 2)*

Mafunzo Muhimu:

1. Anza na ibada kabla ya kutoa maombi.

2. Kubali uwajibikaji binafsi na wa kijamii kwa dhambi.

3. Funga maombi yako katika Neno na ahadi za Mungu.

4. Omba kwa kusudi — Nehemia aliomba kwa sababu alipanga kutenda.

5. Changanya maombi na mipango — Nehemia hakuomba tu, bali pia alijiandaa kujenga upya.

4. Maombi ya Kanisa la Kwanza ya ujasiri *(Matendo 4:23- 31)*

Mafunzo Muhimu:

1. Walizingatia ukuu wa Mungu, si hofu yao.

2. Walifunga maombi yao katika Maandiko.

3. Waliomba ujasiri, si ulinzi.

4. Waliomba kama jamii moja yenye mshikamano.

5. Mungu alijibu mara moja na kwa nguvu.

Kuomba kwa maumivu na juhudi kubwa

Maana ya "Kuomba kwa Maumivu" (Travailing in Prayer)

Neno "travail" mara nyingi linahusishwa na uchungu wa kujifungua (mfano, Isaya 66:8, Wagalatia 4:19), likiwa ishara ya maumivu, uvumilivu, na juhudi maalumu zinazohitajika ili kuleta kitu kipya.

> ***Wagalatia 4:19:***
> ***"Watoto wangu wadogo, ambao nawaonea utungu tena hata Kristo aumbike ndani yenu."***

Katika maombi, kuomba kwa maumivu kunamaanisha:

1. Kulia au kugua chini ya mzigo mzito wa kiroho.

2. Kufanya kazi ya kiroho hadi upate uvunjaji wa kiroho.

3. Maombezi ya kina mara nyingi yanayoongozwa na Roho Mtakatifu.

> ***Warumi 8:26: "Roho mwenyewe hutufanyia maombezi kwa kuugua kusikoweza kutamkwa."***

Jinsi ya Kuomba kwa Maumivu

Hatua kwa Hatua:

1. **Jazwa na Roho**

Maombi ya maumivu mara nyingi huongozwa na Roho Mtakatifu. Anza kwa kujisalimisha na kumwomba Roho Mtakatifu aongoze maombi yako.

2. **Ingia Mahali pa Utulivu**

Aina hii ya maombi inaweza kujumuisha kulia, kugua, au kutumia muda mrefu. Tafuta sehemu ya faragha ambapo unaweza kushiriki na Mungu bila kuvurugwa.

3. Omba kwa Neno la Mungu

Hakikisha mzigo wako unalingana na mapenzi ya Mungu. Tumia Maandiko kama msingi wa maombezi yako.

4. Kujisalimisha kwa Mzigo

Unaweza kuhisi uzito au dharura moyoni mwako. Acha ikusukume kuomba — hii inaweza kujumuisha machozi, kuugua, au kulia kimya kimya.

5. Dumu Hadi Upate Utoaji

Kama vile uchungu wa kujifungua, maombi ya maumivu huendelea hadi upate hisia ya uvunjaji, amani, au uwazi.

Faida za Kuomba kwa Maumivu

1. Uvunjaji wa Kiroho

Mara nyingi maombi ya maumivu hutangulia uamsho, uponyaji, au ukombozi. Unasukuma kupita vizuizi vya kiroho.

Isaya 66:8

"Mara tu Sayuni alipougua, alizaa watoto wake."

2. Uk closeness wa Kina na Mungu

Aina hii ya maombi inakupeleka zaidi ya mawasiliano ya juu juu hadi kwenye ushirika wa kina na Mungu.

3. Kuzaliwa kwa Makusudi ya Mungu

Uamsho mwingi, huduma, au mabadiliko binafsi huanza na mtu kuomba kwa maumivu. Unazaa mapenzi ya Mungu duniani.

4. Nguvu kutoka kwa Roho Mtakatifu

Hufundisha kutegemea msaada wa Roho katika maombi, hasa pale maneno yanaposhindikana.

Warumi 8:26

5. Ukuaji wa Kiroho

Unakua katika usikivu, mamlaka ya kiroho, na kuelewa moyo wa Mungu.

Maombi ya Kuomba Vipawa vya Kiroho na Uwezeshaji

Omba ili Kuamsha Vipawa vya Kiroho;

1. **Lengo:** Tafuta kuamshwa na kudhihirishwa kwa vipawa vya kiroho katika maisha yako.

2. **Andiko:** 1 Wakorintho 12:7 "Lakini kila mmoja hupewa ufunuo wa Roho kwa kufaidiana wote."

3. **Ombi:** "Roho Mtakatifu, amsha vipawa ambavyo umeviweka ndani yangu. Nipe hekima ya kuvitumia kwa ajili ya kulijenga Kanisa na kutimiza makusudi ya Ufalme Wako. Amina."

Ombi la Uwezeshaji kwa Huduma;

1. **Lengo:** Omba uwezeshaji ili kutumikia kwa ufanisi katika Ufalme wa Mungu.

2. **Andiko:** Matendo 1:8 "Lakini mtakapopokea nguvu, Roho Mtakatifu atakapokujieni; nanyi mtakuwa mashahidi wangu."

3. **Ombi:** "Baba, ninyweshe nguvu zako kwa Roho Mtakatifu Wako ili nitumikie kwa uaminifu na ufanisi. Nitie vifaa niwe shahidi wa upendo wako na ukweli wako katika kila nitendalo. Amina."

Ombi la Ujasiri na Uthubutu;

1. **Lengo:** Omba ujasiri wa kuchukua hatua kwa imani na uthubutu wa kutimiza kazi uliyopewa na Mungu.

2. **Andiko:** 2 Timotheo 1:7 – "Kwa maana Mungu hakutupa roho ya woga, bali ya nguvu, na ya upendo, na ya moyo wa kiasi."

3. **Ombi:** "Bwana, nijaze ujasiri na uthubutu wa kuingia katika majukumu uliyonitayarishia. Ondoa woga wote na

uubadilishe kwa imani isiyoyumba katika uwezo wako wa kutenda kazi kupitia mimi. Amina."

Muumini Anawezaje Kudumisha Uwezeshaji wa Kiroho?

1. **Ushirikiano wa Mara kwa Mara:** Endelea kushirikiana na waamini wenzako kupitia ibada za kanisani, vikundi vidogo, na mikutano ya kijamii.

2. **Kujifunza Mfululizo:** Jifunze Maandiko na mafundisho yanayoongeza ufahamu wako kuhusu vipawa vya kiroho na uwezeshaji.

3. **Huduma:** Tumikia kwa bidii katika maeneo yanayohitaji vipawa vyako, kama vile huduma, kazi za kueneza injili, au majukumu ya msaada.

4. **Kutafakari:** Pima mara kwa mara ukuaji wako wa kiroho na maeneo yanayohitaji kujisalimisha zaidi kwa kazi ya Roho Mtakatifu.

Ombi:

Baba wa Mbinguni, ninakuja mbele zako kwa moyo mnyenyekevu, nikiomba vipawa vya Roho Wako, si kwa utukufu wangu bali kwa ajili ya kulijenga Kanisa Lako na kuusogeza mbele Ufalme Wako. Bwana, ninaomba kipawa cha kiroho na uwezeshaji, ninaomba: Hekima, maarifa, imani, uponyaji, miujiza, unabii, kutambua roho, kunena kwa lugha, na kutafsiri lugha, kwa jina la Yesu. (Yakobo 1:5, 1 Wakorintho 12:8, 1 Wakorintho 12:9, Marko 16:18, 1 Wakorintho 12:10, 1 Wakorintho 14:1, 1 Wakorintho 12:10).

Ombi:

Roho Mtakatifu, nijaze upya. Acha vipawa vyako vifanye kazi ndani yangu kulingana na mapenzi yako na kwa utukufu wako. Nisaidie kutembea katika upendo, kipawa kikuu kuliko vyote. Kwa jina kuu la Yesu, Amina.

2. MAHAKAMA YA HUKUMU;

Hapa ndipo mambo ya kisheria huamuliwa kulingana na sheria na haki ya Mungu. Mahakama hii hutoa hukumu, huanzisha haki, na kutoa amri.

Mamlaka yake ni: migogoro kati ya waamini, dhuluma na ukandamizaji, migogoro ya maeneo, mambo ya kisheria katika ulimwengu wa roho, hukumu na amri za kimungu.

Jinsi ya kufikia Mahakama ya Hukumu?

a) Wasilisha kesi yako pamoja na ushahidi;

b) Toa rufaa kwa maneno yaliyoandikwa ya Mungu;

c) Tumia hoja ukitumia ahadi za agano;

d) Omba hukumu ya haki;

e) Kubali na kutekeleza hukumu.

a) Wasilisha kesi yako pamoja na ushahidi;

Isaya 43:26

"Nikumbushe, tuhojiane pamoja; leta hoja zako, ili uthibitishwe kuwa na haki."

Ombi:

"Bwana, nisaidie kukumbuka ahadi zako na ukweli wako katika kila hali. Nakualika ubishane kesi yangu na kunitetea mbele ya kila shtaka. Acha haki yako itawale na kunithibitisha kuwa na haki katika kila changamoto ninayokabiliana nayo. Amina."

b) Toa rufaa kwa maneno yaliyoandikwa ya Mungu;

Zaburi 119:89 "Neno lako, Ee Bwana, ni la milele; limesimama imara mbinguni."

Ombi:

"Bwana, neno lako ni la milele na halibadiliki. Acha ahadi zako zisalie imara juu ya maisha yangu milele. Nisaidie kuamini uaminifu wako na kuishi kulingana na amri zako kila siku. Amina."

c) Tumia hoja ukitumia ahadi za agano;

Zaburi 105:8-11 Mistari hii inamsifu Mungu kwa kukumbuka agano Lake na watu Wake kwa uaminifu. Inakumbusha ahadi Yake kwa Abrahamu, Isaka, na Yakobo, ikiithibitisha kama makubaliano ya milele ya kuwapa uzao wao nchi ya Kanaani kuwa urithi wao.

Ombi:

Baba wa Mbinguni, asante kwa kuwa Mungu unayetimiza maagano. Kama vile ulivyokumbuka ahadi yako kwa Abrahamu, Isaka, na Yakobo, ninaomba kwamba utakumbuka na kutimiza kila ahadi ya agano uliyoitoa kuhusu maisha yangu na familia yangu. Acha Neno lako la milele lituelekeze katika urithi uliotuandalia, kwa jina la Yesu. Amina.

d) Omba hukumu ya haki;

Zaburi 7:6-11. Mtunga Zaburi (Daudi) anamwita Mungu asimame kwa hasira dhidi ya waovu na kuleta haki. Anaomba Mungu ahukumu kwa haki na kutetea wenye haki. Daudi anathibitisha kwamba Mungu huchunguza mioyo na akili na ni hakimu wa haki anayewalinda wanyofu. Anaamini katika haki ya Mungu kuadhibu uovu na kutetea wasio na hatia.

Ombi:

Hakimu wa Haki, simama na ulete haki katika kila eneo ambapo uovu umetawala. Chunguza moyo wangu, Ee Mungu, na unione nikiwa mwadilifu mbele zako. Nitetee dhidi ya wanaotenda maovu, na haki yako itawale maishani mwangu, kwa maana ninaamini katika hukumu na ulinzi wako mkamilifu, kwa jina la Yesu. Amina.

e) Kubali na kutekeleza hukumu

Danieli 7:22 "Hata Mzee wa Siku alipokuja na kutoa hukumu kwa niaba ya watu watakatifu wa Aliye Juu Zaidi, na wakati ukaja ambapo walimiliki ufalme."

Ombi:

Mzee wa Siku, simama na utoe hukumu kwa niaba yangu. Acha kila kuchelewa kuvunjwe, na unilete katika utimilifu wa ufalme uliowaandalia watu wako watakatifu. Acha huu uwe wakati uliowekwa kwangu kumiliki urithi wangu, kwa jina la Yesu. Amina.

Mfano wa Kimaandiko wa Mahakama ya Hukumu;

Hukumu ya Sulemani kati ya akina mama wawili; (1 Wafalme 3:16-28)

Wanawake wawili walimjia Mfalme Sulemani, kila mmoja akidai kuwa mama wa mtoto mmoja. Kila mmoja alisema kwamba mtoto wa mwanamke mwingine amekufa na kwamba mtoto aliye hai ni wake. Sulemani alipendekeza kumkata mtoto vipande viwili na kumpa kila mwanamke nusu. Mwanamke mmoja alikubali, lakini mwingine alimsihi Sulemani ampe mwanamke mwingine mtoto huyo ili kuokoa maisha yake. Sulemani kisha akamtangaza mwanamke aliyonyesha huruma kuwa ndiye mama halisi na akampa mtoto, akionyesha hekima yake kuu.

Dai la Danieli kwa ajili ya urejesho wa Israeli (Danieli 9)

Katika Danieli 9, Danieli anaomba kwa bidii kwa Mungu baada ya kugundua kupitia Maandiko kwamba uhamisho wa Israeli ungechukua miaka 70. Anakiri dhambi za taifa, anakubali haki ya Mungu, na anaomba rehema na msamaha. Danieli anamwomba Mungu kuirejesha Yerusalemu na hekalu kwa ajili ya jina Lake. Kwa kujibu, malaika Gabrieli anaonekana na kumpa Danieli unabii kuhusu siku za usoni, ikiwa ni pamoja na kuja kwa Mpakwa Mafuta na utimilifu wa mpango wa Mungu kwa Israeli.

Yesu akikabiliana na mashtaka ya Shetani (Mathayo 4:1-11)

Baada ya kubatizwa, Yesu aliongozwa kwenda jangwani ambako alifunga kwa siku 40. Shetani alimjaribu mara tatu: kugeuza mawe yawe mkate, kujitupa kutoka hekaluni ili kumjaribu Mungu, na kumwabudu Shetani ili apewe falme zote za dunia. Kila mara, Yesu alikataa kwa kunukuu Maandiko. Hatimaye, alimwamuru Shetani aondoke, na ibilisi akaondoka. Malaika wakaja na kumhudumia. Aya hii inaonyesha uaminifu wa Yesu, nguvu zake, na utegemezi wake kwa Neno la Mungu kushinda majaribu.

Kilio cha mashahidi wa imani wakitaka haki (Ufunuo 6:9-11)

Katika aya hii, Yohana anaona maono ya roho za mashahidi chini ya madhabahu waliouawa kwa ajili ya imani na ushuhuda wao. Wanamlilia Mungu, wakiuliza ni hadi lini atahukumu na kulipiza kisasi juu ya kifo chao. Kila mmoja anapewa joho jeupe na kuambiwa apumzike kwa muda kidogo hadi idadi kamili ya watumishi wenzao na waamini pia wauawi. Hii inaashiria ufahamu wa Mungu juu ya mateso yao na ahadi yake ya kutoa haki hatimaye.

Kujifungua katika Maombi;

Kuomba Mungu ahukumu maeneo yenye upungufu katika Familia, Kanisa, na Jamii

Ombi:

"Bwana Mungu, mwenye haki na mtakatifu, tunakuja mbele zako tukiwa na mioyo ya unyenyekevu, tukikuomba uchunguze Kanisa lako. Fichua maeneo tuliyopunguza kweli, kuruhusu dhambi, au kuacha Neno lako. Tuhukumu kwa rehema na utupe toba. Takasa Bibi Arusi wako, Bwana, na urejeshe utakatifu, umoja, na upendo kwa kweli yako. Inua viongozi na waamini watakaosimama imara katika imani, na utusaidie kutembea katika utii. Kwa jina la Yesu, Amina." (Zaburi 139:23, 1 Petro 4:17, Ufunuo 2:4–5, Zaburi 119:105, Zaburi 145:8, Ufunuo 3:19)

Aina hii ya maombi inalenga kumwalika Mungu kwa ajili ya kurekebisha na kutakasa, si kwa ajili ya hukumu, bali kwa shauku ya Kanisa kuendana kikamilifu na mapenzi yake.

Kutafuta hukumu dhidi ya ngome za kiroho katika jamii

Ombi:

"Hakimu wa Haki wa dunia yote, tunakuja mbele zako kwa niaba ya jamii yetu. Tunaomba hukumu yako dhidi ya kila ngome ya kiroho ya giza, udanganyifu, uraibu, vurugu, na ukandamizaji unaowashikilia watu mateka. Fichua hila za adui na utoe hukumu kwa niaba ya Ufalme wako. Acha kweli, haki, na amani vithibitishwe. Tunakunyunyizia damu ya Yesu juu ya nchi hii na kutangaza uhuru kwa jina lake. Vunja kila kifungo na inua watu waliyojitolea kwako. Kwa jina kuu la Yesu, Amina." (Mwanzo 18:25, 2 Wakorintho 10:4, Isaya 61:1, Luka 8:17, Danieli 7:22). "Acha kweli, haki, na amani vithibitishwe."

Maombi ya kutekeleza ushindi wa Kristo juu ya giza

Ombi:

"Bwana Yesu, tunakushukuru kwa ushindi wako msalabani. Ulizivua nguvu za giza na ukazishinda. Sasa tunakuomba, Mfalme wa Haki, utekeleze ushindi huo katika kila mahali ambapo giza bado linatawala. Vunja minyororo ya uraibu, ukandamizaji, na hofu. Acha kila uongo wa adui ufichuliwe na kweli yako. Tunatangaza kwamba kila goti lipigwe mbele yako, na kila ngome ianguke. Acha nuru yako iangaze na Ufalme wako uje. Kwa jina lenye nguvu la Yesu, Amina." (Wakolosai 2:15, Luka 10:19, Waefeso 6:12)

3. MAHAKAMA YA MASHTAKA

Hapa ndipo Shetani analeta mashtaka dhidi ya waamini; mahakama hii inashughulikia madai, hukumu, na vita vya kiroho.

Mamlaka: Wakati kuna mambo ya vizazi na laana, haki za kisheria zinazodaiwa na adui, mateso ya kipepo, na unyanyasaji.

Jinsi ya kukaribia mahakama ya mashtaka:

a) Kubali dhambi halisi na utubu;

b) Tumia damu ya Yesu kama ulinzi wako;

c) Wasilisha ushahidi wa ukombozi wako;

d) Pinga mashtaka ya uongo kwa kweli;

e) Simama katika nafasi yako ndani ya Kristo.

a) Kubali dhambi halisi na utubu;

1 Yohana 1:9

Kama tukiziungama dhambi zetu, yeye ni mwaminifu na wa haki hata atusamehe dhambi zetu, na kutusafisha na udhalimu wote.

Ombi:

Bwana Yesu, Wewe ndiye nuru ya kweli inayompa kila mtu mwanga. Angaza nuru yako katika kila eneo la giza la maisha yangu. Elekeza hatua zangu, ondoa mkanganyiko wote, na unisaidie kutembea katika kweli na uwazi wako, kwa jina la Yesu. Amina.

b) Tumia damu ya Yesu kama ulinzi wako;

Ufunuo 12:11

Nao wakamshinda kwa damu ya Mwana-Kondoo, na kwa neno la ushuhuda wao; ambao hawakupenda maisha yao hata kufa.

Ombi:

Baba wa Mbinguni, natangaza ushindi kupitia damu ya Mwana-Kondoo na neno la ushuhuda wangu. Imarisha imani yangu kusimama imara, na unisaidie kushinda kila shambulio la adui kwa nguvu na kweli yako, kwa jina la Yesu. Amina.

c) Wasilisha ushahidi wa ukombozi wako

Wakolosai 2:13-15

Mkiwa mmekufa katika dhambi zenu na katika kutotahiriwa kwa mwili wenu, Mungu aliwahuisha pamoja na Kristo, kwa kutusamehe dhambi zetu zote, akiifuta ile hati ya kutushitaki kwa amri, iliyokuwa kinyume chetu; akaiondoa kwa kuisubiria msalabani; akiisha kuzivua enzi na mamlaka, alizifanya kuwa mkutano wa fedheha hadharani, akizishinda katika msalaba.

Ombi:

Bwana Yesu, asante kwa kunisamehe dhambi zangu zote na kufuta kila hati ya deni dhidi yangu. Nakusifu kwa kushinda kila nguvu na mamlaka kwa ajili yangu. Nisaidie kutembea katika uhuru na ushindi uliounua kwa ajili yangu, kwa jina la Yesu. Amina.

d) Pinga mashtaka ya uongo kwa kweli;

Isaya 54:17

Hakuna silaha itakayofanyizwa juu yako itakayofanikiwa, na kila ulimi utakaoondoka kinyume nawe katika hukumu, wewe ndio utakao uhukumu. Hii ndiyo urithi wa watumishi wa Bwana, na haki yao inatoka kwangu, asema Bwana.

Ombi:

Bwana, nakushukuru kwa kuwa hakuna silaha iliyoelekezwa dhidi yangu itakayofanikiwa. Nalaani kila ulimi unaoinuka kinyume changu katika hukumu. Acha ulinzi wako wa kiungu unizunguke, na haki yako initetee na kunithibitisha, kwa jina la Yesu. Amina.

e) Simama katika nafasi yako ndani ya Kristo;

Warumi 8:33-34

"Ni nani atakayewashtaki wateule wa Mungu?" na jibu ni kwamba "Mungu ndiye anayewahesabia haki." Kisha, inauliza: "Ni nani aliye na hukumu ya adhabu?" na jibu ni kwamba ni "Kristo Yesu aliyekufa; zaidi ya hayo, amefufuliwa, yuko mkono wa kuume wa Mungu, naye pia anatuombea."

Ombi:

Baba, nakushukuru kwa kuwa hakuna shtaka lolote linaloweza kusimama dhidi yangu kwa sababu Kristo Yesu ananiombea. Ninasimama nikiwa na ujasiri katika neema na ulinzi wako, nikijua kuwa nimehesabiwa haki na kukubalika machoni pako, kwa jina la Yesu. Amina.

Mifano ya Kimaandiko:

Mashtaka ya Shetani dhidi ya Ayubu;

Ayubu 1-2

Ayubu, mtu mwenye haki na tajiri, anapoteza watoto wake na mali baada ya Shetani kupinga uaminifu wake. Licha ya hasara zake, Ayubu anamwabudu Mungu. Katika jaribio la pili, Shetani anamletea Ayubu vidonda vya uchungu. Hata hivyo, Ayubu anabaki mwaminifu, akikataa kumlaani Mungu. Marafiki zake watatu wanakuja kumlilia naye wakiwa kimya.

Yoshua, Kuhani Mkuu, mbele ya Malaika;

Zekaria 3:1-5

Nabii anaona Yoshua kuhani mkuu amesimama mbele za Mungu, huku Shetani akimshtaki. Mungu anamkemea Shetani na kumtangaza Yoshua kuwa amesamehewa. Mavazi machafu ya Yoshua yanaondolewa na kubadilishwa kwa mavazi safi, ishara ya usafi na urejesho wa Mungu.

Mwanamke aliyekamatwa katika uzinzi;

Yohana 8:1-11

Yesu anamwacha huru mwanamke aliyekamatwa katika uzinzi na kumwambia asitende dhambi tena, baada ya kuwataka washtaki wake wahukumu ikiwa tu hawana dhambi.

Mwiba wa Paulo katika mwili;

2 Wakorintho 12:7-10

Paulo anazungumza juu ya "mwiba katika mwili" uliotolewa ili kumbembeleza awe mnyenyekevu. Ingawa alimwomba Mungu kuondoa, Mungu alimwambia, "Neema yangu inakutosha." Paulo kisha anafurahia katika udhaifu, akijua nguvu za Mungu hukamilishwa humo.

Kujifungua katika Maombi;

213

Katika mahakama hii ya mashtaka, tunaingia mahakamani kwa toba.

Ombi:

Hakimu wa Haki, ninapoingia mahakamani pako, ninakuja na moyo wa toba. Nioshe, Ee Bwana, na unyamazishe kila shtaka la adui kwa damu ya Yesu. Acha rehema zako zineneshe kwa ajili yangu, na nirejeshe katika hali ya haki mbele zako, kwa jina la Yesu. Amina.

Tubia dhambi binafsi na za pamoja, nyamazisha mashtaka ya adui kupitia sifa na matamko, tumia damu ya Yesu katika maeneo yenye udhaifu.

Ombi:

Baba, natubu dhambi zote binafsi na za pamoja. Nanyamazisha kila shtaka la adui kupitia sifa na matamko ya ujasiri ya kweli yako. Kwa nguvu ya damu ya Yesu, nafunika kila eneo la maisha yangu lililo hatarini, nikitangaza ulinzi, uponyaji, na ushindi kwa jina la Yesu. Amina.

4. MAHAKAMA YA UKOMBOZI

Mahakama hii inashughulika na mambo ya Wokovu, urejesho, na matumizi ya kazi iliyokamilishwa ya Kristo. Mahakama hii inahusu uhamisho wa kisheria wa umiliki kutoka gizani kwenda kwenye nuru.

Mamlaka: Wokovu na kuzaliwa upya, kuokolewa kutoka utumwani, kurejesha urithi uliopotea, urejesho wa mahusiano, uponyaji wa mwili, nafsi, na roho.

Jinsi ya kukaribia mahakama za ukombozi:

a) Wasilisha damu ya Yesu kama malipo;

b) Dai haki zako kama mtoto aliye kombolewa;

c) Kimbilia Kristo kama mtetezi wako;

d) Omba urejesho wa kile kilichoibiwa;

e) Kubali utambulisho wako mpya katika Kristo;

a) Wasilisha damu ya Yesu kama malipo;

Waefeso 1:7

"Katika Yeye tunao ukombozi kwa damu yake, msamaha wa dhambi, sawasawa na wingi wa neema yake."

Ombi:

Bwana Yesu, asante kwa kunikomboa kwa damu yako ya thamani. Napokea msamaha wa dhambi zangu na kutembea katika uhuru na neema uliyonipa kwa wingi. Acha rehema zako ziendelee kunenena kwa ajili yangu, kwa jina la Yesu. Amina.

b) Dai haki zako kama mtoto aliye kombolewa;

Wagalatia 4:4-7

4 Lakini ulipotimia wakati, Mungu alimtuma Mwanawe, aliyezaliwa na mwanamke, aliyezaliwa chini ya sheria, 5 ili kuwakomboa waliokuwa chini ya sheria, ili tupate kupokea hali ya kuwa wana. 6 Na kwa kuwa ninyi ni wana, Mungu ametuma Roho wa Mwanawe mioyoni mwetu, aliyeita, "Abba! Baba!" 7 Hivyo basi wewe si mtumwa tena, bali mwana; na kama mwana, basi mrithi kwa Mungu.

Ombi:

Baba wa Mbinguni, asante kwa kumtuma Mwanao kunikomboa na kunifanya mtoto wako. Kwa Roho wako, napaza sauti, "Abba, Baba." Nisaidie kutembea katika haki zote na urithi nilio nao kama mrithi wako, kwa jina la Yesu. Amina.

c) Kimbilia Kristo kama mtetezi wako;

1 Yohana 2:1

"Watoto wangu wadogo, ninawaandikia haya ili msitende dhambi. Lakini ikiwa mtu anatenda dhambi, tunaye mtetezi kwa Baba, Yesu Kristo mwenye haki."

Ombi:

Baba, asante kwa kunipa Yesu Kristo, Mtetezi wangu mbele zako. Ninapoanguka, nikumbushe rehema zako na uniongoze kutubu. Nitie nguvu kutembea katika utii na uniepuke na dhambi, kwa jina la Yesu. Amina.

d) Omba urejesho wa kile kilichoibiwa.

Yoeli 2:25

"Nitalipa kwenu miaka ambayo nzige wamekula - nzige wakubwa na nzige wachanga, nzige wengine na kundi la nzige - jeshi langu kuu nililotuma kati yenu."

Ombi:

Bwana, nakushukuru kwa ahadi yako ya kurejesha kilichopotea. Naomba urejeshe kila mwaka uliopotea na uponye kila eneo la hasara katika maisha yangu. Acha urejesho uflow kulingana na neno lako, kwa jina la Yesu. Amina.

e) Kubali utambulisho wako mpya katika Kristo;

2 Wakorintho 5:17

"Hivyo, ikiwa mtu yeyote yumo ndani ya Kristo, yeye ni kiumbe kipya. Ya kale yamepita; tazama, mapya yamekuja."

Ombi:

Baba, asante kwamba ndani ya Kristo mimi ni kiumbe kipya. Naacha ya kale na kuukumbatia maisha mapya uliyoyatoa kwangu. Nisaidie kutembea kila siku katika uhuru, utambulisho, na kusudi lililoko ndani yako, kwa jina la Yesu. Amina.

Mifano ya Kibiblia:

Ruthu na Boazi kwenye lango la mji;

Ruthu 4

Muhtasari wa sura ya nne ya Ruthu, Boazi anamkomboa Ruthu kwa kumuoa, na hivyo kuhakikisha mustakabali wake na Naomi. Muungano wao unaleta kuzaliwa kwa Obedi, babu wa Mfalme

Daudi, unaonyesha uaminifu wa Mungu katika kurejesha na kubariki.

Urejesho wa mwana mpotevu;

Luka 15:11-32

Muhtasari wa kifungu hiki ni kwamba mwana mdogo anaomba urithi wake mapema, anaipoteza kwa maisha ya fujo, na anaishia kuwa maskini kabisa. Anarudi nyumbani akiwa ametubu, na baba yake anamkaribisha kwa upendo, msamaha, na sherehe. Mwana mkubwa anapambana na wivu, lakini baba anamkumbusha furaha ya kurejesha kilichopotea.

Ukombozi wa mwenye pepo katika nchi ya Gadara;

Marko 5:1-20

Yesu anamponya mtu aliyekuwa amepagawa na mapepo wengi katika eneo la Wagerasene. Mapepo yanaondoka kwa mtu huyo na kuingia kwenye kundi la nguruwe, ambao wanakimbilia baharini na kuzama. Mtu huyo aliyeponywa anataka kumfuata Yesu, lakini Yesu anamrudisha ili aende kushuhudia kwa wengine.

Uongofu na mwito wa Paulo;

Matendo 9

Muhtasari wa kifungu hiki, Sauli, aliyekuwa mtesaji mkali wa Wakristo, anakutana na Yesu katika njia ya kuelekea Damasko na kuongolewa kwa namna ya ajabu. Anapofumbwa macho, anaponywa na Anania, anapokea Roho Mtakatifu, na kuanza kuhubiri kwa ujasiri kwamba Yesu ni Mwana wa Mungu.

Kujifanyia kazi katika Maombi ya Uchungu:

Rejesha kipengele cha mwito wako ambacho kimepoteza nguvu, tafuta urejesho wa mahusiano yaliyovunjika ndani ya mwili wa Kristo, na uamsha karama za kiroho ambazo zimeachwa bila kutumika.

Ombi:

Bwana, ninakuja mbele zako kwa maombi, nikiomba ufufuo wa mwito wangu. Washa tena moto katika kila eneo lililolala katika maisha yangu na urejeshe mahusiano yote yaliyovunjika ndani ya mwili wako. Amsha na tia nguvu kila kipaji cha kiroho kilichoachwa bila kutumika, ili nikutumikie kwa ukamilifu na ufanisi, kwa jina la Yesu. Amina.

5. MAHAKAMA YA YAHWEH

Hii ni Mahakama ya Bwana. Hii ndiyo mahakama ya juu kabisa inayowakilisha ufikivu wa moja kwa moja kwenye kiti cha enzi cha Mungu. Mahakama hii inashughulika na mambo ya ibada, ushirika, na kusudi la kiungu.

Mamlaka yake:

- Kukutana na Mungu moja kwa moja (divine encounters)

- Ufunuo

- Ibada na ushirika na Mungu

- Kutumwa na kuitwa

- Kuweka agano

- Mamlaka ya juu na ukuu

Jinsi tunavyokaribia Mahakama ya YAHWEH

a) Tunaingia katika Mahakama hii kwa heshima na hofu takatifu

b) Kukaribia kupitia damu ya Yesu

c) Kuja na mikono safi na mioyo safi

d) Kusubiri katika uwepo Wake kwa mapenzi yaliyosalimishwa

e) Kupokea neno Lake kwa utii

a) Tunaingia katika Mahakama hii kwa heshima na hofu takatifu

Waebrania 12:28-29

Kwa hiyo, kwa kuwa tunapokea ufalme usioweza kutikisika, tuwe na shukrani, na tumwabudu Mungu kwa kumpendeza kwa heshima na kwa hofu; kwa kuwa "Mungu wetu ni moto ulao."

Ombi:

Baba, nisaidie nikutumikie kwa heshima na hofu, nikiwa na ufahamu kamili wa uwepo wako mtakatifu. Nifundishe kukuheshimu kwa moyo wa dhati, nikijua kuwa Wewe ni moto ulao unayetakasa na kusafisha, kwa jina la Yesu. Amina.

b) Kukaribia kupitia damu ya Yesu

Waebrania 10:19-22

Kwa hiyo, ndugu na dada, kwa kuwa tuna ujasiri wa kuingia Patakatifu pa Patakatifu kwa damu ya Yesu, kwa njia mpya na iliyo hai aliyotufungulia kupitia pazia, yaani, mwili wake, na kwa kuwa tuna kuhani mkuu juu ya nyumba ya Mungu, na tukikaribia Mungu kwa moyo wa dhati na kwa uhakika kamili wa imani, mioyo yetu ikiwa imenyunyizwa ili kututakasa kutoka dhamiri mbaya na miili yetu ikiwa imeoshwa kwa maji safi.

Ombi:

Bwana, nakushukuru kwa ujasiri wa kuingia mbele zako kwa uhodari kupitia damu ya Yesu. Nisaidie nikukaribie kwa moyo wa dhati, nikiwa na imani na usafi, nikisafisha dhamiri yangu kutoka hatia yote, na kushikilia imara tumaini ulilonipa, kwa jina la Yesu. Amina.

c) Kuja na mikono safi na mioyo safi

Zaburi 24:3-4

Ni nani atakayepanda mlima wa Bwana? Au ni nani atakayesimama mahali pake patakatifu? Ni mtu aliye na mikono safi na moyo safi; ambaye hakuinua nafsi yake kwa ubatili.

Ombi:

Bwana, niumbie moyo safi na mikono safi. Nisaidie kuishi maisha yasiyo na lawama ili nisitahili kusimama mbele ya uwepo wako mtakatifu. Roho yangu ikutafute kwa dhati, kwa jina la Yesu. Amina.

d) Kusubiri katika uwepo Wake kwa mapenzi yaliyosalimishwa

Isaya 6:8

Kisha nikasikia sauti ya Bwana ikisema, "Nimtume nani, na ni nani atakayekwenda kwa ajili yetu?" Nami nikasema, "Mimi hapa, nitume mimi!"

Ombi:

Mimi hapa, Bwana; nitume! Niko tayari na nimejiandaa kuitikia mwito wako. Nitumie kwa kusudi lako na uniongoze katika kila hatua, kwa jina la Yesu. Amina.

e) Kupokea neno Lake kwa utii

1 Samweli 3:10

Bwana akaja, akasimama hapo, akaita kama mara zilizopita, "Samweli! Samweli!" Ndipo Samweli akasema, "Sema, kwa maana mtumishi wako anasikiliza."

Ombi:

Bwana, ninenie kwa uwazi kama ulivyomwita Samweli. Nisaidie kutambua sauti yako na kuitikia kwa utii kila mara unaponita. Fungua moyo wangu nisikie mwongozo wako kila siku, kwa jina la Yesu. Amina.

Mifano ya Kibiblia

Musa katika Mlima Sinai – Kutoka 24:15-18

Musa alipanda mlimani, wingu likaufunika. Utukufu wa Bwana ukakaa juu ya Mlima Sinai kwa siku sita, na siku ya saba Bwana akamwita Musa kutoka ndani ya wingu. Kwa Waisraeli, utukufu wa Bwana ulionekana kama moto ulao juu ya mlima. Musa akaingia ndani ya wingu alipokuwa akipanda mlimani, na akakaa huko siku arobaini mchana na usiku.

Maono ya Isaya Hekaluni – Isaya 6

Kwa ufupi, sura hii inaeleza jinsi Isaya alivyopata maono ya utukufu wa Mungu hekaluni. Alijisikia kutostahili, lakini akasafishwa na kaa la moto kutoka madhabahuni. Mungu alipouliza, "Nani atakayekwenda kwa ajili yetu?" Isaya akajitolea kuwa mjumbe wake, tayari kufikisha ujumbe wa Mungu kwa watu.

Kubadilika sura kwa Yesu – Mathayo 17:1-8

Yesu alibadilika sura mbele ya Petro, Yakobo, na Yohana kwenye mlima mrefu. Uso wake ukang'aa kama jua, na mavazi yake yakawa meupe yenye kung'aa. Musa na Eliya wakaonekana na kuzungumza naye. Sauti kutoka katika wingu jeupe ikasema, *"Huyu ni Mwanangu mpendwa... msikieni!"* Wanafunzi wakaanguka kwa hofu, lakini Yesu akawatia moyo.

Maono ya Yohana katika kisiwa cha Patmo – Ufunuo 4-5

Sura ya 4:

Yohana alipelekwa katika maono hadi kwenye chumba cha kiti cha enzi cha mbinguni cha Mungu. Akaona utukufu wa Mungu, amezungukwa na wazee 24 na viumbe hai wanne wanaomwabudu bila kukoma, wakitangaza utakatifu na uweza wake kama Muumba.

Sura ya 5:

Yohana akaona gombo mikononi mwa Mungu ambalo hakuna mtu aliyeweza kulifungua mpaka Mwanakondoo (Yesu), aliyekuwa amechinjwa, alipoonekana kuwa anastahili. Mbingu ikajaa sifa, wakimsifu Mwanakondoo kwa kuwakomboa watu kutoka kila taifa na kuwafanya kuwa ufalme na makuhani wa Mungu.

Kujitwika mzigo wa maombi kwa bidii:

Tenga muda wa ibada na kusubiri kwa muda mrefu, tafuta ufunuo mpya wa moyo wa Mungu na mipango yake, jieke tayari kupokea nguvu mpya za Pentekoste.

Ombi:

Baba, natenga muda huu kukuabudu na kusubiri katika uwepo wako. Nifungulie zaidi moyo wako na mipango yako ya kiungu kwa maisha yangu. Nieke, Bwana, mahali pa kupokea kumiminwa upya kwa Roho wako, ninitie nguvu upya, kama ulivyofanya siku ya Pentekoste, kwa jina la Yesu. Amina.

Katika safari yangu ya kufanikisha ukombozi wa kina, nimetumia mahakama hizi zote. Nimejishughulisha kwa maarifa, bila kuvuka mipaka ya mamlaka ya kiroho. Ukombozi wa kina unahitaji maarifa, ufahamu, hekima, utii, na unyenyekevu mbele za Bwana; ni hapo tu ndipo Mungu anaweza kutusaidia kweli. Haiwezekani kufuatilia ukombozi wa kina ukiwa peke yako. Mungu hutafuta chombo kilicho tayari, kinachoongozwa na Roho Mtakatifu, kutekeleza kazi hii na kuwaokoa roho zilizo katika mateso makali ya kiroho, zikilia kila siku, *"Abba."*

Leo, nina furaha kusema kwamba familia yangu imeona rehema za Mungu kupitia kuendelea kushughulika kwa maombi. Katika Wakolosai 4:12, Paulo anamtaja Epafra kama mtu *"daima akijitahidi kwa bidii kwa ajili yenu katika maombi yake."* Vivyo hivyo, tumeona urejesho katika karibu kila eneo la msingi wetu, ukoo wetu, mti wa familia, na nyumba zetu. La muhimu zaidi, mafanikio makubwa yamekuwa wokovu na uvuvio—wengi wamegeukia Yesu na sasa wanamtumikia kwa uaminifu Yesu Kristo wa Nazareti.

Kupitia safari hii ya ukombozi, nimejifunza kwamba kanisa la kweli la Kristo si jambo rahisi kama tulivyokuwa tunafikiria. Mungu alisema, *Iweni watakatifu kwa kuwa mimi ni mtakatifu.* Ili waamini waweze kufika mbinguni, wengi watahitaji kumpata Kristo wa kweli kupitia kukiri, kutubu, kukataa uovu, kutii, usafi, utakatifu, na haki. Vinginevyo, mbingu ipo mbali na wengi wetu, hata kama bado tupo kanisani tukimtangaza Yesu na kusoma Biblia kuanzia Mwanzo hadi Ufunuo.

Mathayo 7:13 inasema: *"Ingieni kwa kupitia mlango ulio mwembamba. Kwa maana njia iendayo kwenye maangamizi ni pana, na mlango wake ni mpana, na ni wengi waingiapo humo."*

Mchakato huu ni kwa ajili ya watu waliokomaa kiroho. Huwezi tu kusema, *"Ninaenda kwenye Mahakama za Mbinguni."* Ukomavu wa kiroho ni wa lazima kwa sababu unahitaji kuwa umepitia safari ya ukombozi na kuhakikisha kila kitu kipo sawa. Wakati umefanya kila kitu, lakini bado inaonekana kama hujakombolewa kabisa—wakati bado kuna mambo huyaelewi hapa na pale—ndipo inapofika wakati wa kuingia kwenye Mahakama za Mbinguni. Kufikia hatua hii, roho nyingi, mapepo, na nguvu za giza huenda tayari zimeondoka, lakini unaweza bado kuhisi kitu fulani kinabaki na kinaendelea kurudi, hata kama unafikiri umekombolewa. Hapo ndipo unapopaswa kufikia Mahakama za Mbinguni.

Katika hatua hii, lazima uelewe kuwa unaingia katika kiwango kingine cha kiroho—eneo ambalo utapata matokeo kwa sababu umeingia katika kiwango cha juu cha kisheria katika ulimwengu wa roho. Hatua ya kwanza ni kutakasa ukoo wako wa damu. Katika ukombozi, nguvu za giza zitakupinga iwapo kitu chochote katika ukoo wako kimefanya agano la kishetani. Hii ndiyo sababu tunatumia damu ya Yesu. Kama nilivyosema, tayari umeshafanya mengi ya haya kwa kutumia damu ya Yesu, lakini bado unaweza kuona mambo fulani yakitokea.

Kwa mfano, mapepo yaliyopangiwa kukausha fedha zako, ndoa yako, maisha yako ya kiroho, au familia yako, yanaweza kuwa yanafanya kazi kupitia agano la kishetani. Iwapo utajikuta katika hali hii, haijalishi umeelimika kiasi gani, una ujuzi wa biashara kiasi gani, au unafanya kazi kwa bidii kiasi gani—kama nguvu hii ya kishetani inakinyonya kila kitu, utajikuta umechoka na kuchoka. Hapo ndipo roho hii inapaswa kushughulikiwa katika Mahakama za Mbinguni.

Unaweza kuomba:

223

"Baba, nakujia na ninaomba damu ya Yesu isafishe ukoo wangu wa damu na iondoe maagano yote ya kishetani, kama Waebrania 12:24 inavyosema. Acha damu ya Yesu ivunje agano lolote linalonishikilia mimi na kizazi changu. Ninasimama katika pengo kwa ajili ya wanafamilia wangu—wazazi wangu, ndugu na dada zangu, na watoto wangu. Natubu kwa niaba ya familia yangu, na ninaomba damu ya Yesu iwatawadie na kuwasafisha."

Wakati mwingine, maagano ya kisheria huundwa kupitia laana. Kwa mfano, iwapo umemlaani mwenzi wako, watoto wako, au wengine, maneno hayo yanaweza kuunda maagano ya kisheria. Ni lazima utubu na umwombe Mungu avunje madai hayo ya kisheria. Omba:

"Baba, natubu kwa kila neno nililolizungumza dhidi ya mume wangu, mke wangu, watoto wangu, wazazi wangu, kusanyiko langu, au mchungaji wangu. Ninaomba damu ya Yesu ifute kila neno baya nililolizungumza, iwe nilijua au sikujua. Acha kila haki adui anayoidai ifutwe sasa kwa jina la Yesu."

Kisha, unaendelea kutabiri uzima katika hali zako. Kama ilivyoandikwa katika Danieli 7:10, mahakama imeketishwa, na vitabu vikafunguliwa. Waebrania 10:19 inatuambia kwamba tunapoingia Patakatifu pa Patakatifu kwa damu ya Yesu, tunastahili kuingia katika ulimwengu wa Roho na kufikia vitabu vya Mbinguni. Katika mahakama hii, unasimama karibu na Bwana na kutangaza Neno lake.

Ni lazima uulize, *"Kimeandikwa nini katika kitabu cha Mbinguni kuhusu mimi?"* Anza kutangaza hatima yako kulingana na kile kilichoandikwa katika kitabu cha Mbinguni. Kwa mfano, iwapo una unabii ambao haujatimia, anza kutangaza:

"Bwana, ninaomba hekima, maarifa, kibali, neema, na nguvu kutimiza kusudi uliloandika katika kitabu changu."

Kisha, hata kama maisha yako hayaonyeshi kile kilichoandikwa katika kitabu cha Mbinguni, ni lazima umwombe Mungu. Omba rehema na umwombe Mungu afunue chochote katika maisha yako kinachozuia hatima yako. Sema:

"Bwana, iwapo kuna kitu kinachozuia kusudi lako katika maisha yangu au maisha ya wale ninaowakilisha, naomba Ukihukumu sasa kwa jina la Yesu."

Katika hatua hii, unaweza kukutana na upinzani katika mwendo wako wa kiroho, maisha ya kifamilia, au maeneo mengine. Iwapo kuna nguvu za giza zinazosababisha mgawanyiko katika familia yako, mwombe Mungu azihukumu. Omba:

"Upinzani wowote dhidi ya familia yangu ya karibu, unaosababisha talaka, mgawanyiko wa kifamilia, au machafuko, naomba, Bwana, uuhukumu kwa jina la Yesu. Natangaza, kama Yoshua, mimi na nyumba yangu tutamtumikia Bwana!"

Kisha, sema:

"Bwana, kila kitu kilichoandikwa katika vitabu vya Mbinguni kuhusu familia yangu kianze kudhihirika sasa. Kila kitu kiwekwe katika mpangilio wa kimungu. Maamuzi na hukumu zitolewe kwa jina la Yesu."

Unasimama katika Mahakama ya Mbinguni, ukiomba kuachiliwa kwa Neno la Mungu lililoandikwa juu yako na familia yako.

Njia tatu za kumkaribia Mungu katika Mahakama ya Mbinguni:

1. **Kama Baba:** Luka 11:1, wanafunzi wa Yesu walimwuliza, *"Bwana, tufundishe kuomba."* Maisha ya maombi ya Yesu yalikuwa yenye nguvu kwa sababu alikuwa akiwasiliana na Baba yake. Vivyo hivyo, lazima umkaribie Mungu kama Baba mwenye upendo, ukitumia muda katika uwepo wake.

2. **Kama Rafiki:** Luka 11:5-7, Yesu anafundisha mfano wa rafiki anayeomba msaada usiku wa manane. Unapomkaribia Mungu kama rafiki, unaingia katika *Baraza la Bwana,* ambapo unaweka maombi yako mbele zake.

3. **Kama Hakimu:** Hatimaye, unapomkaribia Mungu kama Hakimu, unaingia katika Mahakama ya Mbinguni, ambako

maamuzi kuhusu maisha yako hufanyika. Yeremia 23:18 inazungumza juu ya wale wanaosimama katika baraza la Bwana, wakisikia neno lake na kulitazama. Hapa ndipo hukumu hutolewa kwa ajili yako.

Baada ya kuwasilisha hoja zako katika vipimo vyote vitatu (Baba, Rafiki, na Hakimu), lazima utangaze kwamba adui hana haki ya kisheria ya kukupinga. Unaweza kusema:

"Bwana Yesu, kulingana na Wakolosai 2:14, kila hati iliyoandikwa dhidi yangu imepigiliwa msalabani. Natangaza kwamba kila tatizo, kila shambulio sugu dhidi yangu na familia yangu limevunjwa kwa jina la Yesu. Kila agano la kisheria ambalo adui anashikilia juu ya maisha yangu limefutwa sasa kwa jina la Yesu."

Katika hatua hii, unapaswa kutarajia kuachiliwa. Utahisi amani na uhuru wakati hukumu ya Mungu inapotolewa. Ngome za adui zitavunjwa, na utajihisi mwepesi rohoni, moyoni, na mwilini.

Kumbuka, Mahakama za Mbinguni zinafikiwa kwa imani. Utahisi nafuu kubwa mara tu unapopitia hatua hizi. Hutapitia tena mashambulio uliyokuwa nayo awali, na utahisi mwepesi. Mchakato huu unafanya kazi kwa imani na kwa Roho.

Hitimisho:

Baada ya kufuata hatua hizi na kuingia katika Mahakama za Mbinguni, utaachiliwa kutoka kwenye vifungo vya kiroho vilivyokuzuia. Mungu atajibu maombi yako iwe umeenda binafsi au kama mwakilishi wa kundi au taifa. Ni lazima uendelee kufanya kazi kwa bidii, kuhakikisha hakuna haki ya kisheria inayobaki kwa adui. Nuru itakuja katika ukoo wako, msingi wako, na kizazi chako kwa sababu umeitwa kuwa taa inayowaka na kung'aa (Yohana 5:35). Baada ya kupita katika Mahakama za Mbinguni, tarajia mafanikio na majibu ya maombi yako. Bwana ni mwaminifu, na hukumu yake italeta uhuru kwako.

Maombi ya Kina Zaidi:

Njia nyingine ya kukaribia Mahakama za Mbinguni ni kwa kuwasilisha maombi. Kwa mfano, ikiwa ufalme wowote wa giza unabaki kuwa mgumu, unaweza kuanza kwa kuomba kwa kuwasilisha hoja zako. Unaweza kusema:

"Baba Yetu, tuko katika majira mapya ya kukata rufaa kwa Mahakama ya Mbinguni dhidi ya udanganyifu wa falme za giza juu ya watoto wa Mungu. Watoto wengi wa Mungu wamedanganywa. Yule jitu anayetuandama, ajulikanaye kama umaskini, matatizo ya kifedha, enzi kuu, uchawi, uganga, wapiga ramli, wachawi, wanafundi wa giza, ngome, na nguvu za giza, sasa lazima zipige magoti. Baba, tuna agizo la kiungu kupitia maombi ya maombezi ili kuleta kusudi lako hapa duniani litekelezwe.

Bwana, tunaomba kwamba tunapowasilisha hoja, zile nguvu za giza na enzi kuu, wachawi, na wachawi wa kiume ambao wamekuwa wakileta magonjwa, udhaifu, maradhi, na magonjwa yasiyotibika kama saratani, kushindwa kwa moyo, kushindwa kwa ini, magonjwa ya kongosho, au magonjwa mengine yoyote ya mwili kwa watoto wa Mungu, wakabiliane na waumbuliwe. Tunaomba kwamba mashtaka yoyote waliyonayo dhidi ya watoto wako yanayowapa mamlaka ya kisheria yafutwe.

Yule jitu ajulikanaye kama Parax, pepo anayenyonya kila kitu kutoka kwenye maisha yetu, lazima ahukumiwe, Bwana, na haki yake ya kisheria iondolewe. Biblia inasema, Baba, kwamba ukombozi ni mkate wa watoto. Tunapotubu dhambi zetu, Mungu ni mwaminifu kwa rehema zake kutukomboa kabisa. Baba, acha yule jitu na ufalme wote wapoteze haki yao ya kisheria. Acha haki za kisheria za ufalme wa baharini katika maisha yetu ziondolewe. Acha haki za kisheria za roho za majini katika maisha yetu ziondolewe. Acha haki za kisheria za uchawi ziondolewe. Acha haki za kisheria za ufalme wa nyoka ziondolewe. Acha haki za kisheria za ndoa za kiroho ziondolewe. Kwa jina kuu la Yesu.

Baba, kwa jina la Yesu, kulingana na Zaburi 7:11, nakukaribia kama Hakimu mwenye haki, na ninaomba ruhusa ya kufikia mahakama—Mahakama za Neema na Rehema, Mahakama za Maombezi, Mahakama za Hatima, Mahakama za Uzima, Mahakama za DNA ya Kiungu, Mahakama za Dawa ya Kiungu, na Mahakama za Kufuta Mashtaka. Baba, uweze kuwaita kwenye Mahakama za Yeshua Hamashiach Roho Saba za Mungu, kulingana na Isaya 11:1-3, na Wingu la Mashahidi, kulingana na Waebrania 12:1-2.

Baba, tunakuwasilishia maombi kuhusu nyaraka zote zinazohusu ufalme wa uchawi, ufalme wa nyoka, ufalme wa roho za majini, ufalme wa baharini, na matawi yao yote katika ukoo wetu, DNA, na msingi wetu. Baba, tunakuheshimu kama mtakatifu. Mahakama nyingi zinahusisha maagano au makubaliano yaliyofanywa na mababu zetu, jehanamu yote, sakafu za biashara, tauni, hukumu, maamuzi ya mahakama, mahakama ya magonjwa, mahakama ya saratani, magonjwa yasiyotibika, magonjwa ya kufisha, na vifo vya mapema. Acha Mahakama iwe kwa umoja, kulingana na Danieli 7:9-10.

Baba, neno lako latangaza kwamba nikikiri dhambi zangu, Wewe ni mwaminifu na wa haki kunisamehe na kunisafisha kutoka kwa udhalimu wote. Biblia inasema katika 1 Yohana 1:9, "Hakimu Mkuu wa ulimwengu, kuna dhambi nyingi, maovu, na makosa ambayo mababu zetu wametenda dhidi Yako. Tumetenda jeuri na kuvunja sheria Yako." Tunatambua kwamba dhambi zimejilimbikiza, zikisababisha uzio wetu wa ulinzi kuvunjika, na kuzimu kuvamia sisi na watoto wetu. Mapepo, wachawi, na wachawi wa kiume wanasababisha familia kuvunjika na kutokuwa waaminifu ndani ya eklesia (Kanisa), na hivyo kuzaa watoto waliovunjika, kuchanganyika kwa mapepo na wanadamu, na ndoa za kiroho zinazozuia ndoa za kiungu kwa watoto wako katika falme za nyoka na roho za majini.

Tunaomba, Bwana, uwasilishe mashtaka dhidi yetu kwa ajili ya tathmini yako. Abba, Baba, sisi ni wakosaji na tunaomba msamaha na rehema. Mathayo 5:25 inasema kwamba tunapaswa kuwa tayari kupatana na mshtaki wetu. Hivyo basi, Baba mwenye haki, tunakubaliana na mashtaka yote na tunaomba kuondolewa kwa hukumu yao, kifo, adhabu, na uchafu.

Baba, pia tunakuomba kwa ajili ya malaika maalum wa kutuokoa sisi na ukoo wetu kutoka kwa pepo mkuu wa Parax, uchawi, roho za majini, nguvu za baharini, na ndoa za uchawi za wake wengi. Acha ufalme wao, mtandao wao, sayansi zao, baraza lao la kisayansi, miungu na miungu wa kike, majitu ya kiume na ya kike, laana, wachawi wa kiume, wachawi wa kike, na mashirika mengine au taasisi ziletwe kwenye haki. Roho Mtakatifu, chochote cha kimaumbile kinachotumiwa na falme hizi kusababisha magonjwa, udhaifu, na maradhi kiteketezwe kwa moto wa kioevu. Tunaomba kwamba falme zinazoshirikiana na utu wetu wa kibinadamu ziitwe kuwasilisha nyaraka za haki juu ya umiliki wetu katika sehemu mbalimbali za jamii yetu.

Mungu mwenye rehema, teknolojia zinazotupinga ni hatari kwa afya zetu, na kusababisha magonjwa, udhaifu, maradhi, na vifo vya mapema. Isaya 53 inatoa maelezo tunapoomba ukombozi kamili kutoka kwa magonjwa yote na vifungo vyote. Ulibeba dhambi zetu na kuchukua huzuni zetu. Hali hii mbaya imeiba maisha yetu, Baba. Tufidie kwa jina la Yesu.

Ninakata rufaa kwa Mahakama ya Kufuta Mashtaka na kuomba kwamba faili zote na kumbukumbu zifutwe, kama ilivyoagizwa katika Wakolosai 2:14-16. Ninaomba kuvunjwa kabisa kwa uhusiano wowote na mambo yote mabaya yaliyotajwa hapo juu ili yasiwe na mamlaka tena juu yetu. Acha mahakama itoe hukumu, hukumu ya kuzuia. Asante, Baba wa Mbinguni, kwa jina la Yesu. Amina.

Hivyo basi, hii ni njia nyingine ya kukaribia Mahakama za Mbinguni. Nilipokaribia Mahakama ya Mbinguni kwa ukali, kila mara nilifanya njia zote mbili. Na Mungu ana rehema. Nakumbuka mara moja katika Mahakama za Mbinguni, ghafla nilihisi kizunguzungu na nikaona ardhi ikipanda juu. Nilikuwa nikitetemeka. Ninaamini nilikuwa nikiendesha matangazo wakati wa *Midnight Battle,* na yamenaswa kwenye rekodi, ambayo inapatikana kwenye YouTube. Sitasahau kamwe. Hizi Mahakama za Mbinguni ni vikao vyenye nguvu, na kushiriki ndani yake kunamaanisha adui hawezi kuendelea. Baada ya hapo, hakuna njia tena. Utajikuta unapokea kile ambacho umekuwa ukiomba kwa machozi na kuomba. Utakuja mahali pa kupumzika na kushughulika tu na mambo madogo, kama vile mishale inayorushwa mchana na usiku. Lakini kuhusu mambo ya msingi yaliyoshughulikiwa, naamini umefunga milango mingi.

Sura ya 17:
Kuomba Bila Kuona Majibu

Roho wa Mungu alinileta kwenye kisa cha wale vijana watatu Waebrania—Shadraki, Meshaki, na Abednego—na kisa cha Danieli. Wakati mwingine, unapokuwa ukiomba, hasa unapokuwa umeanza safari ya ukombozi wa kina na kung'oa mizizi iliyokita kwa muda mrefu, hii ndiyo safari ngumu zaidi utakayowahi kuifanya. Inahitaji kujitolea kwa dhati, kujinyima, usafi, utakatifu, na haki. Ikiwa ningewaweka watumishi wa Mungu 100 hapa, naweza kukuambia kwamba wachache tu wamechukua njia hii. Wengi wameamua kumtumikia Bwana bila kufuata ukombozi. Ndiyo maana unaona mkanganyiko mwingi Kanisani leo. Ni dhabihu inayohitajika ili kujitakasa kwa ajili ya watu wa Mungu ili waweze kusafishwa na kuwekwa huru. Maisha ya kujitakasa si kwa kila mtu katika Kanisa leo, kwa hiyo tunahitaji neema ya Mungu kutusaidia katika hili.

Ukombozi ni wa kina; ni mchakato, ni safari. Siyo rahisi. Ni kama kuogelea katikati ya vita; uko peke yako kabisa. Hapa ndipo watu wengi wanapojikuta wakiwa katikati ya mahali pasipoeleweka, wakilia katikati ya usiku, wakiuliza, *"Mungu, bado upo? Bado uko pamoja nami? Au niko peke yangu?"* Wakati huu, tayari umefanya mambo yote sahihi. Wewe si muumini mchanga. Tayari umepita hatua hiyo; upo juu sana. Kwa kawaida hutokutana na vita hivi ikiwa wewe ni muumini wa kawaida au mchanga kiroho. Lakini sasa, unaelea juu ya kiwango cha ukomavu. Unaingia katika aina tofauti ya ulimwengu. Hupo tena katika ulimwengu wa asili, bali unatembea katika ulimwengu wa rohoni.

Kila cheo huja na uchungu wake. Wanasema kila kupandishwa cheo huja na changamoto ya aina tofauti, na ndivyo ninavyosema. Ikiwa ningesema kwa usahihi zaidi, ningesema hivyo. Wakati huu, unaposhuhudia mafanikio mengi, siyo tu mafanikio unayoona. Natamani watu wangeweza kuwa wa wazi zaidi kuhusu wanachopitia. Hebu tuangalie kitabu cha Danieli na wale vijana watatu Waebrania. Hata walipofikia hatua ya kutupwa kwenye tanuru la moto, tayari walikuwa wamepitia nyakati za uchungu— nyakati za uchungu ambapo inaonekana kama umepooza. Lakini kisha unafika mahali ambapo huwezi kurudi nyuma. Unaweza tu kusonga mbele, na wakati huo unasema, *"Ni mengi sana; yanauma sana. Acha kifo kinichukue kwa sababu najua kifo changu ni faida."* Kwa nini? Kwa sababu najua nitapumzika kutoka kwa mambo haya yote na kwenda kwa Baba yangu kwa pumziko. Hapo ndipo ninapomaanisha unapofika hatua hiyo. Hapo ndipo unapojua kwamba mafanikio yako yapo karibu.

Mungu wakati mwingine huruhusu watu wapitie uzoefu wa uchungu. Hiyo inamaanisha uko ndani ya tanuru la moto, na huwezi tena kuwa wa kawaida unapokuwa umetoka humo. Ili dhahabu iwe dhahabu, lazima ipitie moto. Sasa unaweza kuwa dhahabu na kustahili kuwa dhahabu. Watu wa aina hii daima watamtumikia Mungu kwa hofu na kutetemeka, wakihubiri toba na kuwaonya wengine juu ya gharama ya kupuuza ukweli wa neno la Mungu au kuchagua neno linalopendeza tu maslahi yao binafsi. Wale waliopitia tanuru la moto huwa waangalifu na dhambi na upako wao. Hivyo ndivyo inavyohitajika ili kutiwa mafuta na Mungu.

Nitatoa ushuhuda na ufunuo wangu. Lakini kwanza, wacha niseme hivi: Kama tungewaona wale vijana watatu Waebrania wakitupwa kwenye tanuru la moto na kushuhudia moto ule kwa macho, huenda tungewalilia. Lakini kwao, ilikuwa bora zaidi kwa sababu walitamani kitu tofauti. Kwao, walihisi bora kufa na kupumzika kuliko kuacha Mungu wao na kumtumikia mungu mwingine. Kwa watoto wa Mungu, kifo ni faida, na uhai ni Kristo. Lakini Mungu aliwakuta walipokuwa tayari kukata tamaa.

Naomba uwe na nguvu ya kutosha kusema *hapana* kwa kile kitakachopunguza au kuharibu agizo la Mungu katika maisha yako. Roho Mtakatifu pia aliniletea akilini kisa cha Yona. Samaki alipommega Yona, lazima alifikiri, *"Sasa naweza kufa na kupumzika kutoka kwa taabu zangu zote."* Kuna nyakati maishani ambapo inahisi bora kufa kwa sababu unapokufa, unajua unaenda kwa Baba yako. Kwa nini mapepo, wachawi, na wachawi wa kiume waendelee kukutesa duniani bure?

Samaki alipommega Yona, na alipokuwa tumboni mwa samaki, naona kana kwamba alikuwa akimshukuru Mungu. *"Acha safari hii iishie hapa. Najua naenda kwa Baba yangu na nitapata pumziko la milele."* Wale vijana watatu Waebrania: Hujui walichopitia hadi walipotupwa motoni. Waliteswa kimwili na kiroho na kuchoka kiakili. Namaanisha hili kwa wale wanaopitia safari ya ukombozi wa kweli—siyo rahisi. Kabla hata hujakabiliana na moto, kuna nyakati za uchungu. Na naamini Biblia haituambii kila kitu. Ninapoendelea na safari yangu ya ukombozi, na Roho wa Mungu anapoendelea kunirudisha hapa, naona kwamba ndicho kitu hicho hicho ninachopitia katika kufuata safari yangu ya ukombozi.

Angalia kisa cha Danieli. Hujui kile alichokuwa akipitia kabla ya kutupwa kwenye tundu la simba. Danieli alikata shauri moyoni mwake kwamba ni Mungu wake pekee na si mungu mwingine yeyote. Akasema, *"Kama mnataka kuniua, kifo ni faida, na maisha yangu ni Kristo."* Alibaki amejikita kwenye agizo lake, bila kujali kilichomzunguka au kile alichoona. Hata pale maadui zake walipotaka aache kuomba kwa Mungu wake na aombe kwa mungu wao, Danieli alikataa kufanya hivyo. Alienda ghorofani, akafungua madirisha yaliyokuwa yakielekea Yerusalemu, na akaomba mara tatu kwa siku.

Licha ya msukosuko katika maisha ya Danieli, alipata nguvu za kuomba. Alibadilisha mazingira yake ya kuomba—alienda ghorofani, mahali juu ya kiwango cha kawaida, ambapo alimwita Roho wa Mungu, akiomba rehema. Mambo yote aliyoyafanya yalikuwa jitihada za ubunifu za kugusa moyo wa Mungu. Kwa maneno mengine, alikuwa akisema, *"Nimechoka. Nifanye nini? Ninajaribu kuwa mbunifu kwa kila njia."* Hata kwa maombi yake, ungeweza kuona tayari alikuwa katika uchungu. Alikuwa amechoka kiakili, akiteswa kimwili, na kuteseka kiroho. Ee Yesu. Tunapozungumza kuhusu mateso, mateso ya kiroho ni halisi.

Baada ya haya yote, ilifika mahali ambapo walikuwa wanamtupa kwenye tanuru la moto. Yeye ilikuwa tundu la simba, na sasa alikuwa kama, *"Asante Mungu, acha simba waniwale ili niende kwa Baba yangu."* Kwa nini? Je, unadhani huo ulikuwa mpango wa Baba? Jiulize: Kwa nini namtumikia Mungu huyu? Unaanza kufikiri, *"Sijafanya kosa lolote. Nimefanya mambo yote sahihi. Nimefuata kanuni za Mungu. Nimeenenda kwa haki kulingana na Biblia. Hakuna sababu ya mimi kupitia haya."* Hapo ndipo Roho wa Mungu anapofunua kwamba unachopitia hakihusiani nawe binafsi. Kinahusiana na misingi iliyoharibika. Kwa nini kinaonyeshwa kwako? Kwa sababu wakati huu, hakuna vita usivyoweza kusimama navyo. Hapo ndipo unapoinuka na kusema, *"Wacha nifanye kitu. Najua hiki kinaweza kuwa kikubwa sana, lakini sasa najua ukweli, na lazima nifanye kitu."*

Kwa upande wa Danieli, alitamani angeweza kufa na apumzike kwa amani. Biblia inasema: *Kwa nini mataifa yaseme, 'Yuko wapi Mungu wao?'* Sasa, katika hatua hii ya safari ya ukombozi, inauma zaidi mataifa yanapokudhihaki. Lazima uvumilie yote kwa sababu hawaelewi unachoona, unachopitia. Unamfuata Mungu wako, na unajua Mungu yupo pamoja nawe. Hata Biblia inasema kutakuwa na wakati ambapo watu watauliza, *"Inawezekanaje uwe mtoto wa Mungu na kuteswa namna hii? Inawezekanaje uwe mtoto wa Mungu na kulia namna hii? Inawezekanaje uwe mtoto wa Mungu na shetani awe nyuma yako usiku na mchana, akileta aibu, uchungu, na kuvunjika moyo?"*

Kuna wakati niliteswa, si mara moja, si mara mbili, bali mara nyingi. Kuna kitu tunaita *Faraday cage* (ngome ya Faraday). Mungu huweka kizuizi cha ulinzi kuzunguka watu wake ili kuwakinga dhidi ya mashambulizi ya adui. Najua wakati nilihitaji ngome hiyo, nilikuwa nikiteswa. Wanatoa mateso wakati adui hawezi kukufikia kwa njia nyingine. Ni kama kukandamizwa, kila sehemu ya mwili wako inauma—hata kucha zako, mifupa yako. Unataka kubaki kitandani kwa sababu mwili wako uko kwenye maumivu makali, lakini hujui kwa nini. Hukufanya mazoezi au chochote cha kusababisha hili. Hapo ndipo unapomlilia Mungu: *"Kwa nini lazima nipitie haya?"* Lakini ndipo Zaburi ya 79 inapokuja. Hata mataifa yanauliza, *"Yuko wapi Mungu wao?"* Unaaanza kuhisi kama kondoo asiye na mchungaji.

Wakati huo, unasema, *"Mungu, kwa nini lazima nipitie haya?"* Na unajiuliza kama unapaswa hata kuendelea kuomba. Lakini hapo ndipo unasema, *"Mapenzi Yako yatimizwe."* Kumbuka Yesu alipoomba, *"Mapenzi Yako yatimizwe"*? Hiyo ndiyo hatua ninayozungumzia. Mungu, kama moto huu unanichukua, harakisha; imetosha sasa.

Alipotupwa kwenye tundu la simba, Danieli alisema, *"Mapenzi Yako yatimizwe."* Na hapo ndipo Mungu akaingilia kati. Hakuwa na budi ila kuja kumsaidia. Watu wanaweza kukudhihaki, lakini Mungu anaweza kuruhusu mambo haya kwa sababu tayari amekuamini miongoni mwa wanajeshi wa juu wa mbinguni. Atakuruhusu tu ukabiliane na kile unachoweza kustahimili, hata kama kinauma.

Tukikaa chini na kujadili vita vyote vya kiroho tulivyopitia, baadhi ya mambo haya yanaweza kuwa magumu kuelewa. Ni bora kumwona mtu akiumia kimwili kuliko kupitia mateso yasiyoelezeka ya vita vya kiroho.

Ee Yesu Kristo. Nikuambie, naheshimu huduma ya ukombozi. Nitafanya chochote niwezacho kusaidia wengi. Mungu yupo pamoja nasi, na tupo karibu kufika. Katika nyakati hizo unapohisi umeshafanya kila kitu sahihi na vita vinaongezeka, hata pale usipojua ni nini kinakupiga, kumbuka: Ukombozi si mzaha. Ukombozi ni wa kina, na si kwa kila mtu. Ukombozi ni kwa wateule wenye agizo maalum la kuokoa msingi, maeneo, na Mataifa kwa jina la Yesu.

Mungu anachukua sifa zote. Maadamu anajua anaweza kupata utukufu kupitia wewe, atakupitisha kwenye jambo lolote unaloweza kustahimili, kwa kuwa tayari amekujaribu na kukuona umepita.

Hitimisho

Mapambano yangu maishani yalikuwa mapambano kwa ajili ya wateule. Kupitia mapambano haya, nimegundua kwamba mimi pia ni mhubiri, mhudumu wa ukombozi, mwombaji kama tai, shujaa, mlinzi, msemaji wa Mungu, na mhubiri wa ufufuo wa nyakati za mwisho. Yalianza kama jambo la kifamilia, lakini kupitia mapambano ya maisha, yalinipa kipaza sauti kwenye jukwaa la kimataifa kutoka madhabahuni. Kile ambacho adui alikusudia kwa ubaya, Mungu amekigeuza kwa mema yangu na mema ya familia yangu.

Shauku ya Mungu kwako si maisha ya mapambano, kushindwa, au mateso yasiyoisha. Hakukuita uishi katika vivuli vya utumwa, wala hajakukusudia uwe mfungwa wa nguvu zinazotaka kuiba, kuua, na kuangamiza. Mapenzi yake kwako ni ushindi—maisha yenye uhuru, furaha, na nguvu za uwepo wake zikifanya kazi ndani yako na kupitia kwako. Kristo tayari ameshapata ushindi huu, akivunja kila pingu, akinyamazisha kila sauti ya hukumu, na kushinda juu ya kila nguvu za giza zilizokuwa zikikushikilia mateka.

Lakini ushindi si kitu kinachokuja kiotomatiki. Ingawa Kristo ameufanya upatikane, gharama imelipwa kikamilifu, na ingawa milango ya gereza lako imefunguliwa, ni lazima uamue kutoka nje. Ni lazima uchague kutembea katika uhuru ulionunuliwa kwa ajili yako. Si vya kutosha kujua kwamba ukombozi unawezekana; ni lazima uukamate. Si vya kutosha kusikia ukweli; ni lazima uutendee kazi. Kila ufunuo ulioupokea, kila kanuni uliyojifunza, na kila ukweli ulioangaziwa moyoni mwako sasa ni lazima utekelezwe kwa imani isiyoyumba na utiifu. Ukombozi si tukio la kukaa tu; ni juhudi ya makusudi. Adui hatajiondoa tu na kukuruhusu uingie katika uhuru bila kupingwa. Lakini umeshapewa mamlaka ya kudai kilicho chako.

Pingu zilizokuwa zikikushikilia hazina nguvu tena isipokuwa uziruhusu zibaki. Sauti zilizokuwa zikikutesa hazina mamlaka tena isipokuwa uziruhusu ziongee. Kila dhuluma, kila mzunguko wa mateso, kila ngome iliyokuwa ikikutawala tayari imeshashindwa katika Kristo. Sasa ni lazima usimame kwa nguvu ya ukweli huo na kutangaza kwamba hutafungwa tena.

Ni wakati wa kusonga mbele, kukataa hofu, mashaka, na kutojali, na kunyamazisha kila uongo unaosema hutakuwa huru kamwe. Ni wakati wa kuchukua silaha za Mungu, kusimama imara katika imani, na kutembea katika ukamilifu wa kile ambacho Kristo amekufanyia kupatikana. Uhuru wako si jambo la kutiliwa shaka—tayari umepatikana. Ushindi wako si jambo lisilo hakika—tayari umehakikishwa. Swali pekee lililosalia ni kama utadai au utakataa kuridhika na chochote chini ya maisha ambayo Mungu amekupangia.

Mlango umesimama wazi! Pingu zimevunjika! Adui ameshashindwa! Sasa, mtoto wa Mungu, ingia kwenye ushindi wako. Ishi katika uhuru uliyopewa. Tembea katika utiifu, songa kwa imani, na usiruhusu tena chochote kikupokonye kile ambacho Kristo amekupa. Ushindi si tumaini la mbali; ni hali yako ya sasa. Sasa, nenda na uufurahie.

Kutambua vitabu vya Robert Henderson kuhusu *Mahakama za Mbinguni* kulikuwa chombo cha msaada mkubwa katika kukamilisha safari yangu ya ukombozi wa kina wa misingi.

237

www.ingramcontent.com/pod-product-compliance
Lightning Source LLC
Chambersburg PA
CBHW051142120626
46547CB00012B/908